വിജ്ഞാനവർഷം
പുസ്തകം 121

മനുഷ്യശരീരം എന്ന മഹായന്ത്രം

Manushyasareeram Enna Mahayanthram
Science

Dr. P K Sukumaran

CHINTHA PUBLISHERS
Thiruvananthapuram

First Edition
May 2016

Third Edition
April 2018

Forth Edition
April 2021

Second Impression
February 2022

Published & Typesetting
Chintha Publishers, Thiruvananthapuram

Printed at
Repro India Ltd. Mumbai

Cover Design
Midas

ISBN - 978-93-86112-08-8

CR - VV. 121 / 2305 / 5903

Email: chinthapublishers@gmail.com
Website: www.chinthapublishers.com

A version is available at National Libraries
Kolkata, Mumbai, Chennai and Delhi

Distribution
DESHABHIMANI BOOKHOUSE
H O Thiruvananthapuram 695035

Branch
Head Office Kunnukuzhi • Statue Thiruvananthapuram
KSRTC Bus Terminal Thampanoor • Saphalyam Complex Thiruvananthapuram
KSRTC Bus Station Alappuzha • KSRTC Bus Station Ernakulam
Machingal Lane Thrissur • IG Road Kozhikode
Mavoor Road Kozhikode • NGO Union Building Kannur
Central Bus Terminal Complex Thavakkara Kannur

മനുഷ്യശരീരം എന്ന മഹായന്ത്രം

ഡോ. പി കെ സുകുമാരൻ

ചിന്ത പബ്ലിഷേഴ്സ്
തിരുവനന്തപുരം-695 035
വില : ₹ 180

ഡോ. പി കെ സുകുമാരൻ

1943 ഏപ്രിൽ 10 ന് ജനിച്ചു. അച്ഛൻ: സി കൃഷ്ണൻകുട്ടി. അമ്മ: കെ ആർ ഭാനുമതി. രണ്ടുപേരും അന്തരിച്ചു.

കോഴിക്കോട് മെഡിക്കൽ കോളേജിൽനിന്ന് എം ബി ബി എസ് പാസായി. സൈക്യാട്രിയിൽ ഡി പി എം റാഞ്ചി യൂണിവേഴ്സിറ്റിയിൽനിന്ന് നേടി. 30 വർഷം കേരള ആരോഗ്യവകുപ്പിൽ സൈക്യാട്രിസ്റ്റായി സേവനം അനുഷ്ഠിച്ചു. ഡെപ്യൂട്ടി ഡയറക്ടറായി വിരമിച്ചു.

എഫ് സി ജി പി, ഇന്ത്യൻ സൈക്യാട്രിക് സൊസൈറ്റി, ഇന്ത്യൻ മെഡിക്കൽ അസോസിയേഷൻ ഇവയിൽ ആയുഷ്കാല മെമ്പർ.

പ്രധാനകൃതികൾ: *മതവും ശാസ്ത്രവും, മതവിശ്വാസവും ശാസ്ത്രവീക്ഷണവും, ജ്യോത്സ്യം യജ്ഞം മന്ത്രവാദം, വിശ്വാസവും ശാസ്ത്രാവബോധവും, സർഗ്ഗപ്രതിഭകളുടെ വിഷാദോന്മാദങ്ങൾ, രോഗം രോഗശമനം.*

ചാൾസ് ഡാർവിൻ ഒരു ശാസ്ത്രവിപ്ലവത്തിന്റെ കഥ (ബാലസാഹിത്യം), *മണ്ഡൽ കമീഷൻ റിപ്പോർട്ട്* (സാമൂഹികം).

അവാർഡുകൾ: അംബേദ്കർ അവാർഡ്, നാഷണൽ അവാർഡ്, സർഗ്ഗസ്വരം അവാർഡ്.

ഭാര്യ	:	.കെ സി രത്നവല്ലി (മാനേജർ, പ്രശാന്തി ക്ലിനിക്)
വിലാസം	:	പ്രശാന്തി മൻസിൽ, ശങ്കരയ്യ റോഡ്, തൃശൂർ – 680 004 പ്രശാന്തി ക്ലിനിക്, ശങ്കരയ്യ റോഡ്, തൃശൂർ
ഫോൺ	:	0487 - 2382283,2382020
Clinic	:	2381622
Mob	:	9495248050, 9567783824,
Email	:	drsukumaranpk@yahoo.co.uk

പ്രസാധകക്കുറിപ്പ്

ശരീരശാസ്ത്രത്തെ സംബന്ധിച്ച പഠന ഗ്രന്ഥമാണ് ഡോ. പി കെ സുകുമാരൻ രചിച്ച, *മനുഷ്യശരീരം എന്ന മഹാ യന്ത്രം.* ചിന്തയുടെ വിജ്ഞാനവർഷം, പരമ്പരയിലൂടെയാണ് ഈ കൃതി പ്രസിദ്ധീകരിക്കുന്നത്. വൈദ്യശാസ്ത്ര മേഖലയിലും പൊതുവിദ്യാഭ്യാസത്തിലും ശരീരശാസ്ത്ര പഠനം, രക്തചംക്രമണ വ്യൂഹം, ന്യൂറോ വ്യൂഹം, ശ്വാസോച്ഛ്വാസ വ്യൂഹം തുടങ്ങി എല്ലാ വ്യൂഹങ്ങളെയും സംബന്ധിച്ച പഠനം ഇതിൽ അടങ്ങിയിരിക്കുന്നു.

ആറു ഭാഗങ്ങളായിട്ടാണ് ഇതിലെ ഉള്ളടക്കം ക്രമീകരിച്ചിട്ടുള്ളത്. ഈ ഓരോ ഭാഗവും അറിവിന്റെ ഖനികളാണ്. മനുഷ്യശരീരത്തെ സംബന്ധിച്ച രസകരവും അത്ഭുതകരവുമായ വിവരങ്ങൾ തേടുന്ന ഈ വൈജ്ഞാനികകൃതിയുടെ നാലാം പതിപ്പും വായനക്കാർ സ്വീകരിക്കുമെന്ന് ഞങ്ങൾക്കുറപ്പുണ്ട്.

ചിന്ത പബ്ലിഷേഴ്സ്

വിഷയപ്രവേശിക

വൈദ്യശാസ്ത്രം അറിയുന്നതിന്റെ പ്രാഥമിക പരിജ്ഞാനം ശരീരത്തെ അറിയലാണ്. വൈദ്യശാസ്ത്ര പൊതുവിദ്യാഭ്യാസത്തിലും ശരീരശാസ്ത്രത്തെ പുരസ്കരിച്ചുള്ള സാമാന്യജ്ഞാനം അനുപേക്ഷണീയമാണ്. ആ ലക്ഷ്യം മുന്നിൽക്കണ്ടുകൊണ്ടുള്ള ലഘുഗ്രന്ഥമാണ് *മനുഷ്യശരീരമെന്ന മഹായന്ത്രം.*

ശരീരശാസ്ത്രമെന്ന മത്തഗജത്തെ മെരുക്കി കളിച്ചെപ്പിലൊതുക്കാനുള്ള ശ്രമമാണ് ഇതിൽ സ്വീകരിച്ചിട്ടുള്ളത്. രക്തചംക്രമണ വ്യൂഹം, ന്യൂറോ വ്യൂഹം, ശ്വാസോച്ഛ്വാസ വ്യൂഹം തുടങ്ങി എല്ലാ വ്യൂഹങ്ങളെയും ഇതിൽ ലളിതമായി പ്രതിപാദിച്ചിട്ടുണ്ട്.

മനുഷ്യശരീരത്തിൽ മറ്റു ജീവജാലങ്ങളിലെന്നപോലെ രോഗാവസ്ഥയല്ലാത്ത വ്യതിയാനങ്ങൾ, വ്യക്തിപരമായ വ്യത്യാസങ്ങൾ എന്നിവ സാധാരണമാണ്. ഒരു മഹായന്ത്രമായ മനുഷ്യശരീരത്തെ അറിയുമ്പോൾ അതിലെ ഓരോ വ്യൂഹങ്ങളുടെയും ശരീരശാസ്ത്രപരമായ പ്രവർത്തനത്തിനാണ് നാം ഊന്നൽകൊടുക്കുന്നത്. സമതുലനത്തോടെ ആരോഗ്യകരമായി മുന്നോട്ടു പോകാൻ ഇവ പരസ്പരം സ്വാധീനിക്കുകയും സഹകരിക്കുകയും ചെയ്യുന്നു.

ഓർമ്മയിൽവയ്ക്കാൻ ഇഷ്ടപ്പെടുന്ന ശരീരത്തെപ്പറ്റിയുള്ള രസകരമായ, അത്ഭുതകരമായ വിവരങ്ങൾ ഈ ഗ്രന്ഥത്തിൽ ഉൾപ്പെടുത്തിയിട്ടുണ്ട്. ശരീരശാസ്ത്രം, വൈദ്യശാസ്ത്രം, പൊതുവിജ്ഞാനം എന്നിവയിൽ തല്പരരായ മാന്യവായനക്കാരുടെ മുമ്പിൽ ഈ ഗ്രന്ഥം സാദരം സമർപ്പിക്കുന്നു.

ഡോ. പി കെ സുകുമാരൻ

ഒന്നാം ഭാഗം

ശരീരത്തിലെ അത്ഭുതങ്ങൾ

Science has revealed that the human body is made up of millions and millions of atoms... For example, I am made up of 5.8x10 27 atoms-

A P J Abdul Kalam

കോടാനുകോടി ആറ്റങ്ങളാൽ നിർമ്മിച്ച മനുഷ്യശരീരം അത്ഭുതങ്ങളുടെ മാന്ത്രികച്ചെപ്പാണ്. കോടിക്കണക്കിന് വർഷങ്ങൾ പിന്നിട്ട പരിണാമശൃംഖലയുടെ ഇങ്ങേയറ്റത്തെ കണ്ണിയാണ് മനുഷ്യൻ. മനുഷ്യശരീരത്തിലെ ഓരോ വിസ്മയങ്ങളുടെയും പൊരുളിന്റെയും ചുരുൾ അറിയുന്നതോടെ അടുത്തതറിയാനുള്ള ഔത്സുക്യം സ്വാഭാവികമായി നമുക്കുണ്ടാകും.

അപ്പെൻഡിക്സ്

നാം കുറെക്കാലമായി അവഗണിച്ചിരുന്ന ശരീരാവയവമാണ് അപ്പെൻഡിക്സ് (appendix). 'അനാവശ്യമായ അനുബന്ധ'മായി കണക്കാക്കിയിരുന്ന ഉദരത്തിലെ ഈ ചെറിയ നിശ്ശബ്ദനായ സുഹൃത്തിനെ സർജ്ജന്മാർ നിഷ്കരുണം ശരീരത്തിൽനിന്ന് നിഷ്കാസനം ചെയ്തുപോന്നിരുന്നു. പണ്ടത്തെ പ്രശസ്തനായ ഒരു സർജ്ജൻ നീക്കം ചെയ്ത അപ്പെൻഡിക്സുകളുടെ ആകെ നീളം ചെന്നൈയിൽനിന്ന് കേരളത്തിലേക്കുള്ള അത്രയും വരുമായിരുന്നത്രെ! എന്നാൽ ഇന്ന് ഒരു സർജ്ജനും അനാവശ്യമായും നിസ്സാരകാരണത്തിനും അപ്പെൻഡിക്സിനെ ബലികഴിക്കില്ല. ഈ 'അനാവശ്യമായ അനുബന്ധം' വേണ്ട എന്നതിനു പുറമെ ചിലപ്പോൾ അടിയന്തരമായി രോഗാണുബാധയായ അപ്പെൻഡിസൈറ്റിസ് (appendicitis) വരാമെന്ന ഭീതികൂടി ഉണ്ടായിരു

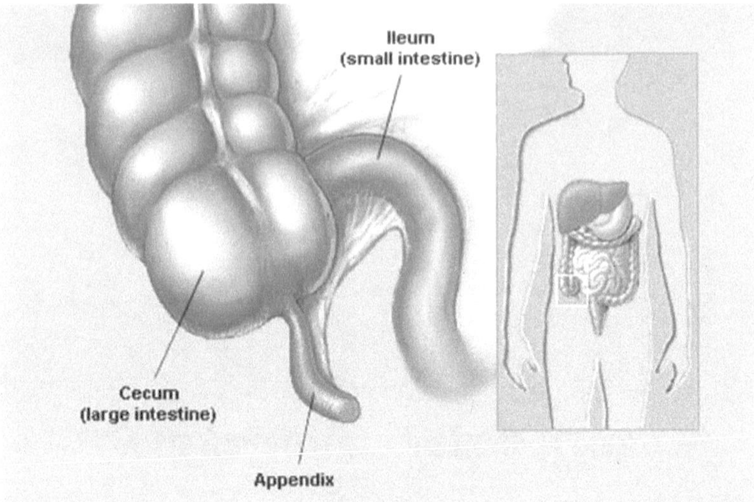

അപ്പെൻഡിക്സ്

ന്നതിനാലാണ് ഉദര സർജ്ജറികൾ ചെയ്യുന്ന അവസരങ്ങളിൽ അപ്പെൻഡിക്സിനെ പതിവായി ഉന്മൂലനം ചെയ്തിരുന്നത്.

ദശലക്ഷക്കണക്കിന് വർഷങ്ങൾക്കുമുമ്പ് അരങ്ങ് ആടിത്തീർത്ത് അടുത്തൂൺ പറ്റിയവനാണ്, ഇപ്പോൾ ഇദ്ദേഹത്തിന് കാണികളില്ല എന്ന് കരുതിയവർക്ക് തെറ്റുപറ്റി. ഈ അന്നനാളത്തിന്റെ അനുബന്ധം നമ്മുടെ ജീവന്റെയും അനുബന്ധമാണെന്ന് ഇന്ന് തിരിച്ചറിവുണ്ടായിരിക്കുന്നു. സൂക്ഷ്മാണുക്കളിൽ പ്രയോജനമുള്ളവയും പ്രയോജനമില്ലാത്തവയുമുണ്ട്. പ്രയോജനമില്ലാത്തവയാണ് രോഗജനകമായ ബാക്ടീരിയകൾ (bacteria). ജീവജാതികൾ നിലനില്പിനായി എപ്പോഴും നിരന്തരമായ സമരത്തിലാണ്. നമ്മുടെ അന്നനാളത്തിലെ രോഗജനകരായ ബാക്ടീരിയകളെ പ്രയോജനകരമായവ എതിർക്കുന്നു എന്നാണ് അപ്പെൻഡിക്സിനെപ്പറ്റി ഗവേഷണം നടത്തിയ പാർക്കർ അഭിപ്രായപ്പെടുന്നത്. പ്രയോജനകരമായവയുടെ സുരക്ഷിതമായ താവളമാണ് അപ്പെൻഡിക്സ് എന്നാണ്. ഈ ബാക്ടീരിയകൾ ദഹനപ്രക്രിയയെ സഹായിക്കുന്നു. അന്നനാളത്തിലെ നിരന്തരമായ ചലനത്തിൽനിന്ന് മാറി ഒരു സുരക്ഷിതസ്ഥാനത്തിരിക്കുന്ന അപ്പെൻഡിക്സിന് ഉപകാരമുള്ള ബാക്ടീരിയകൾക്ക് സുരക്ഷിത താവളമൊരുക്കുവാൻ കഴിയുന്നു. മാത്രമല്ല, അവയ്ക്ക് ആവശ്യമുള്ള ഭക്ഷണം കൊടുക്കാനും അപ്പെൻഡിക്സിന് കഴിയുന്നു.

സാധാരണ നമ്മുടെ പ്രതിരോധകോശങ്ങൾ ബാക്ടീരിയകളെ 'വിഴുങ്ങുക'യാണ് പതിവ്. എന്നാൽ പ്രയോജനകരങ്ങളായ ലാക്ടോബാസിലസ് (lactobacillus) തുടങ്ങിയവയുടെ കൂട്ടത്തിൽപ്പെടുന്നവയെ

പ്രതിരോധകോശങ്ങൾ നശിപ്പിക്കുകയില്ല, സംരക്ഷിക്കുകയാണ് ചെയ്യുന്നത്. ഈ നന്മ ചെയ്യുന്ന സമരിയക്കാരെ കൊല്ലരുതെന്ന് അവയ്ക്കറിയാം.

- ഈ പ്രയോജനകരങ്ങളായ ബാക്ടീരിയകൾമൂലം പ്രതിരോധം കൂടുകയും വയറിളക്കം, മലബന്ധം, അർബ്ബുദം, നീർദോഷം എന്നിവ വരാതിരിക്കുകയും തുടങ്ങി ഇരുപത്തിയൊന്നോളം പ്രയോജനങ്ങളുണ്ട്. കൂടാതെ ഇവ ആന്റിബയോട്ടിക്കുകളെ സഹായിക്കുകയും ചെയ്യുന്നു. അതുകൊണ്ട് ഈ പ്രയോജനകരങ്ങളായ ബാക്ടീരിയകളെ പ്രൊബയോട്ടിക്കു (probiotic) കളെന്ന് പറയുന്നു. അപ്പെൻഡിക്സിലുള്ള പ്രതിരോധസംവിധാനത്തിലെ കോശങ്ങൾ ഈ പ്രയോജനകരമായ ബാക്ടീരിയകളെ സംരക്ഷിച്ച് വിവിധതരത്തിൽ നമുക്ക് പ്രയോജനകരമാക്കുന്നു.
- അന്നനാളത്തിലെ കോശങ്ങൾക്കുപുറത്ത് ഈ ബാക്ടീരിയകൾ സുരക്ഷ ആവരണമായി ബയോഫിലിമുകൾ (biofilms) സൃഷ്ടിക്കുന്നു. ഇവ കുടലിലെ മ്യൂക്കസ് പാട (mucus lining)യുമായി ഒരു സൗഹൃദ കരാറിലെത്തുന്നു. തുടർന്ന് ശരീരത്തിന് പ്രയോജനങ്ങളായ ആരോഗ്യകരമായ അന്നനാളപ്രവർത്തനം, പ്രതിരോധശേഷി വർദ്ധിപ്പിക്കുക തുടങ്ങിയ ഉപകാരപ്രദമായ പ്രവർത്തനങ്ങൾ ഈ സൗഹൃദ ബാക്ടീരിയകൾ ചെയ്യുന്നു.
- ഈ പ്രവർത്തനങ്ങൾ ചെയ്യുന്നതിന് പ്രത്യേകമായ പ്രതിരോധ സംവിധാനമായ ലിംഫ് കോശക്കൂട്ടങ്ങൾ (lymph tissue) അപ്പെൻഡിക്സിലുണ്ട്. അവയിലാണ് പ്രതിരോധം ചെയ്യുന്ന ശ്വേതരക്താണുക്കൾ സഞ്ചരിക്കുന്നത്.
- ഈ ലിംഫ് കോശക്കൂട്ടങ്ങളാണ് പ്രയോജനകരമായ കുടലിനുള്ളിലെ ആവരണമായ ബയോഫിലിമിലെ ബാക്ടീരിയകളെ വളർത്തുന്നത്.
- അന്നനാളത്തിന്റെ മുഖ്യധാരയിൽനിന്ന് ശരീരശാസ്ത്രപരമായി മാറിനില്ക്കുന്ന അവസ്ഥയാണ് അപ്പെൻഡിക്സിനുള്ളത്. രോഗാണുക്കളുണ്ടാകാനിടയുള്ള മലം സഞ്ചരിക്കുന്ന വഴിയിൽനിന്ന് മാറിയാണ് കിടപ്പ്.
- ഇപ്രകാരമാണ് പ്രയോജനകരമായ ബാക്ടീരിയകൾക്ക് അപ്പെൻഡിക്സ് സുരക്ഷിത താവളമാകുന്നത്.
- ഈ സംവിധാനങ്ങളുള്ള അപ്പെൻഡിക്സ് പ്രയോജനകരമായ ബാക്ടീരിയകൾക്ക് പ്രവർത്തിക്കാനവസരം കൊടുക്കുന്നു. കൂടാതെ വയറിളക്കത്തോടെ വൻകുടലിലൂടെ പുറത്തേക്ക് മലത്തോടെ പോകുന്ന ഈ ബാക്ടീരിയകളെ വീണ്ടും വൻകുടലിലേക്ക് എത്തിക്കുകയും ചെയ്യുന്നു.

തന്മാത്രകൾ

മോളിക്യൂൾ (molecule) എന്ന് ആധുനികസംജ്ഞയുള്ള തന്മാത്രകളെപ്പറ്റി ഇന്ത്യൻ പൗരാണിക ചിന്തകനായ കണാദമുനിക്ക് അറിവുണ്ടായിരുന്നു. ശ്രീബുദ്ധനും വർദ്ധമാന മഹാവീരനുംശേഷം ബി സി രണ്ടാം നൂറ്റാണ്ടിലാണദ്ദേഹം 'അണു'വിനെക്കുറിച്ച് പ്രഖ്യാപിച്ചത്. കൃശഗാത്രനായ മുനിയെ 'അണുഭക്ഷകനെ'ന്ന് പറഞ്ഞ് അന്ന് കളിയാക്കിയിരുന്നു. വിഭജിക്കാൻ കഴിയാത്ത സൂക്ഷ്മമായ വസ്തുവാണ് പ്രപഞ്ചത്തിൽ കാണുന്നവയ്ക്കെല്ലാം അടിസ്ഥാനം. മുനിയുടെ ദർശനം അദ്ദേഹത്തിന്റെ വൈശേഷിക സൂത്രത്തിൽ വിശദീകരിച്ചിട്ടുണ്ട്. ആധുനിക കെമിസ്ട്രിയെ നാം രസതന്ത്രമെന്ന് വിളിക്കുന്നു. കണാദമുനി അതിനെ രസവാദം എന്ന് വിളിച്ചു. സസ്യജാലങ്ങളും മൃഗങ്ങളും മനുഷ്യനും ഈ പ്രപഞ്ചവുമെല്ലാം അപ്രകാരം സൂക്ഷ്മങ്ങളായ അണുക്കളെക്കൊണ്ടാണ് നിർമ്മിച്ചിരിക്കുന്നതെന്നദ്ദേഹം പ്രസ്താവിച്ചു. ആ കാലത്തെ അത്യന്തം പുരോഗമനപരമായ ആശയമായിരുന്നു അത്.

ആധുനികശാസ്ത്രമനുസരിച്ച് ഈ പ്രപഞ്ചത്തിലെല്ലാം മോളിക്യൂളുകൾകൊണ്ട് നിർമ്മിതമാണെന്ന് ഇന്ന് നമുക്കറിയാം. കേവലം രണ്ട് ആറ്റമുള്ള ലളിതമായ പ്രാണവായു മോളിക്യൂൾമുതൽ വളരെയധികം ആറ്റങ്ങളുള്ള ജൈവമോളിക്യൂളുകൾവരെ നിരവധി തരം മോളിക്യൂളുകളുണ്ട്. എന്നാൽ പ്രപഞ്ചത്തിലെ ഏറ്റവും വലിയ മോളിക്യൂൾ നമ്മുടെ ശരീരത്തിലുള്ള ക്രോമസോം ഒന്നാണ് (chromosome 1). ക്രോമസോമുകളാണ് ജനിതകങ്ങളെ തലമുറകളിലേക്ക് പകർത്തുന്നത്. ഓരോ മനുഷ്യകോശങ്ങളിലും അതിന്റെ കേന്ദ്ര ന്യൂക്ലിയസിൽ (nucleus) ഇരുപത്തിമൂന്ന് ഇരട്ട ക്രോമസോമുകളുണ്ട്. ഇവയോരോന്നും പിരിയൻ കോണിയുടെ ആകൃതിയുള്ള വളരെ നീളത്തിലുള്ള ഡി എൻ എ കളാണ്. ക്രോമസോം ഒന്നിൽ ആയിരം കോടി ആറ്റങ്ങളുണ്ട്! അപ്രകാരം അവയിൽ നിരവധി ആശയങ്ങൾ ശേഖരിക്കപ്പെട്ടിരിക്കുന്നു. ഇപ്രകാരം ഒരു മുതിർന്ന മനുഷ്യശരീരത്തിൽ ആകെ എത്ര ആറ്റങ്ങളുണ്ടെന്ന് കണക്കാക്കി നോക്കൂ. വളരെ അത്ഭുതകരമായ സംഖ്യയാണത്. ഏഴിനു ശേഷം ഇരുപത്തിയേഴ് പൂജ്യം കൊണ്ടെഴുതേണ്ട സംഖ്യയായ 7,000,000,000,000,000,000,000,000,000 ആണത്!

രോമങ്ങൾ

ചർമ്മത്തിലെ ഫോളിക്കിളുകളിൽ (follicles)നിന്ന് വളരുന്ന രോമങ്ങൾ മനുഷ്യനടക്കമുള്ള സസ്തനജീവികളുടെ സവിശേഷതയാണ്. പരിണാമത്തിലൂടെ വിവിധ സസ്തനജീവികളിൽ ഇവ രൂപം പ്രാപിക്കുന്നു. മുടിയുടെ വളർച്ചയിലും അതേപ്രകാരം സൂക്ഷിക്കണമെന്നുള്ളതും നാം വളരെ ശ്രദ്ധ ചെലുത്തിപ്പോരുന്നു. മുടിയിലടങ്ങിയ ജൈവവസ്തു കെരാറ്റിൻ (keratin) ആണ്. ഹെയർ സ്റ്റൈലിങ്ങും ഹെയർ റിമൂവലും വിവിധ

സംസ്കാരങ്ങളിൽ വിവിധ കാലങ്ങളിൽ വിവിധ തരത്തിലാണുള്ളത്. ഓരോരുത്തരും വ്യക്തിപരമായ രുചിഭേദങ്ങൾ, മതവിശ്വാസങ്ങൾ, സാമൂഹ്യനിലവാരം, പ്രായം, സ്ത്രീപുരുഷവ്യത്യാസം എന്നിവയനുസരിച്ച് മുടിയുടെ വിവിധ ഫാഷനുകൾ സ്വീകരിക്കുന്നു.

എന്നാൽ രോമത്തെപ്പറ്റിയുള്ള ചില വിശേഷങ്ങൾ കേട്ടാൽ വിശ്വസിക്കുകയില്ല. ആൾക്കുരങ്ങായ ചിമ്പാൻസിയിലും മനുഷ്യനിലും ഒരേ എണ്ണം രോമങ്ങളാണുള്ളത്. മനുഷ്യരിലെ രോമങ്ങൾ വളരെ സൂക്ഷ്മമായതിനാൽ നാമത് കാണുന്നില്ല എന്നുമാത്രം. പരിണാമത്തിലൂടെ അവ

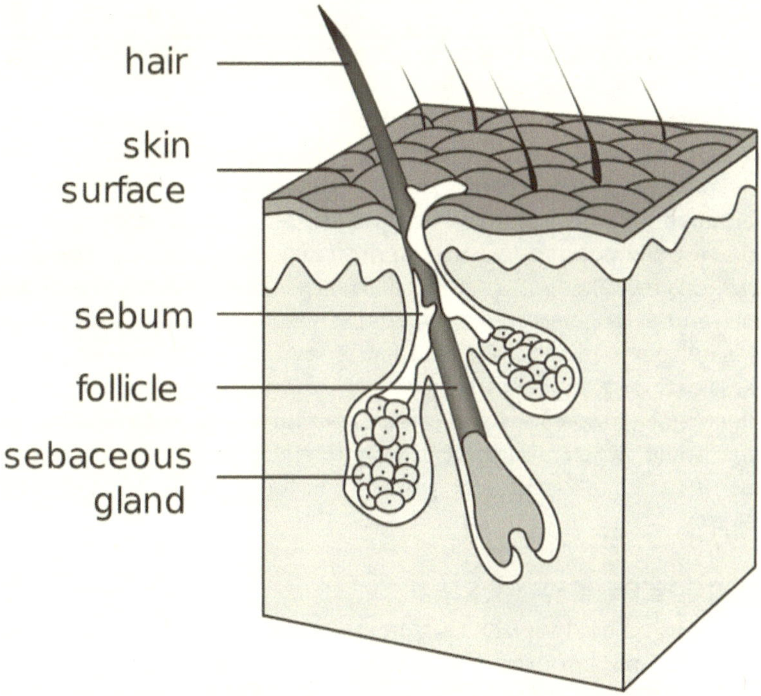

ഫോളിക്കിളുകളിൽ നിന്നു വരുന്ന രോമത്തിന്റെ ആന്തരികഘടന

യുടെ ഉപയോഗം കുറഞ്ഞതോടെ അവ ഉപയോഗശൂന്യങ്ങളായി വളരെ ചെറുതായി വന്നു. എന്തുകൊണ്ടാണ് രോമങ്ങൾ കുറഞ്ഞതെന്നതിനുള്ള കാരണങ്ങൾ വ്യക്തമല്ല. ആദ്യകാല മനുഷ്യൻ ശാരീരിക അദ്ധ്വാനംമൂലം കുറെ വിയർത്തിരിക്കാം. പരാന്നജീവികളായ കീടങ്ങളും പേനുകളും രോമത്തിൽപ്പിടിച്ച് ശരീരത്തെ ആക്രമിക്കാൻ എളുപ്പമാണ്. രോമം ചെറുതാവുന്നതോടെ ഈ സാദ്ധ്യത കുറയുന്നു. വേറൊരു കാരണം പറയുന്നത് പൗരാണിക മനുഷ്യൻ കുറെ സമയം വെള്ളത്തിൽ ചെലവഴിച്ചിരിക്കാം എന്നാണ്. അതുകൊണ്ട് രോമത്തിന്റെ ആവശ്യം കുറഞ്ഞ് ചെറു

തായി. വേറൊരു പരിണാമപരമായ വിശദീകരണം മനുഷ്യൻ മരങ്ങളിൽനിന്ന് ഇറങ്ങി അധികവും പുല്ലുകളും കുറച്ച് മരങ്ങളുമുള്ള സമതലങ്ങളിലേക്ക് വന്നതോടെ ഈ മാറ്റം സംഭവിച്ചിരിക്കാം എന്നാണ്.

മനുഷ്യന് വികാരം ഉണരുമ്പോൾ രോമാഞ്ചമുണ്ടാകാറുണ്ട്. ഇത് സംഭവിക്കുന്നത് രോമങ്ങളുടെ അടിയിലുള്ള ചെറിയ പേശികൾ പ്രവർത്തിക്കുമ്പോഴാണ്. രോമങ്ങളധികമുള്ള മൃഗങ്ങളിൽ ആ സമയം അതിൽ കൂടുതൽ വായു കടന്ന് മെച്ചമായ സംരക്ഷണം നല്കുന്നു. പക്ഷേ, മനുഷ്യന്റെ കട്ടികുറഞ്ഞ ചെറിയ രോമങ്ങൾക്ക് ഇതിനൊന്നും കഴിയില്ല. വികാരപ്രകടനത്തിനു മാത്രമേ പ്രാപ്തമാകൂ. പല മൃഗങ്ങളും അവയുടെ ആകൃതി പെരുപ്പിച്ച് എതിരാളിയെ ഭയപ്പെടുത്താൻ രോമങ്ങൾ എഴുന്നേല്പിച്ച് നിർത്താറുണ്ട്. മനുഷ്യരിലും ഇതുണ്ടാകാറുണ്ടെങ്കിലും ഫലമൊന്നുണ്ടാകാറില്ല!

പൗരാണികമനുഷ്യരിൽ വന്യജീവികളുടെ ആക്രമണമുണ്ടാകുമ്പോൾ 'ആക്രമിക്കുക, അല്ലെങ്കിൽ ഓടി രക്ഷപ്പെടുക' എന്ന നയം സ്വീകരിക്കേണ്ടിവന്നിരുന്നു. അതിനുതകുന്ന ഹോർമോണാണ് അഡ്രിനലിൻ (adrenaline). അത്തരം സന്ദർഭങ്ങളിൽ ആ ഹോർമോൺ സ്രവിച്ച് ആക്രമിക്കുന്നതിനോ ഓടി രക്ഷപ്പെടുന്നതിനോ സജ്ജമാക്കുന്ന രക്തസമ്മർദ്ദവും നാഡിമിടിപ്പുകൂടൽ തുടങ്ങിയവ ഉണ്ടാക്കിയിരുന്നു. ആധുനിക മനുഷ്യനും മൃഗങ്ങളിൽനിന്നല്ലെങ്കിലും സമാനമായ ഭീഷണികൾ വരുമ്പോൾ ഈ ഹോർമോൺ സ്രവിക്കുന്നു. തന്മൂലം ആധുനിക മനുഷ്യന് പ്രയോജനമൊന്നും സിദ്ധിക്കുന്നില്ല. മറിച്ച് രക്തസമ്മർദ്ദവും നാഡിമിടിപ്പുംകൂടി ഉൽക്കണ്ഠരോഗം ഉണ്ടാവുകയാണ് ചെയ്യുന്നത്. പഴയ കാലത്തേക്കാൾ ആധുനികയുഗത്തിൽ ഉൽക്കണ്ഠ കൂടുതലാണ്. അതുകൊണ്ട് ആധുനികയുഗത്തെ 'ഉൽക്കണ്ഠയുടെ യുഗം' എന്നുകൂടി വിളിക്കുന്നു.

ആറ്റങ്ങളുടെ ഇടയിൽ

നമ്മുടെ ശരീരത്തിൽ കോടാനുകോടി ആറ്റങ്ങളുണ്ട് എന്ന് നമുക്കറിയാം. എന്നാൽ അവയുടെ ഉള്ളിലുള്ള സ്ഥലം ഭൂരിഭാഗവും ശൂന്യമാണ്. ഈ ശൂന്യസ്ഥലം ഒഴിവാക്കി അവയുടെ ന്യൂക്ലിയസ് മാത്രമെടുത്ത് താരതമ്യം ചെയ്താൽ അത് മാനാഞ്ചിറ മൈതാനത്തോ പുത്തരിക്കണ്ടം മൈതാനത്തോ പാറിനടക്കുന്ന ഈച്ചയുമായുള്ള താരതമ്യമേ ഉണ്ടാവുകയുള്ളൂ. മനുഷ്യശരീരത്തിലെ ആറ്റങ്ങളുടെ ഉള്ളിലെ സ്ഥലം ഒഴിവാക്കിയാൽ ശേഷിക്കുന്നവ ആകെ ഒരു സെന്റിമീറ്ററിന്റെ അഞ്ഞൂറിലൊരംശംമാത്രമേ വരൂ. അന്തരീക്ഷത്തിലെ ന്യൂട്രോൺ സ്റ്റാറുകൾ ഇതുപോലെ ചുരുങ്ങിയവയാണ്. ഒരു ക്യൂബിക് സെന്റിമീറ്റർ ന്യൂട്രോൺ സ്റ്റാറിലെ വസ്തുവിന്റെ ഭാരം നൂറ് ദശലക്ഷം ടണ്ണാണ്! നമ്മുടെ സൂര്യനേക്കാൾ ഭാരമുള്ള ന്യൂട്രോൺ നക്ഷത്രം ശാന്തസമുദ്രത്തിലെ ചെറിയ ഒരു ദ്വീപിന്റെ അത്രയും വലുപ്പമേ വരൂ.

ആറ്റങ്ങൾ പരസ്പരം ഹസ്തദാനം ചെയ്യില്ല

സമാന ധ്രുവങ്ങൾ പരസ്പരം വികർഷിക്കും എന്ന തത്ത്വംപോലെ അടുത്തുള്ള ആറ്റങ്ങൾ പരസ്പരം തൊടാറില്ല. അവ അടുക്കുന്തോറും പരസ്പരവികർഷണംകൊണ്ട് അകന്നുപോവുകയാണ് ചെയ്യുന്നത്. സമാനധ്രുവങ്ങളുള്ള കാന്തങ്ങൾ അടുപ്പിച്ച് പിടിക്കുമ്പോൾ അകന്നുപോകുന്നതുപോലെയാണിത്. പ്രപഞ്ചത്തിലെ എല്ലാ വസ്തുക്കളും ആറ്റങ്ങൾ കൊണ്ടുണ്ടാക്കിയവയാണ്. അവ അടുക്കുമ്പോഴും ശരിക്ക് തൊട്ടിരിക്കുന്നില്ല. നാം കസേരയിലിരിക്കുമ്പോൾ കസേരയുമായി ശരിക്കും തൊടാതെ ഇടയിലൊരു നേരിയ വിടവിനുമുകളിൽ പൊന്തിക്കിടക്കുകയാണ് യഥാർത്ഥത്തിൽ സംഭവിക്കുന്നത്. ആറ്റങ്ങളുടെ പരസ്പര വികർഷണംമൂലമാണിത് ഉണ്ടാകുന്നത്. ആകർഷണത്തിന് വിപരീതമായ ഈ വികർഷണം ഭൂമിയുടെ ആകർഷണശക്തിയേക്കാൾ വളരെയധികം കൂടുതലാണ്. ഉദാഹരണമായി ഫ്രിഡ്ജിൽ പറ്റിപ്പിടിച്ചിരിക്കുന്ന കാന്തത്തെയെടുക്കുക. അത് അല്പം അകലെ മാറ്റിയാലും വീണ്ടും പറ്റിപ്പിടിക്കുന്നത് കാണാം. ഭൂമിയുടെ മുഴുവൻ ആകർഷണശക്തിയെയും തോല്പിച്ചാണ് ആ കൊച്ചു കാന്തം ഫ്രിഡ്ജിലെ ഇരുമ്പ് വാതിലിൽ പറ്റിപ്പിടിക്കുന്നത്.

ശരീരത്തിലെ ആറ്റം

ശരീരത്തിലെ ഓരോ ആറ്റവും ശതകോടിക്കണക്കിനു വർഷം പഴക്കമുള്ളതാണ്. പ്രപഞ്ചത്തിലെ ഏറ്റവും സാധാരണ മൂലകമായ ഹൈഡ്രജൻ നമ്മുടെ ശരീരത്തിലെ സുപ്രധാന ഭാഗമാണ്. അവ ഉത്ഭവിച്ചത് ബിഗ് ബാങ് എന്ന പൊട്ടിത്തെറിയുടെ സമയത്താണ്. അതായത് ആയിരത്തിമുന്നൂറ്റിയെഴുപത് പ്രകാശവർഷംമുമ്പാണ്. മറ്റു മൂലകങ്ങളായ അംഗാരവും പ്രാണവായുവായ ഓക്സിജനും എഴുനൂറും ആയിരത്തി ഇരുനൂറു കോടി വർഷങ്ങൾക്കുമുമ്പാണ് ഉണ്ടായത്. ഈ പൊട്ടിത്തെറികളിൽ ചിലവ വളരെ ശക്തമാണ്. ഇരുമ്പിനേക്കാൾ ഭാരമുള്ളവയും അപ്രകാരം പരിണമിച്ചുണ്ടായി.

ഈ മൂലകങ്ങളെല്ലാം ഭൂമിയിലെത്തി പിന്നീടുള്ള കോടിക്കണക്കിന് സംവത്സരങ്ങളുടെ പരിണാമത്തിനുശേഷമാണ് അവയിൽനിന്ന് പൗരാണിക ജീവികളും അവയിൽനിന്ന് മനുഷ്യനും പരിണമിച്ചുണ്ടായത്. ഇതിന്റെ അർത്ഥം നമ്മുടെയെല്ലാം ശരീരം ആയിരത്തിൽക്കൂടുതൽ കോടി വർഷങ്ങൾ പഴക്കമുള്ളതാണ്. അതെ നമ്മുടെ യഥാർത്ഥപ്രായം നക്ഷത്രങ്ങളുടെ അത്രയുമാണ്!

അരുണരക്താണുക്കൾ

മുറിഞ്ഞ വിരലിൽനിന്ന് ചുവന്ന രക്തം ഒഴുകുന്നത് നാം കാണാറുണ്ട്. രക്തം ചുവന്നിരിക്കുന്നത് അവയിൽ ഹീമോഗ്ലോബിൻ

(haemoglobin) ഉള്ളതിനാലാണ്. ഹീമോഗ്ലോബിനിൽ ഇരുമ്പുണ്ട്. ഈ ഇരുമ്പിന്റെ പോരായ്മ ഉള്ളതിനാലാണ് രക്തക്കുറവുണ്ടാകുന്നത്. ഇരുമ്പിന്റെ പോരായ്മ മനസ്സിലായാൽ ഡോക്ടർമാർ ഇരുമ്പടങ്ങിയ ഗുളിക കൊടുക്കുന്നു.

ഈ ചുവന്ന നിറം ഹീമോഗ്ലോബിന് വരുന്നത് അതിലുള്ള വൃത്തത്തിലുള്ള ആറ്റങ്ങളായ പോർഫൈറിൻ (porphyrin) മൂലമാണ്. പ്രാണവായുവായ ഓക്സിജൻ ഹീമോഗ്ലോബിനിൽ ചേരുമ്പോൾ മാത്രമാണ് ചുവന്ന നിറം കിട്ടുന്നത്. ഓക്സിജൻ ഹീമോഗ്ലോബിനിൽ അലിയുമ്പോൾ പോർഫൈറിന്റെ ആകൃതി മാറുന്നു. ഈ ആകൃതിമാറ്റമാണ് അരുണരക്താണുക്കൾക്ക് അരുണനിറം നൽകുന്നത്.

വൈറസ് ഡി എൻ എ യാകുന്നു

നമുക്ക് അത്ഭുതകരമായി തോന്നുന്ന സത്യം ഇതാണ്. നമ്മുടെ എല്ലാ ഡി എൻ എ കളും പൗരാണികമായി പരിണമിച്ചുണ്ടായതല്ല. ചിലവ വേറെയിടങ്ങളിൽനിന്ന് കടംവാങ്ങിയവയാണ്. നമ്മുടെ എട്ട് ഡി എൻ എ കളിലെങ്കിലും റിട്രോവൈറസുകളുടെ (retroviruses) ജീനുകളുണ്ട്. എയ്ഡ്സുണ്ടാക്കുന്നത് ചിലതരം റിട്രോവൈറസുകളാണ്. റിട്രോവൈറസുകൾ കോശങ്ങളുടെ പ്രവർത്തനരീതി ഉപയോഗിച്ച് ഡി എൻ എയെ കോഡ് (code) ചെയ്ത് കോശത്തെ കീഴ്പ്പെടുത്തുന്നു.

മനുഷ്യന്റെ പരിണാമചരിത്രത്തിൽ ഏതെങ്കിലും കാലഘട്ടത്തിൽ ഈ ജീനുകൾ മനുഷ്യ ഡി എൻ എയിൽ ഉൾപ്പെടുത്തപ്പെട്ടിട്ടുണ്ടാകാം. മനുഷ്യ ഡിഎൻഎയിലുള്ള ഈ വൈറൽ ജീനുകൾ ഇന്ന് മനുഷ്യന്റെ പ്രത്യുല്പാദനത്തിൽ വലിയ പങ്ക് വഹിക്കുന്നുണ്ട്. എന്നാൽ ഈ ഡി എൻ എയിലുള്ള വൈറൽ ജീനുകൾ മനുഷ്യന്റെ പരിണാമ പൗരാണികത്വത്തിൽ നേരിട്ട് പെടുന്നവയല്ല. റിട്രോവൈറസുകളിലൂടെ കൈമാറ്റം വന്നവയാണ്!

മനുഷ്യശരീരത്തിനകത്തെ മറ്റു ജീവിതങ്ങൾ

ഏതാനും പരാന്നജീവികൾ നമ്മുടെ ശരീരത്തിലുണ്ടാകുമെന്ന് നമുക്ക് പൊതുവെ അറിയാം. നമ്മുടെ ശരീരത്തിലുള്ള കോശങ്ങൾ 10,000,000,000,000 എണ്ണമാണെന്ന് കണക്കാക്കിയിരിക്കുന്നു. എന്നാൽ അതിനേക്കാൾ പതിന്മടങ്ങ് ബാക്ടീരിയകൾ അതായത് 100,000,000,000,000 ബാക്ടീരിയകൾ നമ്മുടെ ശരീരത്തിലുണ്ട്. അവ മനുഷ്യശരീരവുമായി സൗഹൃദത്തിലുള്ള ബാക്ടീരിയകളാണ്. നമുക്ക് ഉപദ്രവമൊന്നും ചെയ്യില്ല. ചിലവ ഉപകാരികളുമാണ്.

1920 ൽ അമേരിക്കയിലെ എഞ്ചിനീയറായ റെയ്നിയേഴ്സ് മൃഗങ്ങൾക്ക് ബാക്ടീരിയയില്ലാതെ ജീവിക്കുവാൻ കഴിയുമോ എന്ന് പരീക്ഷിക്കുകയുണ്ടായി. അപ്രകാരം ബാക്ടീരിയകളില്ലാത്ത ആരോഗ്യകരമായ ലോകം സൃഷ്ടിക്കുന്നതിന്റെ തുടക്കം കുറിക്കാമെന്നദ്ദേഹം

സ്വപ്നം കണ്ടു. അതിനുവേണ്ടി തന്റെ ജീവിതം സമർപ്പിച്ചു.

ഗവേഷണഫലം വളരെ വ്യക്തമായിരുന്നു. റെയ്നിയേഴ്സിന്റെ പല മൃഗങ്ങളും ചത്തുപോയി. ശേഷിച്ചവയ്ക്ക് ജീവിക്കാൻ പ്രത്യേക ഭക്ഷണം കൊടുക്കേണ്ടിവന്നു. ബാക്ടീരിയകളെയെല്ലാം നശിപ്പിച്ചപ്പോൾ പ്രയോജനകരമായവയും നശിച്ചു. തന്മൂലം ദഹനത്തിന് തകരാറ് സംഭവിച്ചു. അതിനെ മറികടക്കാനാണ് പ്രത്യേകഭക്ഷണം കൊടുക്കേണ്ടി വന്നത്. ഇതിൽനിന്ന് തെളിഞ്ഞത് ഇതായിരുന്നു. ബാക്ടീരിയ ഇല്ലാതെ ജീവിക്കാൻ കഴിയുമായിരിക്കും. പക്ഷേ, ആ ബാക്ടീരിയകൾ ഉല്പാദിപ്പിക്കുന്ന എൻസൈമുകളില്ലാതെ ജീവിക്കണമെങ്കിൽ കഴിക്കുന്ന ഭക്ഷണത്തിൽ പ്രത്യേക പോഷകങ്ങൾ ചേർക്കേണ്ടിവരും. ഉപകാരപ്രദമായ ബാക്ടീരിയകൾ നമുക്കാവശ്യമാണ്.

കൺപീലികളെ ആക്രമിക്കുന്നവർ

എല്ലാവരിലും, പ്രായമായവരിൽ പ്രത്യേകിച്ചും കൺപീലികളിൽ ബോഡി മൈറ്റു(body mite)കളുണ്ടാകാനിടയുണ്ട്. ഇവ ചെറിയ കീടങ്ങളാണ്. ശരീരകോശങ്ങളും ചർമ്മത്തിലെ ഫോളിക്കുളുകൾ സ്രവിക്കുന്ന സ്വാഭാവിക എണ്ണയായ സീബവും (sebum) ഭക്ഷിച്ച് അവ ജീവിക്കുന്നു. പൊതുവെ അവ നിരുപദ്രവങ്ങളാണ്. ചിലപ്പോളവ ചുരുക്കം പേരിൽ അലർജി ഉണ്ടാക്കിയേക്കാം. ഇവ ഒരു മില്ലിമീറ്ററിന്റെ മൂന്നിലൊന്നുവരെ മാത്രമേ വളരുകയുള്ളൂ. ഗ്ലാസ് പോലെ സുതാര്യമായ അവയെ നഗ്നനേത്രങ്ങൾകൊണ്ട് കാണാനാകില്ല. കൺപീലി മൈക്രോസ്കോപിലൂടെ നോക്കിയാൽ കാണാൻ കഴിയും. ചർമ്മവുമായി സന്ധിക്കുന്ന കൺപീലിയുടെ കടയ്ക്കലാണ് അവ അധികസമയവും കഴിയുന്നത്. പൊതുജനങ്ങളിൽ പകുതിപേർക്ക് ഇതുണ്ടാകും. പ്രായമായവരിൽ ഇത് കൂടുതലുണ്ടാകും.

ഫോട്ടോണുകളെ കണ്ടുപിടിക്കുന്ന ഉപകരണം

നമ്മുടെ കണ്ണുകൾ നാം പൊതുവെ കരുതുന്നതുപോലെ അത്രയും കൃത്യതയില്ലാത്തതൊന്നുമല്ല. ഏതാനും വെളിച്ചത്തിന്റെ ഫോട്ടോണുകളെ (photon) പോലും കണ്ടുപിടിക്കാനാകുന്നത്ര സൂക്ഷ്മത അതിനുണ്ട്.

മേഘങ്ങളില്ലാത്ത സുതാര്യമായ ആകാശത്ത് ആൻഡ്രോമീഡ ഗ്യാലക്സിയിലേക്ക് (Andromeda Galaxy) നോക്കുക. നക്ഷത്രക്കൂട്ടങ്ങളെ നോക്കി പരിചയമില്ലെങ്കിൽ നഗ്നനേത്രംകൊണ്ട് കാണാൻ ഒരു വിദഗ്ദ്ധന്റെ സേവനം വേണ്ടിവന്നേക്കാം. ചെറിയ തുള്ളിപോലെയോ നേരിയ പഞ്ഞിപോലെയോ ആൻഡ്രോമീഡ ഗ്യാലക്സി കാണാം. നഗ്നനേത്രങ്ങൾകൊണ്ട് അത്രയൊക്കെയേ പറ്റൂ. നമ്മുടെ ക്ഷീരപഥത്തിൽനിന്ന് ഏറ്റവും അടുത്ത നക്ഷത്രസമൂഹമാണ് ആൻഡ്രോമീഡ. ഇത് വ്യക്തമാവുമ്പോൾ നാം കാണുന്നത് ഉപകരണങ്ങളുടെ സഹായ

മൊന്നുമില്ലാതെ കാണുന്നതിന്റെ അതിർത്തിയാണ്. താരാപഥങ്ങളുടെ അകലത്തെപ്പറ്റി പറയുമ്പോൾ 'അടുത്തത്' എന്നുപറയുന്നത് കേവലം ഒരു ആപേക്ഷികമായ പദമാണ്. ആ 'അടുത്തത്' ഇരുപത്തഞ്ച് ലക്ഷം പ്രകാശവർഷം അകലെയാണ്. ആ നക്ഷത്രങ്ങളിൽനിന്ന് വരുന്ന പ്രകാശത്തിന്റെ മാനകമായ ഫോട്ടോണുകൾ (photons) നമ്മുടെ കണ്ണിലെത്തുമ്പോൾ അവ ഉത്ഭവിച്ചിട്ട് ഇരുപത്തഞ്ച് ലക്ഷം വർഷമായെന്ന് നാം മനസ്സിലാക്കണം. അന്ന് നമ്മുടെ ഈ ഭൂമിയിൽ മനുഷ്യകുലംതന്നെ ജനിച്ചിട്ടില്ല! മനുഷ്യൻ എന്ന ജീവജാതി അന്ന് ഭൂമിയിൽ പരിണമിച്ചിട്ടില്ല. നമുക്ക് ഉൾക്കൊള്ളാൻ പ്രയാസമുള്ളത്രയും ദൂരത്തിലുള്ളതും ആ സമയത്തുള്ളതുമായ പ്രകാശത്തെയാണ് നാം ദർശിച്ചത്. *നമ്മുടെ കണ്ണുകൾ എത്രയോ ശക്തമാണ്!*

പഞ്ചേന്ദ്രിയങ്ങൾക്കപ്പുറം

നാം പൊതുവെ മനസ്സിലാക്കിയ പഞ്ചേന്ദ്രിയങ്ങളായ ചെവി, കണ്ണ്, ചർമ്മം, മൂക്ക്, നാവ് എന്നിവ ശബ്ദം, കാഴ്ച, സ്പർശം, ഗന്ധം, സ്വാദ് എന്നിവ അറിയുന്നു. ഈ പഞ്ചേന്ദ്രിയങ്ങൾക്കപ്പുറം നമുക്കറിയാൻ കഴിയുമോ? ഇസ്തിരിപ്പെട്ടി നല്ലവണ്ണം ചൂടായിരിക്കുമ്പോൾ തൊടാതെതന്നെ അതിനടുത്ത് വരുമ്പോൾ ചൂടുള്ളത് നമുക്ക് മനസ്സിലാകും. മേല്പറഞ്ഞ പഞ്ചേന്ദ്രിയങ്ങളൊന്നും ഈ സുപ്രധാനവിവരം നമ്മോട് പറയില്ല. ചർമ്മത്തിലെ താപമറിയുന്ന ഞരമ്പുകളാണ് ഈ വിവരം നമ്മോട് പറയുന്നത്. അതുപോലെ വേദനയും. അവയവങ്ങൾ ഏതേത് സ്ഥലത്താണെന്നും അറിയാനുള്ള കഴിവും ഉണ്ട്.

ഒരു പരീക്ഷണം നടത്താം. കണ്ണുകൾ മുറുക്കിയടയ്ക്കുക. ചൂണ്ടുവിരൽകൊണ്ട് മൂക്കിന്റെ അറ്റം തൊടുക. രണ്ട് കൈകൊണ്ടും വിവിധ സ്ഥാനങ്ങളിൽനിന്നും ഇതാവർത്തിക്കുക. നമ്മുടെ അവയവങ്ങളുടെ സ്ഥാനത്തെക്കുറിച്ചുള്ള ബോധം ഉള്ളവരിൽ സ്ഥാനം തെറ്റാതെ വിരൽ മുട്ടിക്കാൻ കഴിയും. പഞ്ചേന്ദ്രിയങ്ങളുടെ സഹായമില്ലാതെ ഇത് നമുക്ക് ചെയ്യാൻ കഴിയും. നമ്മുടെ പേശികൾ ചെയ്യുന്നതെന്താണെന്ന് നമ്മുടെ മസ്തിഷ്കം അറിഞ്ഞാൽമാത്രമേ ഇത് ശരിയായി ചെയ്യാൻ കഴിയൂ. അവയവങ്ങളുടെ വലിപ്പത്തെയും ആകൃതിയെയുംകുറിച്ചുള്ള ധാരണയും മസ്തിഷ്കത്തിനുണ്ട്.

ശരിയായ പ്രായം

കോഴി കോഴിമുട്ടയിൽനിന്നാണ് ഉണ്ടാകുന്നത്. മുട്ട ഒറ്റക്കോശമാണെങ്കിലും വലുതാണ്. ഏറ്റവും വലിയ മുട്ട ഒട്ടകപ്പക്ഷിയുടേതാണ്. ഒട്ടകപ്പക്ഷിയുടെ മുട്ടയ്ക്ക് ആറുമുതൽ എട്ടിഞ്ചുവരെ നീളവും നാലുമുതൽ ആറിഞ്ചുവരെ വീതിയും കോഴിമുട്ടയുടെ ആകൃതിയും മൂന്ന് റാത്തലോളം ഭാരവുമുള്ളതാണ്. അതായത് ഇരുപത്തിനാലോളം കോഴി

മുട്ടയുടെ അത്രയും ഭാരവും അതിനുണ്ട്. ലോകത്തിലെ ഏറ്റവും വലിയ കോശമാണത്.

മനുഷ്യനും അമ്മയുടെ ഗർഭപാത്രത്തിലേക്ക് വരുന്ന മുട്ടയിൽനിന്നാണ് വളർന്നു വികസിച്ച് ശിശുവാകുന്നത്. ഏകകോശമായ ഓവം (ovum) എന്ന മുട്ടയിൽനിന്ന് പൂർണ്ണവളർച്ചയെത്തിയ ശിശുവാകുന്നതോടെ ജൈവപരിണാമത്തിന്റെ ആദ്യഘട്ടംമുതൽ മനുഷ്യപരിണാമം വരെയുള്ള ഓരോ ഘട്ടവും ശിശുവിന്റെ വളർച്ചയിൽ ആവർത്തിക്കുന്നുണ്ട്. എല്ലാ മുട്ടകളും ഒറ്റക്കോശങ്ങളാണ്. മനുഷ്യ ഓവം വളരെ ചെറുതാണ്. ഒരു മില്ലിമീറ്ററിന്റെ അഞ്ചിലൊന്നു മാത്രമേ അതിന് വലിപ്പമുള്ളൂ. നിങ്ങൾ വായിക്കുന്ന ഈ വരി കഴിഞ്ഞതിനുശേഷമുള്ള പൂർണ്ണവിരാമത്തിന്റെ അത്രയുമാണത്. ഈ ഓവം പുരുഷബീജസംഗമം വരുന്നതിനുംമുമ്പ് അമ്മയുടെ ശരീരത്തിലുണ്ടായിരുന്നു. അത്ഭുതകരമായ കാര്യം അമ്മ ഒരു പെൺകുഞ്ഞായതിനാൽ അമ്മ ഒരു ഭ്രൂണമായിരുന്ന അവസ്ഥയിലും അമ്മയുടെ ഭാവിയിലെ കുഞ്ഞാവാനുള്ള ഓവം അതിനുള്ളിലടങ്ങിയിരുന്നു. കുട്ടിയുടെ ഓവവും പകുതി ഡി എൻ എയും അമ്മയിൽനിന്നാണ് വരുന്നത്. ഇതിൽനിന്ന് ഒരു കാര്യം മനസ്സിലാക്കാം. ഈ ഓവവും പകുതി ഡി എൻ എയും കുട്ടിക്ക് ലഭിച്ച സമയമാണ് യഥാർത്ഥ ജനനസമയം. ഇപ്രകാരം കണക്കാക്കുമ്പോൾ മകന് എൺപത്തഞ്ച് വയസ്സും മകനെ ഗർഭം ധരിച്ചപ്പോൾ അമ്മയ്ക്ക് മുപ്പത്തഞ്ച് വയസ്സും ആണെങ്കിൽ യഥാർത്ഥത്തിൽ മകന്റെ വയസ്സ് നൂറ്റിയിരുപതാണ്.

ജീനുകൾ

ജീനുകളുടെ പാരമ്പര്യം പകരുന്ന സവിശേഷത ഇന്ന് എല്ലാവർക്കും അറിയാവുന്നതാണ്. നാം ശാരീരികമായും മാനസികമായും ബൗദ്ധികമായും എന്തായിരിക്കുമെന്ന് നമ്മുടെ ജീനുകൾ തീരുമാനിക്കുന്നു. സാഹചര്യങ്ങളുടെ സ്വാധീനവും വമ്പിച്ചതാണ്. ദരിദ്രവും ബൗദ്ധികമായ പ്രചോദനവുമില്ലാത്തതുമായ സാഹചര്യങ്ങളിൽനിന്ന് വളർന്നുവരുന്ന കുട്ടി വളരെ ബുദ്ധിമാനായി ജനിച്ചാലും ഉയരങ്ങളിൽ എത്താൻ കഴിയുന്നില്ല എന്ന സാമൂഹ്യയാഥാർത്ഥ്യം നമുക്കറിയാം.

മാതാപിതാക്കളിൽനിന്ന് പാരമ്പര്യം പകർന്നുതരുന്ന ജീനുകൾ ഡി എൻ എയുടെ മൂന്നു ശതമാനം മാത്രമേ വരൂ. ഡി എൻ എയുടെ ബാക്കി തൊണ്ണൂറ്റിയേഴ് അനാവശ്യമാണെന്നാണ് കരുതിയിരുന്നത്. കെ ജി ക്ലാസിൽ പഠിക്കുന്ന കുട്ടി 'ഞാൻ അക്ഷരമാലയെല്ലാം പഠിച്ചു. ഇനിയെനിക്ക് പഠിക്കാനൊന്നുമില്ല, അമ്മേ' എന്ന് പറയുന്നതിന് സമാനമാണിത്. അപ്പെൻഡിക്സ് അനാവശ്യമായ അവയവമാണെന്നായിരുന്നു ഇത്രയും കാലം കരുതിയിരുന്നത്. ജീനിന് പുറത്ത് സംഭവിക്കുന്ന പ്രതിഭാസങ്ങൾ ജീനിന്റെ പ്രവർത്തനത്തെ സ്വാധീനിക്കും. ജീനുകളെ 'തുറക്കാനും' 'അടയ്ക്കാനും' അപ്രകാരം സാധിക്കും. ഇതിനെപ്പറ്റിയുള്ള പഠനമാണ് എപ്പിജെനിറ്റിക്സ് (epigenetics) എന്ന് പറയുന്നത്. നമ്മുടെ വളർച്ച

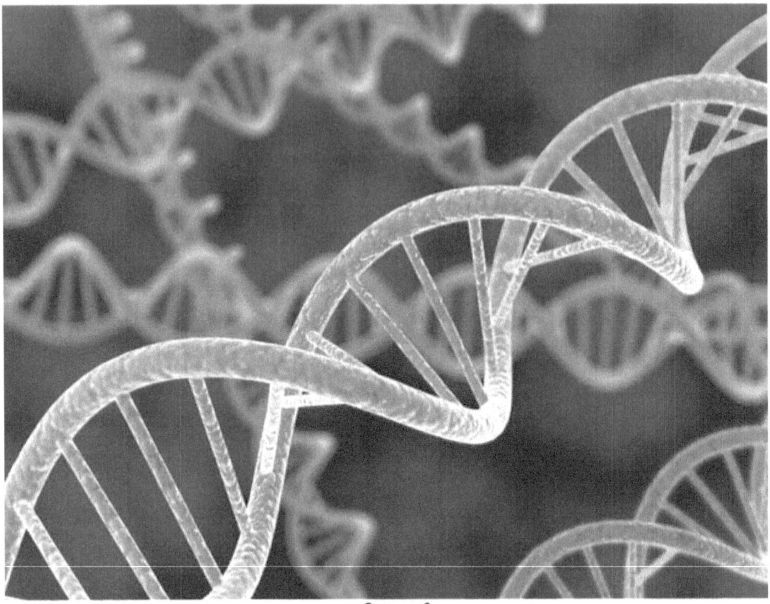

ജീനുകൾ

യിലും വികസനത്തിലും ജീനിന് പുറത്തുള്ള വസ്തുതകൾ വലിയ സ്വാധീനം ചെലുത്തുന്നുണ്ട്. മൂന്നുശതമാനം ജീൻ കഴിച്ചുള്ള തൊണ്ണൂറ്റിയേഴ് ശതമാനം ഡി എൻ എയിലെ ചില ഭാഗങ്ങൾ ജീനുകളെ ഓഫാക്കാനും ഓണാക്കാനും കഴിയുന്ന സ്വിച്ചുകളായി പ്രവർത്തിക്കുന്നുണ്ട്. ചിലവ പ്രധാന യൗഗികങ്ങൾ സൃഷ്ടിക്കാനും നിയന്ത്രിക്കാനുമുള്ളവയാണ്. കുറെക്കാലത്തേക്ക് മനുഷ്യനിലെ ഇരുപതിനായിരത്തിനുമപ്പുറമുള്ള ജീനുകൾക്ക് പ്രവർത്തനമില്ല എന്നാണ് ധരിച്ചിരുന്നത്. മനുഷ്യൻ ഇന്ന് കാണുന്നതെപ്രകാരമെന്ന് തീരുമാനിക്കാൻ അവ മതിയെന്നാണ് മനസ്സിലാക്കിയിരുന്നത്. നെല്ലിന്റെ ജീൻ ഇരുപതിനായിരത്തിനുമപ്പുറമാണ്. ഇന്നത്തെ തിരിച്ചറിവ് ബാക്കിയുള്ള ഡിഎൻഎയിലെ തൊണ്ണൂറ്റിയേഴ് ശതമാനത്തിനും ഓരോരോ പ്രവർത്തനങ്ങളുണ്ടെന്നാണ്.

ബോധപൂർവ്വമായ പ്രവർത്തനവും അബോധപ്രവർത്തനവും

നമ്മുടെ മസ്തിഷ്കത്തിൽ കണ്ണുകൾക്ക് പിന്നിലായി ബോധമനസ്സ് ഉണ്ടെന്നാണ് പൊതുവെയുള്ള ധാരണ. അവിടെ ഒരു കൊച്ചു മനുഷ്യനിരുന്ന് ഓട്ടോമാറ്റിക് യന്ത്രം തിരിക്കുന്നതുപോലെ നമ്മുടെ ശരീരം നിയന്ത്രിക്കുന്നു എന്നാണ് കരുതിപ്പോന്നിരുന്നത്. ശാസ്ത്രീയമായി മസ്തിഷ്കത്തെ മനസ്സിലാക്കുമ്പോൾ അപ്രകാരമില്ല എന്ന് മനസ്സിലാകും. മസ്തിഷ്കത്തിന്റെ ആകെയുള്ള പ്രവർത്തനത്തിൽനിന്നാണ്

ബോധമനസ്സും അബോധമനസ്സും ഉണ്ടാകുന്നത്. ബോധമനസ്സിന് സ്വതന്ത്രമായ ഉണ്മയുണ്ട്. അതാണ് ശരീരത്തിന്റെ മറ്റുഭാഗങ്ങളെ എന്ത് ചെയ്യണമെന്ന് നിർദ്ദേശിക്കുന്നത്.

ഫ്രോയ്ഡിന്റെ സിദ്ധാന്തമനുസരിച്ച് അബോധമനസ്സാണ് ഏറ്റവും ശക്തം. ചില പ്രവൃത്തികൾ ദൈനംദിനമായി ചെയ്യേണ്ടി വരികയും ആവർത്തിക്കുകയും ചെയ്യുമ്പോൾ ഓട്ടോമാറ്റിക് ആയി സ്വയമേവ ചെയ്യുന്നവയാണ്. അതിന് ചിന്തിച്ചുനില്ക്കേണ്ടതില്ല. അടിസ്ഥാനപരമായി ചെയ്യുന്ന ചില പ്രവൃത്തികളാണവ. അതിനുവേണ്ടി അമൂല്യമായ സമയം കളയേണ്ടതില്ല. ഇവയെ മസ്തിഷ്കത്തിന്റെ അടിയിലുള്ള ഏറ്റവും പൗരാണികമായ ഭാഗങ്ങളാണ് കൈകാര്യംചെയ്യുന്നത്. അവ മസ്തിഷ്കത്തിന്റെ തണ്ട് എന്നു പറയാവുന്ന ബ്രെയിൻ സ്റ്റെം (brain stem) എന്നതിനടുത്താണ് സ്ഥിതി ചെയ്യുന്നത്. അലമാരിയിൽനിന്ന് ഒരു സാധനമെടുക്കുക എന്നതുപോലെയുള്ള ലളിതമായ പ്രവൃത്തികൾക്കുപോലും ചില അബോധതലത്തിലുള്ള പശ്ചാത്തലമുണ്ട്. ഈ പ്രവർത്തനത്തിന് മുമ്പ് മസ്തിഷ്കം പ്രവർത്തനനിരതമാകുന്നുണ്ട്. എപ്പോഴാണ് ബോധമനസ്സ് പ്രവർത്തിക്കുന്നത് എന്നതിനെച്ചൊല്ലി തർക്കങ്ങളുണ്ട്. എന്നാൽ ഒരു കാര്യം ഉറപ്പാണ്. നാം കരുതുന്നതിലും കൂടുതൽ അബോധമനസ്സിന് നമ്മുടെ മാനസികവ്യാപാരങ്ങളിൽ സ്ഥാനമുണ്ട്.

മിഥ്യാദർശനം

ആദിശങ്കരന്റെ മായാവാദം പറയുന്നത് നാം ദർശിക്കുന്ന വ്യാവഹാരികലോകം യഥാർത്ഥമല്ല. 'ബ്രഹ്മസത്യം ജഗദ്മിഥ്യ ജീവോ ബ്രഹ്മൈവ നാ പരഃ' (ബ്രഹ്മം മാത്രമാണ് സത്യം). ബാക്കി നാം മനസ്സിലാക്കുന്നതെല്ലാം അജ്ഞാനംകൊണ്ട് സംഭവിക്കുന്നതാണ്. ആദിശങ്കരൻ അദ്വൈതിയായിരുന്നു. ആധുനികയുഗത്തിൽ ജീവിച്ചിരുന്ന ശ്രീനാരായണഗുരുവും അദ്വൈതിയായിരുന്നു. പക്ഷേ, ശ്രീനാരായണഗുരു വ്യാവഹാരികലോകത്തെ തള്ളിപ്പറഞ്ഞില്ല, 'കരണവുമിന്ദ്രിയവും തൊട്ടറിയുക ജഗത്തുമോർക്കിലെല്ലാം' എന്ന് ഗുരു പറഞ്ഞു. കൈകളും പഞ്ചേന്ദ്രിയങ്ങളും പരിശോധിച്ച് പരീക്ഷണങ്ങളിലൂടെ അവ ശാസ്ത്രബുദ്ധ്യാ അനുഭവവേദ്യമാകും. അതുപോലെ നാം കാണുന്ന ലോകത്തെപ്പറ്റിയും നമുക്ക് പരീക്ഷണബുദ്ധ്യാ പരിശോധിച്ചാൽ യാഥാർത്ഥ്യം മനസ്സിലാകും. അദ്വൈതം മായാവാദത്തിൽനിന്ന് ശ്രീനാരായണ ഗുരുവിലൂടെ യാഥാർത്ഥ്യത്തിലേക്ക് വരുന്നതാണ് നാം കണ്ടത്.

ആധുനികശാസ്ത്രം പ്രപഞ്ചത്തെ എപ്രകാരമാണ് 'കാണു'ന്നതെന്ന് നോക്കാം. പ്രപഞ്ചത്തെക്കുറിച്ച് നാം കാണുന്ന ചിത്രം 'കൃത്രിമ'മാണെന്ന് ശാസ്ത്രം പറയുന്നു. വീഡിയോ ക്യാമറ കാണിക്കുന്ന ചിത്രംപോലെയല്ല നാം കാണുന്നത്. പ്രപഞ്ചത്തെപ്പറ്റി ഒരു മാതൃക മസ്തിഷ്കം ഉണ്ടാക്കുകയാണ് ചെയ്യുന്നത്. മസ്തിഷ്കത്തിന് ഇന്ദ്രിയങ്ങളിലൂടെ ലഭിക്കുന്ന അറിവ് അടിസ്ഥാനമാക്കി മസ്തിഷ്കം ആ ചിത്രം

സൃഷ്ടിക്കുന്നു. മസ്തിഷ്കം അതിന് ലഭിച്ച പ്രകാശങ്ങൾ, നിഴലുകൾ, അരികുകൾ, വളവുകൾ എന്നിവയെല്ലാം കംപ്യൂട്ടറിലെ പ്രവർത്തനം പോലെ ഇതിനായി ഉപയോഗിക്കുന്നു. മസ്തിഷ്കത്തിന് കാണാത്ത ഭാഗങ്ങളെ വേർതിരിച്ചറിയാൻ കൂടിയാണിത്. നേത്രപടലത്തിൽ ഓപ്റ്റിക് ഞരമ്പ് പ്രവേശിക്കുന്ന ഭാഗം കാഴ്ചയില്ലാത്ത ഭാഗമാണ്. ഒരേ പേജ് ശ്രദ്ധിച്ച് വായിച്ചുകൊണ്ടിരിക്കുമ്പോൾ കണ്ണുകൾ രണ്ടും ഇടയ്ക്ക് പെട്ടെന്ന് രണ്ട് ശ്രദ്ധാകേന്ദ്രങ്ങളിലേക്ക് മാറിമാറി ഒരേ ദിശയിൽ ചലിക്കാറുണ്ട്. ഇവ കൊണ്ടുണ്ടാകുന്ന ഛായകളിലെ മാറ്റവും മസ്തിഷകം എന്ന കംപ്യൂട്ടർ ശരിയാക്കുന്നു. ഈ സന്ദർഭങ്ങളിൽ കണ്ണുകൾക്ക് ചതി പറ്റാറുണ്ട്. നാം ദിവസേന കാണുന്ന ഭൂരിഭാഗവും ഇപ്രകാരം നമ്മെ ചതിച്ചുകൊണ്ടിരിക്കയാണ്. ടി വി പരിപാടികൾ, സിനിമ എന്നിവ യഥാർത്ഥത്തിൽ മിഥ്യാദർശനങ്ങളാണ്. സൂര്യനും ചന്ദ്രനും വലിയ നക്ഷത്രങ്ങളും ഉദിക്കുമ്പോഴും അസ്തമിക്കുമ്പോഴും വലിപ്പം കൂടുതലായും മുകളിലായിരിക്കുമ്പോൾ ചെറുതായും അനുഭവപ്പെടുന്നു. എന്നാൽ ശരിയായ വലിപ്പവും ആകൃതിയും ഒരു കടലാസിൽ ചെറിയ ദ്വാരമുണ്ടാക്കി അതിലൂടെ വരുന്ന ഇവയുടെ രശ്മി കുറച്ചകലെ വേറൊരു കടലാസിൽ പതിപ്പിച്ചാൽ കാണാവുന്നതാണ്.

സൂക്ഷ്മദർശിനിയിലൂടെ നോക്കുമ്പോൾ

നഗ്നനേത്രങ്ങൾകൊണ്ട് കാണാൻ കഴിയുന്നതിലും വളരെ കൂടുതൽ നമ്മുടെ ശരീരത്തിൽ സംഭവിക്കുന്നുണ്ട്. അത് സൂക്ഷ്മദർശിനിയിലൂടെ നോക്കുമ്പോൾ നമുക്ക് വ്യക്തമാകും.

നമ്മുടെ ചർമ്മത്തിന്റെ ഓരോ ഇഞ്ചിലും മൂന്നു കോടി ഇരുപതു ലക്ഷം ബാക്ടീരിയകളുണ്ട്. ഇവയിൽ ഭൂരിഭാഗവും അപകടകാരികളല്ല. ശക്തിയേറിയ ലേപനങ്ങളും സോപ്പും ഉപയോഗിച്ചാൽ ഇവ നശിക്കാനിടയുണ്ട്. ചില ബാക്ടീരിയകൾ നമ്മുടെ ശരീരത്തിന് ആവശ്യമുള്ളവയാണ് താനും. രോഗമുണ്ടാക്കുന്ന ബാക്ടീരിയകൾക്കെതിരെയാണ് ആന്റിബയോട്ടിക്കുകൾ ഉപയോഗിക്കേണ്ടത്. വൈറസ് രോഗങ്ങൾക്ക് ആന്റിബയോട്ടിക്കുകൾ ഫലപ്രദമല്ല. ചില വൈറസുകളെ തടയാൻ ആന്റിവൈറൽ മരുന്നുകൾ ഉപയോഗത്തിലായിട്ടുണ്ട്. അവ അത്രയും ഫലപ്രദമല്ല. പ്രതിരോധംമാത്രമാണ് പോംവഴി.

ചർമ്മത്തിന്റെ പുറംഭാഗം ഇരുപത്തിയേഴു ദിവസംകൊണ്ട് പൊഴിഞ്ഞുപോവുകയും പുനർനിർമ്മിക്കുകയും ചെയ്യുന്നുണ്ട്. ഈ പൊഴിഞ്ഞുപോകുന്ന കോശങ്ങളാണ് വീട്ടിൽ നാം ദിവസേന അടിച്ചു വാരുന്ന പൊടിയിൽ ഭൂരിഭാഗവും. ഇപ്രകാരം ചർമ്മത്തിന്റെ പുറം ഭാഗം ഒരു മാസംകൊണ്ട് പുനർനിർമ്മിക്കുന്നതുകൊണ്ടാണ് അകത്തുള്ള അവയവങ്ങളെ സംരക്ഷിക്കുവാനുള്ള ശക്തി ലഭിക്കുന്നത്. ഇപ്രകാരം കഴിഞ്ഞ മാസത്തെ നമ്മുടെ ചർമ്മം പൊടിയായി ഷെൽഫിനടിയലോ കട്ടിലിനടിയിലോ കിടക്കുന്നുണ്ടാകും.

ഓരോ മിനിറ്റിലും നമ്മുടെ മുപ്പതു കോടി കോശങ്ങൾ ശരീരത്തിൽ മരണമടയുന്നുണ്ട്. ഇത് വളരെ വലിയ സംഖ്യയൊന്നുമല്ല. ആകെയുള്ള കോശങ്ങളുടെ എണ്ണം നോക്കുമ്പോൾ ചെറിയ ശതമാനംമാത്രമേ വരൂ.

മനുഷ്യൻ ഓരോ മണിക്കൂറിലും ആറുലക്ഷം ചർമ്മസൂക്ഷ്മഭാഗങ്ങൾ വെടിയുന്നുണ്ട്. ജീവനില്ലാത്ത കോശങ്ങളെയാണ് ഇപ്രകാരം കളയുന്നത്. വരണ്ട ചർമ്മമോ അസുഖം മൂലം പൊഴിയുന്ന ചർമ്മമോ അല്ലെങ്കിൽ ഇവ പ്രശ്നമല്ല. നിരന്തരം പകരം പുതിയവ നിർമ്മിച്ചു കൊണ്ടിരിക്കുന്നുണ്ട്. ഓരോ ദിവസവും മൂന്നു ലക്ഷം കോടി പുതിയ കോശങ്ങൾ ശരീരം സൃഷ്ടിച്ചുകൊണ്ടേയിരിക്കുന്നുണ്ട്. അവയവങ്ങൾ പ്രവർത്തിക്കാൻ ശരീരത്തിന് ഊർജ്ജം ആവശ്യമുണ്ട്. ഊർജ്ജം ശരീരത്തിന്റെ തേയ്മാനം നികത്തുവാനും പുതിയ കോശങ്ങളുണ്ടാക്കാനും ആവശ്യമുണ്ട്.

നമ്മുടെ ശരീരത്തിൽ ആകെ ആയിരം ലക്ഷം കോടി കോശങ്ങളുണ്ട്. ഇതിന്റെ പത്തിരട്ടി ബാക്ടീരിയയും ശരീരത്തിലുണ്ട്.

സസ്തനജീവികളിൽ കൊവാളകൾക്കും കുരങ്ങുകൾക്കും മനുഷ്യനും മാത്രമേ കൈയിൽ വിരലടയാളമുള്ളൂ. ക്ലോൺ (clone) ചെയ്ത് കൃത്രിമമായുണ്ടാക്കിയതിലും പ്രത്യേക വിരലടയാളമുണ്ടാകുമെന്ന് തെളിഞ്ഞിട്ടുണ്ട്.

രേഖകളിൽ നാം വിരലടയാളം പതിക്കാറുണ്ട്. അവ ഓരോ വ്യക്തിക്കും പ്രത്യേകമാണ്. അതുപോലെ നാവിലും അടയാളങ്ങളുണ്ട്. കുറ്റാന്വേഷണവിദഗ്ദ്ധർ നാവിലെ അടയാളവും പരിശോധിക്കാം. അതുകൊണ്ട് കള്ളന്മാരും കുറ്റവാളികളും 'നാവടയാളം' കൃത്യസ്ഥലത്ത് വിട്ടേച്ചു പോകാതിരിക്കാൻ ഇനി ശ്രദ്ധിക്കുമായിരിക്കും. ഓരോ വ്യക്തിയുടെയും നാവ് വ്യത്യസ്തമാണ്. ഓരോരുത്തരെയും പ്രത്യേകമായി തിരിച്ചറിയാൻ തക്ക വ്യത്യാസങ്ങൾ നാവിലുണ്ട്.

നമ്മുടെ ശരീരത്തിലുള്ള ഇരുമ്പുകൊണ്ട് മൂന്നിഞ്ച് നീളമുള്ള ആണിയുണ്ടാക്കാൻ കഴിയും. വിരൽ മുറിയുമ്പോൾ ചിലർ ആ വിരൽ വായിലാക്കി നുണയാറുണ്ട്. രക്തത്തിന് ലോഹത്തിന്റെ സ്വാദും അല്പം ഉപ്പുരസവുമാണെന്ന് അവർ പറയും. രക്തത്തിൽ ഇരുമ്പിന്റെ യൗഗികങ്ങൾ വളരെ കൂടുതലുള്ളതുകൊണ്ടാണത്. രക്തത്തിലെ ഇരുമ്പ് കുറയുമ്പോൾ അനീമിയ (anemia) എന്ന രക്തക്കുറവുണ്ടാകുന്നു.

രാഷ്ട്രീയത്തിൽമാത്രമല്ല രക്തത്തിലും ഗ്രൂപ്പുകളുണ്ട്. ഭരിക്കുന്ന ഗ്രൂപ്പ് ഒ ആണെന്ന് പറയാം. ലോകത്ത് ഏറ്റവും ഭൂരിപക്ഷമുള്ളത് ഒ ഗ്രൂപ്പുകാർക്കാണ്. സന്ദിഗ്ദ്ധാവസരങ്ങളിൽ ഒ ഗ്രൂപ്പ് രക്തം എ ഗ്രൂപ്പ് കാർക്കും ബി ഗ്രൂപ്പുകാർക്കും കൊടുക്കാം. അവ ഒത്തുപോകും. ലോകത്ത് ഏറ്റവും ചുരുക്കമായി കണ്ടുവരുന്ന രക്ത ഗ്രൂപ്പ് എ-എച്ച് എന്ന മുംബൈ രക്തമാണ്. ഇതാകെ ലോകത്ത് നൂറിൽത്താഴെ പേർക്ക് മാത്രമേയുള്ളൂ. ഇവരിലാർക്കെങ്കിലും അടിയന്തരമായി രക്തം വേണ്ടി വന്നാൽ പരസ്പരം സഹായിക്കേണ്ടിവരും.

സുന്ദരികളുടെയും സുന്ദരന്മാരുടെയും ചുണ്ടുകൾ ചുവന്നിരിക്കുന്നത് അവിടത്തെ ചർമ്മത്തിനടിയിൽ സൂക്ഷ്മമായ രക്തക്കുഴലുകളായ കാപിലറികൾ (capillaries) കൂടുതലുള്ളതിനാലാണ്. കഥാകൃത്തുക്കൾ

നിണം തുടിക്കുന്ന അധരങ്ങളെക്കുറിച്ചെഴുതുന്നത് വെറുതെയല്ല. ഈ കാപിലറികളിൽ വളരെയധികം പ്രാണവായുവുള്ളതിനാൽ അവയ്ക്ക് ചുവപ്പ് നിറം കിട്ടുന്നു. ഇതുകൊണ്ടാണ് രക്തക്കുറവുള്ളവരുടെയും അധികം രക്തം നഷ്ടപ്പെട്ടവരുടെയും ചുണ്ടുകൾ വിളർത്തിരിക്കുന്നത്. വളരെ തണുപ്പുള്ള കാലാവസ്ഥയിൽ ചുണ്ടുകൾ നീലനിറമാകുന്നതും അവിടെ രക്തം കുറയുന്നതിനാലാണ്. തണുപ്പുകൊണ്ട് കാപിലറികൾ ചുരുങ്ങുന്നതിനാൽ അവിടേക്കുള്ള രക്തയോട്ടം കുറയുന്നു. തന്മൂലം അവിടത്തെ രക്തത്തിലെ പ്രാണവായു കുറയുന്നു. രക്തം നീലനിറമാകുന്നു. അതോടെ ചുണ്ടിനും ആ നിറമാകുന്നു.

അവയവ വ്യൂഹങ്ങൾ

നമ്മുടെ ശരീരത്തിലുള്ളതെല്ലാം കൂടിയതാണ് മനുഷ്യശരീരം. തല, കഴുത്ത്, ഉടൽ, കൈകാലുകൾ എന്നിവയാണ് അടിസ്ഥാനമായ ഭാഗങ്ങൾ. പൊതുവായ പ്രവർത്തനവും സംഘടിതരൂപവും ഉള്ള അവയവങ്ങളെയും ശരീരഭാഗങ്ങളെയും അവയവ വ്യൂഹങ്ങൾ എന്നു പറയുന്നു.

വലിയ ജെറ്റുവിമാനങ്ങളിൽ നാല് എഞ്ചിനുകളുണ്ട്. സുരക്ഷിതമായി പ്രവർത്തിക്കാൻ അവ ആവശ്യമാണ്. നമ്മുടെ ആന്തരികാവയവങ്ങൾക്കും പല എഞ്ചിനുകളുണ്ട്. ഏതെങ്കിലും എഞ്ചിൻ തകരാറാകുമ്പോൾ പകരം മറ്റൊന്ന് പ്രവർത്തിക്കുന്നു. അവയവങ്ങൾ പരസ്പരവിശ്വാസത്തോടും സഹകരണത്തോടുമാണ് പ്രവർത്തിക്കുന്നത്. ഏതെങ്കിലും അവയവത്തിന് കേടു പറ്റിയാൽ അത് എല്ലാ അവയവങ്ങളെയും ബാധിക്കും. രോഗങ്ങളോ തെറ്റായ ജീവിതശൈലികളായ അമിതഭാരം, മദ്യപാനം, പുകവലി മുതലായവയുണ്ടെങ്കിലോ ഇപ്രകാരം സംഭവിക്കാം.

ആന്തരികാവയവങ്ങൾക്ക് വളരെ കരുതൽത്രാണിയുണ്ട്. അവയുടെ വലിയ ഭാഗം മുറിച്ചുമാറ്റിയാലും ആരോഗ്യകരമായി ജീവിക്കാം. അവയവദാനത്തിനു ശേഷവും രോഗംമൂലം അവയവഭാഗങ്ങൾ നീക്കം ചെയ്യുന്ന ഓപ്പറേഷന് ശേഷവും ഇവരെല്ലാം ആരോഗ്യകരമായിരിക്കുന്നത് അവയവങ്ങളുടെ കരുതൽത്രാണി കൊണ്ടാണ്. മനുഷ്യശരീരത്തിൽനിന്ന് ആമാശയം, പ്ലീഹ, കരളിന്റെ എഴുപത്തഞ്ച് ശതമാനം, കുടലുകളുടെ എൺപത് ശതമാനം, ഒരു വൃക്ക, ഒരു ശ്വാസകോശം, വസ്തിഭാഗത്തെ ഏതാണ്ടെല്ലാ അവയവങ്ങൾ, ഒടി ഭാഗത്തെ ഗ്ലാൻഡുകൾ എന്നിവ നീക്കം ചെയ്താലും ജീവിക്കാം. ഇന്ന് എത്രയോപേർ വൃക്ക ദാനം ചെയ്തതിനു ശേഷം സുഖമായി ജീവിക്കുന്നുണ്ട്.

ജീവൻ നിലനിർത്തുന്നതിന് അനുപേക്ഷണീയമായ അവയവങ്ങൾ

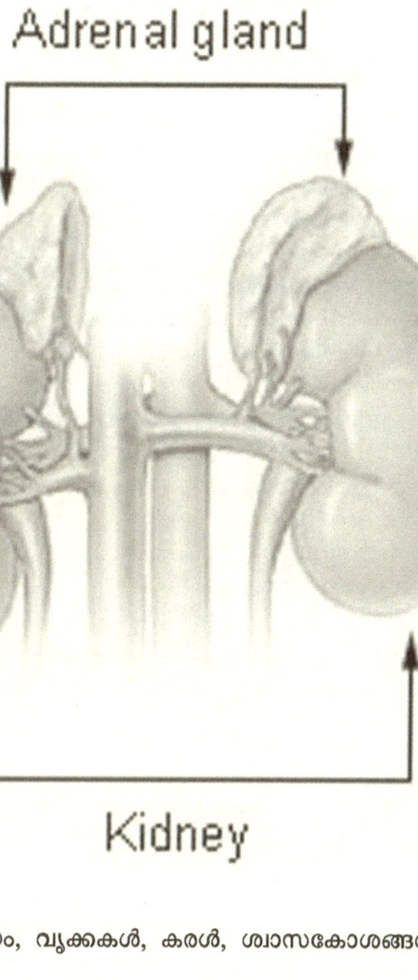

മസ്തിഷ്കം, ഹൃദയം, വൃക്കകൾ, കരൾ, ശ്വാസകോശങ്ങൾ എന്നിവയാണ്.

കാലത്തിനനുസരിച്ച് കോലം കെട്ടണമെന്ന് വിശ്വസിക്കുന്ന കൂട്ടത്തിലാണ് അഡ്രിനൽ ഗ്ലാൻഡുകൾ (adrenal glands). ജീവിതകാലം മുഴുവനും മാറിക്കൊണ്ടിരിക്കുന്ന വലിപ്പമാണ് അഡ്രിനൽ ഗ്ലാൻഡുകൾക്കുള്ളത്. ഓരോ വൃക്കകൾക്കും മുകളിൽ ഗാന്ധിത്തൊപ്പി പോലെ മുഴുവനും മൂടാതെ ഇവ സ്ഥിതിചെയ്യുന്നു. സമ്മർദ്ദം നേരിടുമ്പോൾ സ്രവിക്കുന്ന ഹോർമോണുകളാണ് കോർട്ടിസോളും അഡ്രിനലിനും (cortisol and adrenaline). ഗർഭസ്ഥകാലത്ത് ഏഴാം മാസം മുതൽ ഈ ഗ്രന്ഥികൾക്ക് വൃക്കകളുടെ അത്രയും വലിപ്പമുണ്ടാകും. പ്രസവിക്കുന്ന

തോടെ ഈ ഗ്രന്ഥികൾ ചെറുതായി ചുരുങ്ങും. പ്രായമാകുന്നതോടെ ചുരുങ്ങിച്ചുരുങ്ങി വാർദ്ധക്യത്തിലെത്തുമ്പോഴേക്കും കാണാൻ കഴിയാത്തത്രയും ചെറുതാകും.

തൈമസ് ഗ്രന്ഥിയും ഇതുപോലെ കൗമാരത്തിനുശേഷം ചെറുതാകുന്ന ഗ്രന്ഥിയാണ്. മനുഷ്യശരീരത്തിലെ അവയവങ്ങൾ വളരെ സങ്കീർണ്ണമാണ്. ഇന്നും ഗവേഷകർക്ക് പിടികൊടുക്കാതെയും ആയിരക്കണക്കിന് കൊല്ലത്തെ പഠനങ്ങൾക്കു വിധേയമാകാതെയും അവയവങ്ങളെപ്പറ്റി പല ചോദ്യങ്ങളും അവശേഷിക്കുന്നുണ്ട്. ഏതെങ്കിലും അസുഖങ്ങൾ നമ്മെ കഷ്ടപ്പെടുത്തുകയോ അലോസരപ്പെടുത്തുകയോ ചെയ്യുമ്പോഴാണ് നാം ആ അവയവത്തെപ്പറ്റി വ്യാകുലപ്പെടുന്നത്.

നമ്മുടെ ശരീരത്തിൽ സുപ്രധാനമായ അവയവവ്യൂഹങ്ങളുണ്ട്. അവ നന്നായി പരിപാലിക്കുകയാണെങ്കിൽ സുദീർഘമായി രോഗമില്ലാതെ പ്രവർത്തിക്കും.

അവയവവ്യൂഹങ്ങളെ ഓരോന്നായി നമുക്ക് മനസിലാക്കാം. അവ ഇവയാണ്.

1 രക്തചംക്രമണവ്യൂഹം
2 മസ്തിഷ്കവ്യൂഹം
3 അന്നനാളവ്യൂഹം
4 ശ്വാസോച്ഛ്വാസവ്യൂഹം
5 വൃക്കവ്യൂഹം
6 അന്തസ്രാവവ്യൂഹം
7 പ്രതിരോധവ്യൂഹം
8 പേശീവ്യൂഹം
9 ഉല്പാദനവ്യൂഹം
10 അസ്ഥിവ്യൂഹം
11 ചർമ്മവ്യൂഹം
12 ഇന്ദ്രിയവ്യൂഹം

രണ്ടാം ഭാഗം

രക്തചംക്രമണവ്യൂഹം

സർക്കുലേറ്ററി സിസ്റ്റം (circulatory system) എന്ന രക്തചംക്രമണവ്യൂഹത്തിന്റെ പൊതുപ്രവർത്തനം രക്തം ശരീരത്തിലെങ്ങും എത്തിക്കുക, അതിലൂടെ കോശങ്ങളിൽ പോഷകങ്ങളെത്തിക്കുക, പ്രാണവായു എത്തിക്കുക, ഹോർമോണുകൾ (hormones) എത്തിക്കുക, തിരിച്ച് കാർബൺ ഡയോക്സൈഡ് (carbon dioxide) ശ്വാസകോശങ്ങളിലെത്തിക്കുക എന്നിവയാണ്. ഇതിൽ ഹൃദയം, രക്തം, രക്തക്കുഴലുകൾ, ധമനികൾ, സിരകൾ എന്നിവ ഉൾപ്പെടുന്നു.

മനുഷ്യശരീരത്തിലെ സുപ്രധാന അവയവങ്ങളിലൊന്നാണ് ഹൃദയം. നെഞ്ചിലെ അസ്ഥികൂടത്തിനുള്ളിൽ വളരെ സുരക്ഷിതമായാണ് ഹൃദയം സ്ഥിതിചെയ്യുന്നത്. ഹൃദയത്തെയും അതിന്റെ വിവിധരോഗങ്ങളെയുംപറ്റി പഠിക്കുന്ന വൈദ്യശാസ്ത്രശാഖയാണ് കാർഡിയോളജി (cardiology). ഹൃദയത്തിന് ചേമ്പറുകളെന്ന് (chambers) വിളിക്കുന്ന നാല് അറകളുണ്ട്. അവ ലെഫ്റ്റ് ആട്രിയം, റൈറ്റ് ആട്രിയം, ലെഫ്റ്റ് വെൻട്രിക്കിൾ, റൈറ്റ് വെൻട്രിക്കിൾ (left atrium, right atrium, left ventricle and right ventricle) എന്നിവയാണ്. രക്തം ഹൃദയത്തിൽനിന്ന് പുറത്തേക്കും അകത്തേക്കും ഒഴുകുമ്പോൾ അവ ഒരേദിശയിൽ മാത്രമാണ് ഒഴുകുന്നതെന്ന് ഉറപ്പു വരുത്തുവാൻ വാൽവുകളുണ്ട്. അവയ്ക്ക് തകരാറുണ്ടായാൽ വാൽവ് സംബന്ധമായ രോഗങ്ങളുണ്ടാകും.

ഹൃദയത്തിൽനിന്ന് പുറത്തേക്കൊഴുകുന്ന രക്തം ധമനികളിൽക്കൂടിയാണ് പോകുന്നത്. ഏറ്റവും പ്രധാനപ്പെട്ട ധമനി ഇടത്തെ വെൻട്രിക്കിളിൽനിന്ന് പുറപ്പെടുന്ന അയോർട്ട (aorta)യാണ്. അയോർട്ടയിലും അതിന്റെ ശാഖോപശാഖകളിലൂടെയുമാണ് ശരീരത്തിലെങ്ങും രക്തമെത്തുന്നത്. വലത്തെ വെൻട്രിക്കിളിൽനിന്ന് പുറപ്പെടുന്നതാണ് പൾമൊണറി ആർട്ടറി (pulmonary artery).

തിരിച്ചെത്തുന്ന രക്തം സിരകളിൽ കൂടിയാണ് ഹൃദയത്തിലെത്തുന്നത്. ശ്വാസകോശത്തിൽനിന്ന് അംഗാരാമ്ലവാതകം കളഞ്ഞ് ശുദ്ധീകരിച്ച രക്തം ഇടത്തെ ആട്രിയത്തിലേക്ക് പൾമൊണറി വെയ്നിലൂടെ എത്തുന്നു. വലത്തെ ആട്രിയത്തിലേക്ക് ശരീരത്തിന്റെ എല്ലാ ഭാഗങ്ങളിൽനിന്നും അശുദ്ധരക്തം സുപ്പീരിയർ വീന കവയിലൂടെയും ഇൻഫീരിയറിലൂടെയുമാണ് (superior vena cava and inferior vena cava) എത്തുന്നത്.

അല്പം ശ്രദ്ധിച്ചാൽ ഹൃദയത്തിന്റെ ശബ്ദം സ്വയം നമുക്ക്

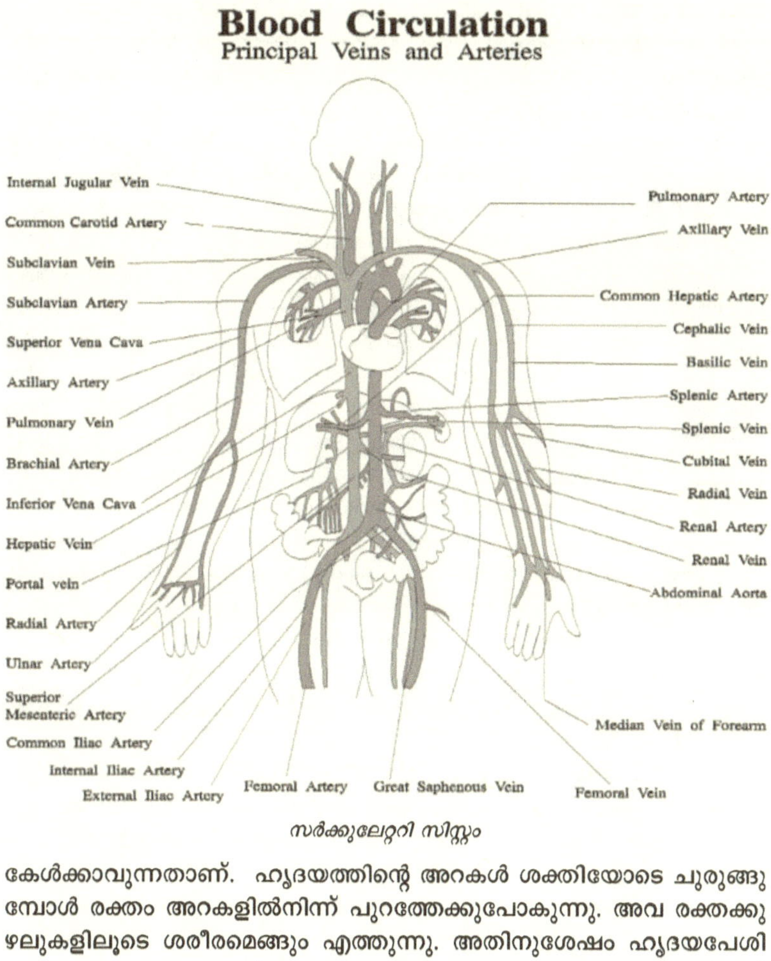

സർക്കുലേറ്ററി സിസ്റ്റം

കേൾക്കാവുന്നതാണ്. ഹൃദയത്തിന്റെ അറകൾ ശക്തിയോടെ ചുരുങ്ങുമ്പോൾ രക്തം അറകളിൽനിന്ന് പുറത്തേക്കുപോകുന്നു. അവ രക്തക്കുഴലുകളിലൂടെ ശരീരമെങ്ങും എത്തുന്നു. അതിനുശേഷം ഹൃദയപേശികൾ തളരുന്നു. അപ്പോൾ അവയുടെ വലിപ്പം കൂടുന്നു. ഈ സമയത്താണ് ഹൃദയ അറകളിലേക്ക് രക്തം വരുന്നത്. ഈ രണ്ട് പ്രവർത്തനങ്ങളും

കൂടിയതാണ് കാർഡിയാക് സൈക്കിൾ (cardiac cycle).

ഹൃദയപേശികളിലൂടെ വിദ്യുച്ഛക്തി പ്രവഹിക്കുമ്പോൾ പേശികൾ ചുരുങ്ങുന്നു. ടി വിയിലൂടെ എലക്ട്രോകാർഡിയോഗ്രാം നാം കാണാറുണ്ട്. സിനിമയിലും നാം എലക്ട്രോകാർഡിയോഗ്രാം കാണാറുണ്ട്. രോഗി മരിക്കുമ്പോൾ തരംഗങ്ങൾ ചുരുങ്ങി എലക്ട്രോകാർഡിയോഗ്രാം നേർവരയിലാകുന്നതും കാണാം. എലക്ട്രോകാർഡിയോഗ്രാം മെഷീൻ ഹൃദയത്തിലെ വിദ്യുത് തരംഗങ്ങൾ ചലിക്കുന്ന കടലാസിൽ രേഖപ്പെടുത്തുന്നു. അതാണ് എലക്ട്രോകാർഡിയോഗ്രാം. അത് രേഖപ്പെടുത്തുന്ന മെഷീൻ എലക്ട്രോകാർഡിയോഗ്രാഫ് ആണ്. രേഖപ്പെടുത്തുന്ന മാർഗ്ഗത്തെയും അതിനെക്കുറിച്ചുള്ള പഠനത്തെയും എലക്ട്രോകാർഡിയോഗ്രാഫി (electrocardiography) എന്നു പറയുന്നു. ഡോക്ടർക്ക് എലക്ട്രോകാർഡിയോഗ്രാം ഉപയോഗിച്ച് ഹൃദയത്തിന്റെ തകരാറുകളും ഹാർട്ട് അറ്റാക്കും മനസ്സിലാക്കാൻ പറ്റും. അപ്രകാരം ഹൃദയത്തിന്റെ നിരക്ക്, താളം, ഹൃദയത്തിന്റെ ഓരോ ഭാഗത്തുകൂടി ആലക്തിക സിഗ്നലുകൾ പോകുന്നതിന്റെ ശക്തി എന്നിവ അറിയാൻ കഴിയും. ഇപ്രകാരം ഹൃദയത്തിലെ രോഗങ്ങൾ നിർണ്ണയിക്കാൻ കഴിയും.

ശരീരത്തിലൂടെ അനുസ്യൂതം ഒഴുകിക്കൊണ്ടിരിക്കുന്ന രക്തം രക്തക്കുഴലുകളുടെ ഭിത്തികളിൽ സമ്മർദ്ദം ചെലുത്താറുണ്ട്. ആ സമ്മർദ്ദമാണ് രക്തസമ്മർദ്ദം. ചുമലിന് താഴെ കൈമുട്ടിന് മുകളിലായി വികസിച്ച് സമ്മർദ്ദം ചെലുത്തുന്ന കഫ് (cuff) കെട്ടിയാണ് രക്തസമ്മർദ്ദം അളക്കുന്നത്. അതിലെ സമ്മർദ്ദവും അവിടത്തെ രക്തക്കുഴലിലെ സമ്മർദ്ദവും തുല്യമാവുമ്പോൾ അവിടേക്കുള്ള രക്തയോട്ടം താല്ക്കാലികമായി നിലയ്ക്കുന്നു. ആ സമയത്തുള്ള ശബ്ദവ്യത്യാസങ്ങളനുസരിച്ച് ഡോക്ടർക്ക് രക്തസമ്മർദ്ദം അറിയാൻ കഴിയുന്നു. രക്തസമ്മർദ്ദം വ്യക്തികളനുസരിച്ച് മാറിക്കൊണ്ടിരിക്കും. സാധാരണ രക്തസമ്മർദ്ദം 112/64 ആയി കണക്കാക്കിയിരിക്കുന്നു. എന്നിരുന്നാലും 130/90 ആയാലും കുഴപ്പമില്ല. സ്ഫിഗ്മോമാനോമീറ്ററും സ്റ്റെതസ്കോപും ഉപയോഗിച്ചാണ് രക്തസമ്മർദ്ദം അളക്കുന്നത്. പൾസ് മീറ്റർ ഉപയോഗിച്ച് ഹൃദയത്തിന്റെ താളം, നിരക്ക്, വിട്ടു പോകുന്ന മിടിപ്പ് എന്നിവ അറിയാൻ കഴിയും. സാധാരണ ഹൃദയ നിരക്ക് 72 ആണ്. ഇതിൽ സാധാരണ വ്യതിയാനങ്ങളുണ്ട്. അവ രോഗാവസ്ഥകളല്ല. ചയാപചയരോഗങ്ങളിലും ആധുനികജീവിത രോഗങ്ങളിലും രക്തസമ്മർദ്ദവുമുണ്ട്. നീണ്ടുനില്ക്കുന്ന രക്തസമ്മർദ്ദംമൂലം ഹാർട്ട് അറ്റാക്ക്, മസ്തിഷ്കാഘാതം തുടങ്ങിയവ വരാം. രക്തസമ്മർദ്ദത്തോടൊപ്പം പ്രമേഹം, കൊളസ്ട്രോൾ, അമിതഭാരം, പുകവലി, മദ്യപാനം എന്നിവയുണ്ടെങ്കിൽ ഈ സാദ്ധ്യതകൾ അനേകമടങ്ങ് കൂടുന്നു.

അത്യുഷ്ണംമൂലം ഉണ്ടാകുന്ന സൂര്യാഘാതത്തിൽ രക്തക്കുഴലുകൾ വളരെ കേടുവരാറുണ്ട്. ഇവ തേയ്മാനംമൂലം നേരെയാകാൻ നാലുമുതൽ പതിനഞ്ചു വരെ മാസം പിടിക്കാറുണ്ട്.

നമ്മുടെ ശരീരത്തിൽ മുറിവുണ്ടാകുമ്പോൾ വടുക്കൾ ഉണ്ടാകാറുണ്ടല്ലോ. ഹാർട്ട് അറ്റാക്ക് വരുമ്പോൾ ഹൃദയപേശിയിൽ രക്തം ലഭിക്കാത്ത ഭാഗം 'മരിക്കുക'യാണ് ചെയ്യുന്നത്. ജീവൻ നഷ്ടപ്പെട്ട ആ ഭാഗത്ത് വടുക്കൾ ഉണ്ടാകുന്നു. തുടർന്ന് ഹൃദയത്തിന്റെ പ്രവർത്തനം ദുർബ്ബലമാകുന്നു. ഹൃദയത്തകരാറുകളും ഹാർട്ട് ഫെയ്‌ലിയർ (heart failure) എന്ന ഹൃദയപരാജയവും അപ്രകാരമുണ്ടാകാം.

നിങ്ങളുടെ ഹൃദയം ഒരുദിവസം ഒരുലക്ഷം പ്രാവശ്യം മിടിക്കുന്നുണ്ട്. ഒരുവർഷം മുന്നൂറ്റി അറുപത്തഞ്ച് ലക്ഷവും മുപ്പത് വയസ്സിൽ കൂടുതൽ ജീവിച്ച വ്യക്തിയുടെ ഹൃദയം നൂറുകോടിയിൽപരം പ്രാവശ്യവും മിടിച്ചിട്ടുണ്ട്.

ഓരോ മിനിറ്റിലും ഒരു ബക്കറ്റിൽ കൊള്ളാവുന്നത്ര അതായത് അഞ്ചുലിറ്റർ രക്തം പമ്പ് ചെയ്യുന്നുണ്ട്. ജീവിതകാലം മുഴുവൻ പമ്പ് ചെയ്യുന്ന രക്തം ഒരു ഫുട്ബാൾ സ്റ്റേഡിയം നിറയ്ക്കാനുള്ള അത്രയും വരും.

ഹൃദയത്തിന് മുപ്പതടി ഉയരത്തിലേക്ക് രക്തം പമ്പ് ചെയ്യാൻ കഴിയും. അതാണ് ഹൃദയമിടിപ്പ് എളുപ്പത്തിൽ മനസ്സിലാക്കാൻ കഴിയുന്നത്. ഹൃദയപേശിയുടെ ശക്തമായ ചുരുങ്ങൽ കൊണ്ടാണിത് സംഭവിക്കുന്നത്. ഒരാളുടെ രക്തക്കുഴലുകളുടെ ആകെ നീളം അറുപതിനായിരം മൈലാണ്. ഭൂമിയുടെ ചുറ്റളവ് ഇരുപത്തയ്യായിരം മൈൽ മാത്രമാണ്. ഈ രക്തക്കുഴലുകൾകൊണ്ട് രണ്ട് പ്രാവശ്യത്തിൽ കൂടുതൽ ഭൂമിയെ വലം വയ്ക്കാം.

ഇടത്തെ വെൻട്രിക്കിളിൽനിന്ന് പുറപ്പെടുന്ന മഹാധമനിയെന്ന അയോർട്ടയ് (aorta) ക്ക് തോട്ടം നനയ്ക്കുന്ന പൈപ്പിന്റെ അത്രയും വ്യാസമുണ്ട്. ശരീരത്തിന് മുഴുവൻ പോഷകങ്ങളും പ്രാണവായുവും എത്തിക്കാനുള്ള ഭാരിച്ചതും വളരെ ഉത്തരവാദിത്വവുമുള്ള ജോലി ചെയ്യുമ്പോൾ അത്രയും വേണ്ടിവരും. ഒരാളുടെ ഹൃദയം അദ്ദേഹത്തിന്റെ മുഷ്ടികൾ രണ്ടും ചേർത്ത് വയ്ക്കുന്ന അത്രയും കാണും.

സ്ത്രീകളുടെ ഹൃദയം പുരുഷന്മാരുടേതിനേക്കാൾ വേഗത്തിൽ മിടിക്കും. സ്ത്രീകൾ പുരുഷന്മാരേക്കാൾ ചെറുതും ഭാരം കുറവുള്ളവരുമായതിനാലാണത്. സ്ത്രീകൾക്ക് പുരുഷന്മാരേക്കാൾ ഹാർട്ട് അറ്റാക്ക് സാദ്ധ്യത കുറവാണ്. ഈസ്ട്രജൻ (oestrogen) എന്ന സ്ത്രീ ഹോർമോണാണ് സ്ത്രീകൾക്ക് ഈ നിസ്തുലമായ സംരക്ഷണം നല്കുന്നത്. മാസമുറ അവസാനിക്കുന്നതോടെ ഈസ്ട്രജൻ കുറയുകയും ഈ സംരക്ഷണം പോകുകയും ചെയ്യും.

കേരളത്തിൽ ഹാർട്ട് അറ്റാക്കുകളുടെ സാദ്ധ്യത പതിനാല് ശതമാനമാണ്. ഇത് മറ്റ്സംസ്ഥാനങ്ങളേക്കാൾ കൂടുതലാണ്. അനാരോഗ്യകരമായ ഭക്ഷണം, വ്യായാമക്കുറവ്, പ്രമേഹം, പുകവലി, രക്തസമ്മർദ്ദം, മാനസികസമ്മർദ്ദം, മദ്യപാനം എന്നിവയാണ് കാരണങ്ങൾ. കൊഴുപ്പും ഉപ്പും പഞ്ചസാരയും കൂടുതലുള്ള റെഡി മെയ്ഡ് ഭക്ഷണവും വ്യായാ

മമില്ലായ്മയും രോഗസാദ്ധ്യത കൂട്ടുന്നു. തെറ്റായ ജീവിതശൈലികൾ മാറ്റുകയും ധാരാളം പച്ചക്കറികളും പഴങ്ങളുമുള്ള ആഹാരം കഴിക്കുകയും ചെയ്താൽ ഈ സാദ്ധ്യതകൾ കുറയും. തെക്കെ ഇന്ത്യക്കാരിലും കേരളീയരിലും കാണുന്ന 'ആപ്പിൾ' പോലെ ശരീരം തടിക്കുമ്പോൾ ഉരുണ്ടുവരുന്ന ശരീരപ്രകൃതി പ്രമേഹത്തിനും ഹാർട് അറ്റാക്കിനും വളരെ സാദ്ധ്യത കൂട്ടുന്നു. ജനിതകസാദ്ധ്യതയും നമ്മുടെ ഇടയിൽ കൂടുതലാണ്.

കൊഴുപ്പ്, കൊളസ്ട്രോൾ, കാത്സ്യം (cholesterol , calcium) എന്നിവ കൂടുതലായാൽ രക്തക്കുഴലുകളിൽ അർട്ടിരീയോസ്ക്ലിറോസിസ് (arteriosclerosis) എന്ന രോഗം വരാം. രക്തക്കുഴലുകളുടെ ഭിത്തികളിൽ കട്ടി കൂടും. ഇത് രക്തക്കുഴലുകളുടെ ഉള്ളിലൂടെയുള്ള രക്തയോട്ടം കുറയ്ക്കും. കടുത്ത കേസുകളിൽ രക്തയോട്ടം നില്ക്കുകയും ചെയ്യും. രക്തചംക്രമണവ്യൂഹത്തിലെ പ്രധാനരോഗമാണ് ഉയർന്ന രക്തസമ്മർദ്ദം. രക്തസമ്മർദ്ദം കൂടുതലുള്ളവരുടെ ഹൃദയത്തിന് സാധാരണയിൽ കവിഞ്ഞ ശക്തിയോടെ ഓരോ പ്രാവശ്യവും രക്തം തള്ളേണ്ടിവരുന്നു. തൽഫലമായി ഹാർട്ട് അറ്റാക്കും മസ്തിഷ്കാഘാതവും കിഡ്നി ഫെയ്ലിയറും (kidney failure) സംഭവിക്കാം.

മഹാധമനിയുടെ ഉൾഭിത്തിയിൽ കീറൽ സംഭവിച്ച് ആ ഭാഗം ബലൂൺപോലെ തള്ളിവരാം. തുടർന്ന് ഭിത്തികൾക്കിടയിൽ രക്തസ്രാവമുണ്ടാവുകയും ഭിത്തി വിട്ടുപോവുമ്പോൾ രക്തസ്രാവം കടുത്ത രക്തസ്രാവമാവുകയും ചെയ്യും. അതിരോസ്ക്ലിറോസിസ്, അമിതഭാരം, ഉയർന്ന രക്തസമ്മർദ്ദം, പുകവലി എന്നിവ കാരണങ്ങളാണ്. ഈ ധമനിയിലെ ദൗർബ്ബല്യം ജന്മനാ ഉണ്ടാകാം.

ജന്മനാ തകരാറുകൊണ്ടോ രോഗാണുബാധകൊണ്ടോ ഹൃദ്രോഗം കൊണ്ടോ രക്തചംക്രമണവ്യൂഹത്തിൽ തകരാറുണ്ടാകാം. രോഗാണുബാധകൊണ്ടുണ്ടാകുന്ന രോഗമാണ് റുമാറ്റിക് ഫീവർ (rheumatic fever). ഹൃദയവാൽവുകളെ ഇത് ബാധിക്കുന്നു. പ്രത്യേകിച്ചും മൈട്രൽ വാൾവുകളെ (mitral valve) ഇത് ബാധിക്കുന്നു. രോഗംമൂലം അവയിൽ കട്ടികൂടി സ്റ്റിനോസിസ് (stenosis) ആയാൽ ഓപ്പറേഷൻ ചെയ്യേണ്ടി വരും. ജന്മനാ തകരാറുകളിൽ ഹൃദയവും രക്തക്കുഴലുകളും പൂർണ്ണമായി വികസിക്കാതെ പല രോഗങ്ങളും വരാം. പലതിനും ഓപ്പറേഷൻ മൂലം പരിഹാരമുണ്ട്.

ഹൃദയത്തെയും രക്തക്കുഴലുകളെയും പ്രത്യേകമായി ചികിത്സിക്കുന്ന വിദഗ്ദ്ധരെ കാർഡിയോളജിസ്റ്റുകൾ (cardiologists) എന്നു പറയുന്നു. എം ഡി ബിരുദത്തിനുശേഷം കാർഡിയോളജിയിൽ ഡി എം എന്ന യോഗ്യതയുള്ളവരാണ് കാർഡിയോളജിസ്റ്റുകൾ. കാർഡിയോളജിയിൽ ഉപവിഭാഗങ്ങളായ ട്രാൻസ്പ്ലാന്റ് കാർഡിയോളജി, ക്ലിനിക്കൽ കാർഡിയാക് എലക്ട്രോ ഫിസിയോളജി, ഇന്റർവെൻഷനൽ കാർഡിയോളജി എന്നിവയിലും സ്പെഷലിസ്റ്റുകളുണ്ട്.

രക്തചംക്രമണവ്യൂഹത്തിലെ സുപ്രധാനഘടകം രക്തംതന്നെയാണ്. രക്തത്തിലൂടെയാണ് എല്ലാ പോഷകങ്ങളും ഗ്ലൂക്കോസും വിറ്റമിനുകളും ഹോർമോണുകളും ജൈവവാതകങ്ങളും ലവണങ്ങളും രോഗപ്രതിരോധകങ്ങളും ശരീരമെങ്ങും എത്തുന്നത്. ശരീരഭാരത്തിന്റെ ഏഴു ശതമാനം രക്തമാണ്. രക്തത്തിൽ അരുണരക്താണുക്കൾ, ശ്വേതരക്താണുക്കൾ, ഇവയിലും ചെറിയ പ്ലെയ്റ്റ്ലെറ്റുകൾ (platelets) എന്നിവയുണ്ട്. ഈ രക്തകോശങ്ങൾ മഞ്ഞനിറത്തിലുള്ള പ്ലാസ്മ എന്ന ദ്രവത്തിൽ പൊങ്ങിക്കിടക്കുകയാണ് ചെയ്യുന്നത്. രക്തത്തിന്റെ അടിസ്ഥാനമായ ആ ദ്രവത്തെ പ്ലാസ്മ എന്ന് പറയുന്നു. പ്ലാസ്മ എന്ന പദം ഭൗതികശാസ്ത്രത്തിലും ഉപയോഗിക്കാറുണ്ട്. ദ്രവം, ഖരം, വാതകം എന്നിവ കൂടാതെ വസ്തുക്കളുടെ നാലാമത്തെ അവസ്ഥയാണ് പ്ലാസ്മ. രക്തത്തിലെ പ്ലാസ്മയിൽ തൊണ്ണൂറു ശതമാനവും ജലമാണ്. ഇതിൽ നമുക്കാവശ്യമായ പോഷകങ്ങൾ, ലവണങ്ങൾ, ജൈവവാതകങ്ങൾ, പ്രോട്ടീനുകൾ, ഊർജ്ജം തരുന്ന ഗ്ലൂക്കോസ്, ശാരീരികപ്രവർത്തനങ്ങൾ നിയന്ത്രിക്കുന്ന ഹോർമോണുകൾ എന്നിവ അടങ്ങിയിട്ടുണ്ട്.

ലബോറട്ടറിയിൽ രക്തം പരിശോധിക്കുമ്പോൾ രക്തത്തെ ഒരു ടെസ്റ്റ് ട്യൂബിലാക്കി ഉയർന്ന വേഗത്തിൽ കറക്കാറുണ്ട്. ആ ഉപകരണമാണ് സെൻട്രിഫ്യൂജ്. അപ്രകാരം ചെയ്യുമ്പോൾ രക്തത്തിലെ ദ്രവമായ പ്ലാസ്മയും കോശങ്ങളും കറങ്ങുന്ന ശക്തിയിൽ വേർതിരിയുന്നു. കോശങ്ങൾ ടെസ്റ്റ് ട്യൂബിന്റെ അടിയിലും ഭാരം കുറഞ്ഞ പ്ലാസ്മ മുകളിലുമായി കിടക്കുന്നു. ഇപ്രകാരം ഇവയെ വേർതിരിച്ച് പലതരത്തിലുള്ള പരിശോധനകൾ നടത്താൻ സാധിക്കും.

അരുണരക്താണുക്കൾക്ക് ഒരു സുപ്രധാന ജോലിയുണ്ട്. പ്രാണവായു എല്ലാ കോശങ്ങളിലും എത്തിക്കുക, പകരം അംഗാരാമ്ലവാതകം തിരിച്ച് ശ്വാസകോശത്തിലെത്തിക്കുക എന്നതാണത്. അരുണരക്താണുക്കൾ അതിലുള്ള ഹീമോഗ്ലോബിനിലൂടെ (hemoglobin) യാണ് ഈ സുപ്രധാന ജോലി ചെയ്യുന്നത്. ഹീമോഗ്ലോബിനിലുള്ള പോർഫൈറിന്റെ (porphyrin) ആകൃതി പ്രാണവായുവുമായി ചേരുമ്പോൾ മാറുന്നു. അപ്രകാരമാണ് രക്തത്തിന് ചുവപ്പ് നിറം കിട്ടുന്നത്. നീണ്ട അസ്ഥികളുടെ ഉള്ളിലുള്ള മജ്ജയിലാണ് അരുണരക്താണുക്കളുടെ ജന്മഗേഹം. അവിടെ നിന്ന് രക്തത്തിലേക്ക് വരുന്ന അവയുടെ ആയുസ്സ് നൂറ്റിയിരുപത് ദിവസം മാത്രമാണ്.

ശ്വേതരക്താണുക്കൾ ശരീരത്തിന്റെ പ്രതിരോധസംവിധാനത്തിന്റെ സുപ്രധാനഭാഗമാണ്. അവ ശരീരത്തിലെ പൂപ്പൽ, ബാക്ടീരിയ, വൈറസുകൾ, ക്യാൻസർ കോശങ്ങൾ (bacteria, viruses, cancer cells) മറ്റു രോഗാണുക്കൾ, അനാവശ്യ വസ്തുക്കൾ എന്നിവയെ വിഴുങ്ങി നശിപ്പിക്കുന്നു.

രക്തസ്രാവമുണ്ടാകുമ്പോൾ രക്തം കട്ടപിടിപ്പിക്കാനുള്ള ജൈവരാസവസ്തുക്കൾ ഉപയോഗിച്ച് രക്തം കട്ടപിടിപ്പിക്കുന്നത് പ്ലെയ്റ്റ്ലെറ്റുക

ളാണ്. അപ്രകാരം രക്തവാർച്ച തടഞ്ഞ് ജീവൻ രക്ഷിക്കുന്നു. രക്തം കട്ടപിടിക്കുന്നത് അനവസരത്തിലായാൽ ഗുരുതരമായ രോഗമുണ്ടാകാം. മസ്തിഷ്കത്തിലേക്ക് പോകുന്ന രക്തക്കുഴലുകളിൽ രക്തം കട്ടപിടിച്ച് രക്തയോട്ടം നിന്നാൽ മസ്തിഷ്കാഘാതം വരും. പക്ഷാഘാതവും മറ്റും അപ്രകാരമാണ് വരുന്നത്. ഹൃദയത്തിലേക്ക് രക്തം കൊടുക്കുന്ന കൊറോണറി (coronary) രക്തക്കുഴലുകളിൽ രക്തം കട്ട പിടിച്ച് മാർഗ്ഗ തടസ്സമുണ്ടായാൽ ഹാർട്ട് അറ്റാക്കും മറ്റു ഹൃദ്രോഗങ്ങളും വരാം.

നമുക്കാവശ്യമായ പോഷകങ്ങൾ തരുന്നത് കൂടാതെ അനാവശ്യമായ വിസർജ്ജ്യങ്ങൾ ശരീരത്തിൽനിന്ന് നീക്കം ചെയ്യുന്ന സുപ്രധാന ജോലികൂടി രക്തത്തിനുണ്ട്. രക്തത്തിൽ കലർന്നിരിക്കുന്ന ഈ അനാവശ്യവസ്തുക്കളെ വൃക്കകളിലെത്തിച്ച് അവയിലൂടെ അരിച്ച് മൂത്രത്തിലൂടെ കളയുകയാണ് ചെയ്യുന്നത്.

രാഷ്ട്രീയത്തിൽ മാത്രമല്ല രക്തത്തിലും ഗ്രൂപ്പുകളുണ്ട്. എ ബി ഒ സിസ്റ്റത്തിൽ പെടുന്ന ഗ്രൂപ്പുകൾ എല്ലാവർക്കും അറിയാം. വാസ്തവത്തിൽ രക്തത്തിൽ മുപ്പതോളം ഗ്രൂപ്പുകളുണ്ട്. രക്തം കൊടുക്കുമ്പോഴും സ്വീകരിക്കുമ്പോഴും എല്ലാ ഗ്രൂപ്പുകളും യോജിക്കുന്നതാണ് നല്ലത്. രക്തദാനം മഹാദാനമായി ലോകമെങ്ങും അംഗീകരിച്ചിട്ടുണ്ട്. അടിയന്തരഘട്ടത്തിലെത്തിയ പലരുടെയും ജീവൻ രക്ഷിക്കാൻ യഥാസമയമുള്ള രക്തദാനംകൊണ്ട് കഴിയും. രക്തം ആവശ്യമനുസരിച്ച് മുഴുവനായോ പ്ലാസ്മ, രക്തകോശങ്ങൾ എന്നിവ മാത്രമായോ കൊടുക്കാറുണ്ട്. രക്തംകൊണ്ട് ഉപകാരപ്രദമായ പല മരുന്നുകളും ഉല്പാദിപ്പിക്കാറുണ്ട്. രക്തത്തിലൂടെ എയ്ഡ്സ്, ഹിപ്പറ്റൈറ്റിസ് (aids, hepatitis) തുടങ്ങിയ മാരകരോഗങ്ങൾ പകരാതിരിക്കാൻ രക്തമെടുക്കുന്നതിനുമുമ്പായി പരിശോധിക്കുന്നത് ഇന്ന് കർശനമായ നടപടിയാണ്. പതിവായി രക്തം ദാനം ചെയ്യുന്നവരോട് നഷ്ടപ്പെട്ട രക്തം പുനരുല്പാദിപ്പിക്കാനുള്ള സമയം കഴിഞ്ഞതിനുശേഷമേ അടുത്ത രക്തദാനം നടത്താവൂ എന്ന് നിർദ്ദേശിക്കാറുണ്ട്.

മസ്തിഷ്കവ്യൂഹം

നെർവസ് സിസ്റ്റം (nervous system)എന്നു വിളിക്കുന്ന ഞരമ്പുകളുടെ സംവിധാനമാണ് നമ്മുടെ നിയന്ത്രിതവും അനിയന്ത്രിതവുമായ എല്ലാ പ്രവൃത്തികളെയും നിയന്ത്രിക്കുന്നത്.

സെൻട്രൽ നെർവസ് സിസ്റ്റം (central nervous system)

മസ്തിഷ്കവും സുഷുമ്നയും അടങ്ങുന്നതാണ് കേന്ദ്രീകൃതമായ സെൻട്രൽ നെർവസ് സിസ്റ്റം. നാം ചെയ്യുന്ന ജോലികളെയും അനിയന്ത്രിതമായ ശ്വാസോച്ഛ്വാസം, ഹൃദയമിടിപ്പ്, ഭക്ഷണ ദഹനം തുടങ്ങി എല്ലാം നിയന്ത്രിക്കുന്നത് സെൻട്രൽ നെർവസ് സിസ്റ്റമാണ്.

സെൻട്രൽ നെർവസ് സിസ്റ്റമാണ് അന്തരീക്ഷത്തിൽനിന്നുള്ള എല്ലാ ചോദനകളെയും സ്വീകരിക്കുകയും ശരീരത്തെ അതനുസരിച്ച് ഒരുക്കുകയും ചെയ്യുന്നത്.

പെരിഫറൽ നെർവസ് സിസ്റ്റം (peripheral nervous system)

ഈ വികേന്ദ്രീകൃതമായ നെർവസ് സിസ്റ്റം എല്ലാ ഭാഗങ്ങളെയും കേന്ദ്രീകൃതമായ മസ്തിഷ്കവുമായി ബന്ധിപ്പിക്കുന്നു.

മസ്തിഷ്കം

എല്ലാ നിയന്ത്രിതവും അനിയന്ത്രിതവുമായ എല്ലാ പ്രവൃത്തികളെയും നിയന്ത്രിക്കുന്നത് നെർവസ് സിസ്റ്റത്തിന്റെ കേന്ദ്രമായ മസ്തിഷ്കത്തിലാണ്. നിയന്ത്രിതമായ നാം ചെയ്യുന്ന ജോലികളെയും അനിയന്ത്രിതമായ ശ്വാസോച്ഛ്വാസം, ഹൃദയമിടിപ്പ്, ഭക്ഷണ ദഹനം തുടങ്ങി എല്ലാം നിയന്ത്രിക്കുന്നത് മസ്തിഷ്കമാണ്. മസ്തിഷകമാണ് നമ്മുടെ

ചിന്തകളെയും ചലനങ്ങളെയും ഓർമ്മകളെയും തീരുമാനങ്ങളെയും നിയന്ത്രിക്കുന്നത്. പരിണാമത്തോടെ മനുഷ്യമസ്തിഷ്കം കൂടുതൽ സങ്കീർണ്ണമായി. മസ്തിഷ്കത്തിന്റെ പല പ്രവർത്തനങ്ങളും ശാസ്ത്രത്തിന് പിടികിട്ടാതെ അവശേഷിക്കുന്നുണ്ട്.

മനുഷ്യമസ്തിഷ്കത്തിൽ നൂറുകണക്കിന് കോടി മസ്തിഷ്കകോശങ്ങളുണ്ട്. അവ ശരീരത്തിന്റെ വിവിധഭാഗങ്ങളിൽനിന്ന് സന്ദേശങ്ങൾ സ്വീകരിക്കുകയും അയയ്ക്കുകയും ചെയ്യുന്നു. അതേ വലിപ്പമുള്ള സസ്തനജീവികളുടെ മസ്തിഷ്കത്തിനേക്കാൾ മനുഷ്യമസ്തിഷ്കത്തിന് മൂന്നിരട്ടി വലിപ്പമുണ്ട്. പരിണാമത്തിന്റെ മേൽക്കോയ്മ മനുഷ്യന് വളരെയധികം ലഭിച്ചിട്ടുണ്ട്.

മസ്തിഷ്കത്തിന്റെ ഇടതുഭാഗം ശരീരത്തിന്റെ വലതുഭാഗത്തെയും വലതുഭാഗം ശരീരത്തിന്റെ ഇടതുഭാഗത്തെയും നിയന്ത്രിക്കുന്നു. ഇപ്രകാരം ഓരോ ഭാഗം മാത്രം നിയന്ത്രിക്കുന്നത് എന്തുകൊണ്ടാണെന്ന് വ്യക്തമല്ല. മസ്തിഷ്കത്തിലെ ഏറ്റവും വലിയ ഭാഗം സെറിബ്രമാണ് (cerebrum). പരിണാമപരമായി ഏറ്റവും പുരോഗതിപ്രാപിച്ച ഭാഗമാണിത്. മനുഷ്യനെ കുരങ്ങുകളിൽനിന്ന് വ്യത്യസ്തനാക്കുന്നത് വികാസം പ്രാപിച്ച സെറിബ്രമാണ്. മറ്റു ഭാഗങ്ങൾ കോർപസ് കല്ലോസം, സെറിബ്രൽ കോർടക്സ്, തലാമസ്, സെറിബെല്ലം, ഹൈപ്പോത്തലാമസ്, ഹിപ്പോകാമ്പസ്, ബ്രെയ്ൻ സ്റ്റെം (corpus callosum, cerebral cortex, thalamus, cerebellum, hypothalamus, hippocampus, brain stem).

ഇത്രയും പരമോന്നതമായ മസ്തിഷ്കത്തെ അതീവ സുരക്ഷയോടെ തലയോടിനകത്താണ് സൂക്ഷിച്ചിരിക്കുന്നത്. ഇവയിൽ ഇരുപത്തിരണ്ട് അസ്ഥികളുണ്ട്. അവ വിളക്കിച്ചേർത്തതുപോലെ യോജിച്ചാണിരിക്കുന്നത്. താടിയെല്ലുമാത്രമെ ഇവയിൽ ചലിക്കുന്നതായുള്ളൂ. ആഘാതങ്ങൾ ബാധിക്കാതിരിക്കാൻ സെറെബ്രോസ്പൈനൽ ജല (cerebrospinal fluid)ത്തിലാണ് മനുഷ്യമസ്തിഷ്കം കിടക്കുന്നത്. കൂടാതെ സെറബ്രോസ്പൈനൽ ജലം രോഗാണുബാധയ്ക്കെതിരായ ആദ്യത്തെ പ്രതിരോധവുമായി പ്രവർത്തിക്കുന്നു.

ശരാശരി പുരുഷമസ്തിഷ്കത്തിന്റെ ഭാരം ആയിരത്തിമുന്നൂറ്റി മുപ്പത്തിയാറ് ഗ്രാമും സ്ത്രീയുടേത് ആയിരത്തി ഇരുനൂറ്റി നാല്പത്തിയെട്ട് ഗ്രാമും ആണ്. മസ്തിഷ്കത്തിന് ശരീരത്തിന്റെ രണ്ടുശതമാനം ഭാരം മാത്രമേയുള്ളൂ. എങ്കിലും അതിന്റെ പത്തിരട്ടിയായ ഇരുപതു ശതമാനം ഊർജ്ജം മസ്തിഷ്കം ഉപയോഗിക്കുന്നുണ്ട്. ശരീരത്തിലുപയോഗിക്കുന്ന ഇരുപത്തഞ്ചുശതമാനം പ്രാണവായുവും മസ്തിഷ്കമാണ് ഉപയോഗിക്കുന്നത്. ഇത്രയും പ്രാണവായു ആവശ്യമുള്ള മസ്തിഷ്കം പ്രാണവായുവിന്റെ കുറവിനോട് ഏറ്റവും സത്വരമായി പ്രതികരിക്കുന്നു. അതുകൊണ്ട് വെള്ളത്തിനടിയിൽ ഊളിയിടുന്നതിനു മുമ്പായി ഏതാനും സുദീർഘശ്വാസം വലിച്ചു വിടുന്നത് നല്ലൊരു മുൻകരുതലാണ്. പ്രാണവായു ലഭ്യത ഇല്ലാതായാൽ വേഗം കേടു സംഭവിക്കുന്നതും മസ്തി

ഷ്കകോശങ്ങൾക്കാണ്. കേടുപറ്റിയ ന്യൂറോണുകൾ പുനരുജ്ജീവിക്കില്ലെന്നായിരുന്നു പഴയ ധാരണ. എന്നാൽ പുതിയ ഗവേഷണങ്ങൾ പുനരുജ്ജീവനങ്ങളുടെ കൂടുതൽ സാദ്ധ്യതകളിലേക്ക് വെളിച്ചംവീശുന്നുണ്ട്.

ലോകത്തെ ഇന്ന് ലഭ്യമായ ഏറ്റവും ശക്തമായ കംപ്യൂട്ടറിനേക്കാളും അനേകമനേകം മടങ്ങ് ശക്തമാണ് നമ്മുടെ മസ്തിഷ്കം.

നെർവസ് സിസ്റ്റത്തിലെ അടിസ്ഥാന ഘടകമാണ് ന്യൂറോൺ (neuron). ഈ ന്യൂറോണുകൾ സന്ദേശങ്ങൾ സ്വീകരിച്ച് മറ്റു ന്യൂറോണുകളിലേക്ക് അയയ്ക്കുന്നു. ഈ സന്ദേശങ്ങളുടെ വേഗം മണിക്കൂറിൽ നൂറ്റിയെഴുപത് മൈലാണ്. അപായങ്ങളുണ്ടാകുമ്പോൾ പെട്ടെന്ന് പ്രതികരിക്കാൻ കഴിയുന്നത് ഇതുകൊണ്ടാണ്.

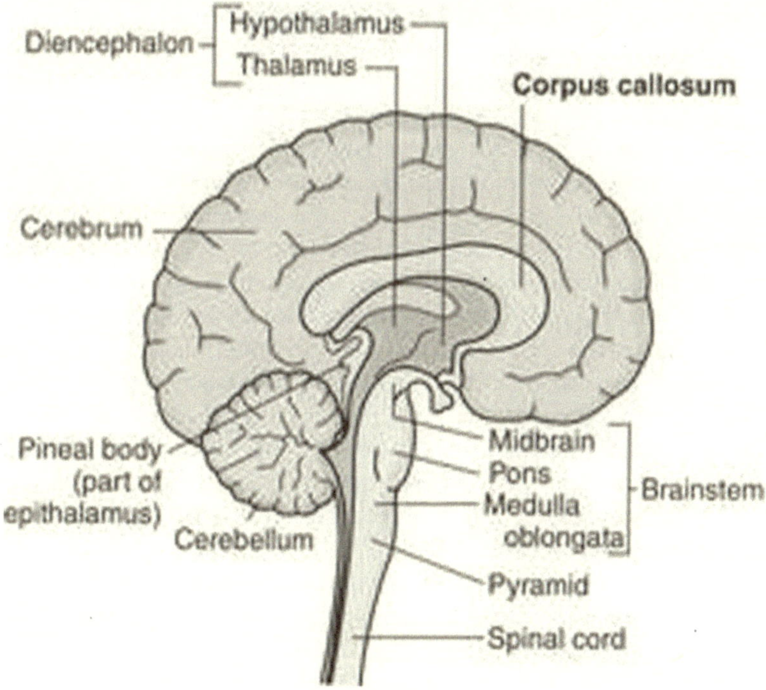

മനുഷ്യമസ്തിഷ്കം

മസ്തിഷ്കം പ്രവർത്തിക്കുന്നത് പത്ത് വാട്ട് വിദ്യുച്ഛക്തിയുടെ ശക്തിയോടെയാണ്. കാർട്ടൂണിസ്റ്റുകൾ പുതിയ ആശയങ്ങൾ വരുന്നതിനെ എലക്ട്രിക് ബൾബ് കത്തുന്നതായി ചിത്രീകരിക്കുന്നതിൽ തെറ്റില്ല എന്നു പറയാം. ഉറങ്ങുമ്പോഴും മസ്തിഷ്കം ചെറിയ ബൾബിന്റെ അത്രയും ഊർജ്ജം ഉപയോഗിക്കുന്നുണ്ട്.

മനുഷ്യമസ്തിഷ്കത്തിന് എൻസൈക്ലോപീഡിയ ബ്രിട്ടാനിക്കയോ

അതുപോലുള്ള മറ്റു എൻസൈക്ലോപീഡിയകളോ കൈകാര്യം ചെയ്യുന്നതിന്റെ അഞ്ചിരട്ടി അറിവ് ഉൾക്കൊള്ളാൻ കഴിവുണ്ട്. ശാസത്രജ്ഞർക്ക് ഇതിനെപ്പറ്റി ഇപ്പോഴും കൃത്യമായ വസ്തുത ലഭിച്ചിട്ടില്ല. ഇതിനെ ഇലക്ട്രോണിക് ഭാഷയിൽ പറയുകയാണെങ്കിൽ മസ്തിഷകത്തിന് ശേഖരിച്ചു വയ്ക്കാൻ കഴിയുന്ന അറിവ് മൂന്ന് മുതൽ ആയിരം ടെറാബൈറ്റുകളാണ് (terabytes) (ഒരു ടെറാബൈറ്റെന്നാൽ ആയിരത്തി ഇരുപത്തിനാല് ഗിഗാബൈറ്റുകളാണ്. ആയിരത്തിഇരുപത്തിനാല് മെഗാബൈറ്റുകൾ ചേരുന്നതാണ് ഒരു ഗിഗാബൈറ്റ്). ഇംഗ്ലണ്ടിലെ തൊള്ളായിരം കൊല്ലത്തെ ചരിത്രം രേഖപ്പെടുത്തിയ മഹാകംപ്യൂട്ടറിന്റെ കഴിവ് ഏഴുപത് ടെറാബൈറ്റാണ്. അതുകൊണ്ട് നമ്മുടെ മസ്തിഷ്കത്തിന്റെ കഴിവ് ഏതുനിലക്ക് നോക്കിയാലും ഒട്ടും മോശമല്ല എന്ന് മനസ്സിലാക്കാം.

മസ്തിഷ്കത്തിന്റെ കഴിവ് കൂടുതലായി കാണുന്നത് പകൽ സമയത്താണ്. നമ്മുടെ പ്രധാനപ്പെട്ട എല്ലാ പരിപാടികളും ചെയ്യുന്നത് പകൽ സമയത്താണല്ലോ. പ്രധാന ജോലിസമയങ്ങളെല്ലാം പകലാണ്. എന്നാൽ മസ്തിഷ്കത്തെ ഓഫാക്കി നാം രാത്രി ഉറങ്ങുന്നു എന്ന ധാരണയും ശരിയല്ല. ഉറക്കത്തിൽ നാം ധാരാളം സുന്ദര സ്വപ്നങ്ങൾ കാണുന്നത് മസ്തിഷ്കം പ്രവർത്തിക്കുന്നു എന്നതാണ് കാണിക്കുന്നത്. ശാസ്ത്രജ്ഞരുടെ അഭിപ്രായത്തിൽ കൂടുതൽ ബുദ്ധിയുള്ളവർ കൂടുതൽ സ്വപ്നം കാണുന്നു എന്നാണ്. പക്ഷേ, എല്ലാവരും എല്ലാ സ്വപ്നങ്ങളും ഓർക്കണമെന്നില്ല. ഭൂരിഭാഗവും ഉണരുമ്പോൾ ഓർക്കാറില്ല. 'ഉണർന്നു നോക്കുന്നേരത്തെവിടാണോടിപ്പോവത് നീ' എന്ന് സ്വപ്നസുന്ദരിയോട് പരിഭവം പറയുന്നത് അതുകൊണ്ടാണ്. മാസങ്ങളോ വർഷങ്ങളോ ഉണ്ടെന്ന് അനുഭവവേദ്യമാകുന്നവ ഏതാനും നിമിഷങ്ങളിൽ സംഭവിക്കുന്നവയാണ്. ഇതാണ് സ്വപ്നങ്ങളുടെ നാടകീയത. സ്വപ്നങ്ങൾ രണ്ടോ മൂന്നോ സെക്കന്റ് മാത്രമേ നീണ്ടുനില്ക്കാറുള്ളൂ.

നമുക്കെല്ലാവർക്കും ഇക്കിളി അനുഭവപ്പെടാറുണ്ട്. എന്നാൽ സ്വയം ഇക്കിളിപ്പെടുത്താൻ ശ്രമിക്കൂ. ഒരിക്കലും പറ്റില്ല. വിരലുകൾ എപ്രകാരം ചലിച്ച് ആ സ്ഥലത്ത് ചോദന ഉണ്ടാകും എന്നത് മസ്തിഷ്കം മുൻകൂട്ടി അറിയുന്നതിനാലാണത്. എവിടെ നിന്നാണത് വരുന്നതെന്ന് മസ്തിഷ്കം മനസ്സിലാക്കും. മറ്റുള്ളവർ ഇക്കിളിപ്പെടുത്തുമ്പോൾ ഇപ്രകാരമല്ല സംഭവിക്കുന്നത്.

തണുപ്പുള്ള മുറിയിൽ കിടന്നുറങ്ങുമ്പോൾ ചീത്ത സ്വപ്നങ്ങൾ കാണുവാൻ സാദ്ധ്യത കൂടുതലാണ്. രാത്രികളിൽ പേടിപ്പെടുത്തുന്ന സ്വപ്നങ്ങൾ കാണുന്ന പതിവുള്ളവർ കൂടുതൽ തണുപ്പ് ഒഴിവാക്കുന്നത് നല്ലതാണ്. സ്വപ്നങ്ങൾ കാണുന്ന ഉറക്കത്തിലെ ഘട്ടത്തെ റാപിഡ് ഐ മൂവ്മെന്റ് സ്ലീപ് (rapid eye movement sleep (REM)) എന്നുപറയുന്നു. ഇത് ആകെയുള്ള ഉറക്കത്തിന്റെ ഇരുപത്തഞ്ചു ശതമാനം വരും. ഇതല്ലാത്ത ഉറക്കം നോൺ റാപിഡ് ഐ മൂവ്മെന്റ് ഉറക്കമാണ്. റാപിഡ് ഐ മൂവ്മെന്റ് ഉറക്കമാണ് ഏറ്റവും ആവശ്യമുള്ള ഉറക്കം. അതുകൊണ്ട് ഇതിനെ എസൻഷ്യൽ ഉറക്കം എന്നും പറയുന്നു. കുറച്ചു ദിവസം ഉറ

ക്കമില്ലാതിരിക്കുമ്പോൾപോലും പ്രകടമായ വ്യക്തിത്വ വ്യത്യാസങ്ങളും മാനസികമായ വ്യത്യാസങ്ങളും വരാം. ഇതുവരെ രേഖപ്പെടുത്തപ്പെട്ടവയിൽ ഏറ്റവും നീണ്ട ഉറക്കമില്ലാതെ കഴിഞ്ഞത് പതിനൊന്ന് ദിവസമാണ്. ആ വ്യക്തിക്ക് വാക്കുകൾ തെറ്റുകയും മിഥ്യാദർശനങ്ങളുണ്ടാവുകയും ചെയ്യു ന്നത് മറന്നുപോവുകയും ചെയ്തു. ശാരീരികാവയവങ്ങൾ രാത്രി സമ യത്തും പ്രവർത്തനനിരതമാണ്. അവയെ മസ്തിഷ്കം നിയന്ത്രിക്കുന്നു ണ്ട്. ഉറക്കത്തിൽ മസ്തിഷ്കം നല്ലവണ്ണം വിശ്രമിക്കുന്നുമുണ്ട്.

ന്യൂറോണുകൾ ജീവിതകാലം മുഴുവൻ വളരുന്നുണ്ട്. കുറെ കാല ത്തേക്ക് ശാസ്ത്രജ്ഞർ കരുതിയിരുന്നത് ന്യൂറോണുകൾ വളരുകയില്ല, പുനരുജ്ജീവിക്കുകയില്ല എന്നെല്ലാമാണ്. അവ മറ്റു കോശങ്ങളെ പ്പോലെയല്ല പ്രവർത്തിക്കുന്നതെങ്കിലും ന്യൂറോണുകൾ തീർച്ചയായും വളരുന്നുണ്ട്, മാറുന്ന സാഹചര്യവുമായി ഒത്തിണങ്ങുന്നുണ്ട് എന്നെ ല്ലാമുള്ള അറിവുകൾ ആവേശകരംതന്നെയാണ്. പല രോഗങ്ങളുടെ ഭാവിയെക്കുറിച്ചും ഇത് പുത്തൻ പ്രതീക്ഷകൾ നല്കുന്നു.

പലതരത്തിലുള്ള ന്യൂറോണുകളിൽ സന്ദേശങ്ങൾ സഞ്ചരിക്കുന്നത് വിവിധ വേഗത്തിലാണ്. സെക്കന്റിൽ അര മീറ്റർ മുതൽ നൂറ്റിയിരുപത് മീറ്റർ വരെ വേഗത്തിൽ പലതരത്തിൽ സന്ദേശങ്ങളയയ്ക്കുന്ന ന്യൂറോണുകളുണ്ട്.

ശരീരത്തിന്റെ എല്ലാ വേദനകളും ചോദനകളും അറിയുന്ന അവയ വമാണ് നമ്മുടെ മസ്തിഷ്കം. എന്നാൽ മസ്തിഷ്കത്തിന് വേദനയില്ല. മസ്തിഷ്കത്തിൽ ഓപ്പറേഷൻ ചെയ്യുമ്പോൾ അനെസ്തീസിയയുടെ ആവശ്യമില്ല. എന്നാൽ അവിടെയെത്തുന്നതിന് ആവശ്യമാണ്. മസ്തി ഷ്കത്തെ പൊതിഞ്ഞിരിക്കുന്ന ആവരണങ്ങളായ മെനിഞ്ജസ് (meninges) വളരെ വേദന അറിയുന്നവയാണ്. തലവേദന വരുന്നതിന്റെ ഒരു കാരണം അതാണ്.

നഗ്നനേത്രംകൊണ്ട് മസ്തിഷ്കം കണ്ടാൽ നാം കഴിക്കുന്ന മധുര മായ ജെല്ലി പോലിരിക്കും. ശരീരത്തിന്റെ മറ്റു ഭാഗങ്ങളെ അപേക്ഷിച്ച് മസ്തിഷ്കത്തിൽ ജലാംശം വളരെ കൂടുതലാണ്. മസ്തിഷ്കത്തിലെ എൺപത് ശതമാനവും ജലമാണ്. നാം ടിവിയിലും ചിത്രങ്ങളിലും കാണു ന്നതുപോലെ തവിട്ടുനിറത്തിൽ കട്ടിയും ഉറപ്പുമുള്ളതല്ല. അതിലുള്ള രക്തം കാരണം പിങ്ക് എന്ന പാടലനിറമാണുള്ളത്. ഇത്രയധികം ജലമു ള്ളതിനാൽ ജലദൗർലഭ്യം ഏറ്റവുമധികം ബാധിക്കുന്നത് മസ്തിഷ്ക ത്തെയാണ്. ശരീരത്തിൽ ജലം കുറഞ്ഞാൽ ആദ്യം തോന്നുന്നത് ദാഹവും തൊണ്ടവരൾച്ചയുമാണ്. പിന്നീട് ക്ഷീണവും മറ്റു ഗുരുതര മായ ലക്ഷണങ്ങളുമുണ്ടാകുന്നു. ബുദ്ധിമാന്ദ്യമുള്ളവർക്കും വേറെ ചില രോഗങ്ങളുള്ളവർക്കും ശരീരത്തിൽ ജലം കുറയുന്നത് അറിയുകയില്ല. ആവശ്യത്തിന് വെള്ളം കുടിക്കേണ്ടത് മസ്തിഷ്കത്തിന്റെ ആരോഗ്യ ത്തിന് അവശ്യമാണ്.

ഭക്ഷണവും ഉറക്കവുമില്ലാതെയിരുന്നാൽ എന്ത് സംഭവിക്കും എന്ന തിനെക്കുറിച്ച് പരീക്ഷണങ്ങൾ നടന്നിട്ടുണ്ട്. ഭക്ഷണം കഴിക്കാതിരിക്കു

ന്നതിനേക്കാൾ ഉറങ്ങാതിരിക്കുന്നതാണ് ചെയ്യാനെളുപ്പമെന്ന് പഠനങ്ങളിൽനിന്ന് മനസ്സിലായിട്ടുണ്ട്. വെള്ളം ഒഴിവാക്കാതിരുന്നാൽ ഒന്നോ രണ്ടോ മാസം ഭക്ഷണം കഴിക്കാതിരിക്കാം എന്ന് തെളിഞ്ഞിട്ടുണ്ട്. ശരീരത്തിൽ ആവശ്യത്തിന് കൊഴുപ്പ് ഉണ്ടായിരിക്കണം. ഊർജ്ജത്തിന് മുൻകരുതലായ കൊഴുപ്പുകൾ എടുത്തുപയോഗിക്കുവാൻ കഴിയണം.

തൊണ്ണൂറ് ശതമാനത്തിൽ കൂടുതൽ രോഗങ്ങൾ മാനസികസമ്മർദ്ദം കൊണ്ട് വരുന്നതോ സങ്കീർണ്ണമാക്കപ്പെടുന്നതോ ആണ്. കൂടുതൽ സമ്മർദ്ദം സൃഷ്ടിക്കുന്ന ജോലികൾ പ്രശ്നമുണ്ടാക്കാം. ഇവ വിഷാദരോഗം, രക്തസമ്മർദ്ദം, ഹൃദ്രോഗം എന്നിവയുണ്ടാക്കാം.

തല കഴുത്തിൽനിന്ന് വേർപെട്ടാലും പതിനഞ്ച്-ഇരുപത് സെക്കന്റ് നേരത്തേക്ക് ബോധമുണ്ടാകും. ആ സന്ദർഭത്തിൽ ഏതാനും സെക്കന്റുകൾ ജീവൻ നിലനിർത്താനും ബോധം നിലനിർത്താനും തലയിൽ ബാക്കിയുണ്ടാകുന്ന രക്തം മാത്രം മതി.

ഇടത് കൈയന്മാരേക്കാൾ വലത് കൈയന്മാർ ശരാശരി ഒമ്പത് വർഷം കൂടുതൽ കൊല്ലം ജീവിച്ചിരിക്കും എന്ന് പഠനങ്ങൾ വ്യക്തമാക്കുന്നു. ഇതിന് ജനിതകമായ കാരണങ്ങളില്ല. പൊതുവായി ഉപയോഗിക്കുന്ന ഉപകരണങ്ങളും കാറുകളും എല്ലാം വലതുകൈയൻമാർക്ക് വേണ്ടിയുണ്ടാക്കിയിട്ടുള്ളതാണ്. ഇടതുകൈയന്മാർക്ക് ഇവ അപകടകരമാണ്. തന്മൂലം ഇവർ കൂടുതൽ അപകടങ്ങളിൽപ്പെട്ട് മരണമടയുന്നു.

മസ്തിഷ്ക രോഗങ്ങൾ

മറ്റ് അവയവങ്ങളെപ്പോലെ നെർവസ് സിസ്റ്റത്തിനും അതിലെ മസ്തിഷ്കത്തിനും പലതരത്തിലുള്ള ധാരാളം രോഗങ്ങൾ ബാധിക്കാം.

നീണ്ടുനില്ക്കുന്ന വേദനയാണ് ചികിത്സിക്കാൻ ബുദ്ധിമുട്ടുള്ള സാധാരണയായി കാണുന്ന ഒരു രോഗം. ഇതധികവും ഞരമ്പുകളെ ബാധിക്കുന്നതുമാണ്.

മസ്തിഷ്കത്തിന്റെ പ്രവർത്തനത്തെ ബാധിക്കുന്ന പല രോഗങ്ങളുമുണ്ട്. അവ ഏതൊക്കെയാണെന്ന് നോക്കാം.

- **അപസ്മാരം:** പല പ്രായത്തിലും പല കാരണങ്ങൾകൊണ്ടും പല തരത്തിലുള്ള അപസ്മാരങ്ങൾ വരാം. അപസ്മാരത്തിന്റെ തരമനുസരിച്ച് ചികിത്സയും ഫലവും വ്യത്യസ്തമാണ്.
- **പാർകിൻസൺസ് ഡിസീസ്** (Parkinson's disease). ഇത് നീണ്ടുനില്ക്കുന്ന വർദ്ധിച്ചുവരുന്ന രോഗമാണ്. പ്രധാനമായും ചലനത്തെ ബാധിക്കുന്നു.
- **മൾട്ടിപ്പിൾ സ്ക്ലിറോസിസ്** (multiple sclerosis (MS)). ഈ രോഗത്തിൽ ഞരമ്പിന്റെ സംരക്ഷണ ആവരണം പ്രതിരോധസംവിധാനം തകരാറിലാക്കുകയാണ് ചെയ്യുന്നത്. പല കാരണങ്ങളും പറയുന്നെങ്കിലും കൃത്യമായ കാരണം മനസ്സിലായിട്ടില്ല. ജനിതകവും പരിസ്ഥിതിപരവുമായ കാരണങ്ങളാൽ ഈ രോഗം വരാം.

സ്ത്രീകളിൽ പുരുഷന്മാരേക്കാൾ മൂന്നിരട്ടി കൂടുതലായി കാണുന്നു. കാഴ്ചയുടെയും സമതുലിതാവസ്ഥയുടെയും തകരാറാണ് ആദ്യമായി കാണുന്ന ലക്ഷണങ്ങൾ.

- **അമയോട്രോഫിക് ലേറ്ററൽ സ്ക്ലിറോസിസ് (Amyotrophic lateral sclerosis (ALS))**. ഈ രോഗം ചലനത്തെ നിയന്ത്രിക്കുന്ന മോട്ടോർ ന്യൂറോണുകളെയാണ് ബാധിക്കുന്നത്. തന്മൂലം പേശികൾ ദുർബ്ബലമായി തളർച്ച വരുന്നു. ഉത്തരോത്തരം പ്രവർത്തനങ്ങൾ തടസ്സപ്പെടുന്നു.
- **ഹണ്ടിങ്ടൺസ് ഡിസീസ് (Huntington's disease).** ഇതൊരു ജനിതക രോഗമാണ്. ഉത്തരോത്തരം ലക്ഷണങ്ങൾ മോശമാകുന്നു. വ്യക്തിത്വത്തിലെ തകരാറുകൾ, മാനസികലക്ഷണങ്ങൾ, കോപം, അസാധാരണ ചലനങ്ങൾ, മേധാക്ഷയം എന്നിവയാണ് ലക്ഷണങ്ങൾ.
- **അൾഷീമേഴ്സ് ഡിസീസ്** (Alzheimer's disease). ഏറ്റവും സാധാരണമായി കാണുന്ന തരം മേധാക്ഷയമാണ് അൾഷീമേഴ്സ് ഡിസീസ്. ഈ മേധാക്ഷയം കുറയുകയില്ല. കാലംചെല്ലുന്തോറും കൂടി വരികയാണ്. മാനസികമായ പല പ്രവർത്തനങ്ങളിലും തകരാറുണ്ടാകുമെങ്കിലും ഓർമ്മയിലെ തകരാറാണ് പ്രധാനമായും സംഭവിക്കുന്നത്. ശരിയായ പരിചരണംകൊണ്ട് വളരെ പ്രയോജനം ഉണ്ടാകാറുണ്ട്.

രക്തക്കുഴലുകളുടെ തകരാറുകൊണ്ട് നെർവസ് സിസ്റ്റത്തിൽ തകരാറുകളുണ്ടാകാറുണ്ട്. പ്രമേഹം, രക്തസമ്മർദ്ദം, കൊളസ്ട്രോൾ, പുകവലി എന്നിവ ഇതിന് ആക്കം കൂട്ടും. അവ ഇവയാണ്.

മസ്തിഷ്കാഘാതം

മസ്തിഷ്കത്തിലെ ഭാഗങ്ങളിലേക്കു പോകുന്ന രക്തക്കുഴലുകൾ രക്തം കട്ടപിടിച്ച് തടസ്സപ്പെടുന്നതിനാലോ പുറമെനിന്നുള്ള രക്തക്കട്ടകൾ ഒഴുകി അവിടെയെത്തി തടസ്സപ്പെടുന്നതിനാലോ രക്തക്കുഴൽ പൊട്ടി രക്തവാർച്ചയുണ്ടാകുന്നതിനാലോ സംഭവിക്കാം. ഇപ്രകാരം സംഭവിക്കുമ്പോൾ ആ ഭാഗം കൈകാര്യം ചെയ്യുന്ന ശരീരഭാഗങ്ങൾ തളരുന്നു.

ട്രാൻസിയന്റ് ഇസ്കീമിക് അറ്റാക് (transient ischemic attack (TIA)) ട്രാൻസിയന്റ് ഇസ്കീമിക് അറ്റാക്ക് ചെറിയ തോതിലുള്ള മസ്തിഷ്കാഘാതമാണ്. ഇതുണ്ടാകുമ്പോൾ രക്തക്കുഴൽ ഭാഗികമായി മാത്രമേ തടസ്സപ്പെടുന്നുള്ളൂ.

സബരക്നോയ്ഡ് ഹെമറേജ് (subarachnoid hemorrhage). മസ്തിഷ്കത്തെ പൊതിഞ്ഞിട്ടുള്ള പയാ മാറ്ററിന് (pia mater) മുകളിലും അരക്നോയ്ഡ് മാറ്ററിന് താഴെയുമായി രക്തവാർച്ചയുണ്ടാകുന്നു. ദുർബ്ബലമായ രക്തക്കുഴലിന് ആഘാതംമൂലമോ മദ്യപാനംപോലുള്ള ശീലങ്ങൾ മൂലമോ ഇപ്രകാരം സംഭവിക്കാം. ഒഴുകുന്ന രക്തം ആ സ്ഥലത്ത് ചെലു

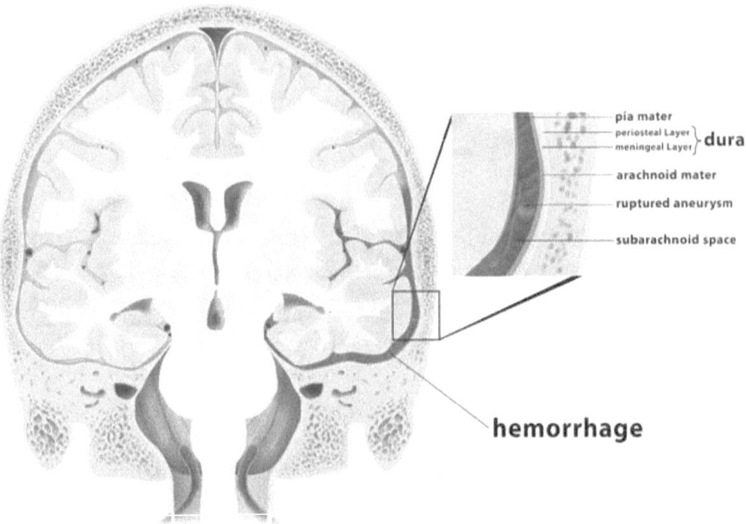

സബരക്നോയ്ഡ് ഹെമറേജ്

ത്തുന്ന സമ്മർദ്ദംമൂലം മസ്തിഷ്ക ലക്ഷണങ്ങളുണ്ടാക

രോഗാണുബാധകൾ

മസ്തിഷ്കത്തിന്റെ ആവരണങ്ങളിൽ രോഗാണുബാധയുണ്ടാകുന്ന മെനിഞ്ജൈറ്റിസ് (meningitis), മസ്തിഷ്കത്തിൽ രോഗാണുബാധയുണ്ടാകുന്ന എൻകഫലൈറ്റിസ് (encephalitis), വൈറൽ രോഗാണുബാധയായ പോളിയോ (polio), മസ്തിഷ്കത്തിന്റെ ഏറ്റവും പുറമെയുള്ള ആവരണമായ ഡ്യൂറ മാറ്ററിന് (epidural abscess) താഴെ രോഗാണുബാധമൂലം ചലം കെട്ടിക്കിടക്കുന്ന അവസ്ഥയായ എപ്പിഡ്യൂറൽ ഏബ്സസ്സ് (epidural abscess) എന്നിവയാണ് പ്രധാനമായ മസ്തിഷ്കത്തെയും സുഷുമ്നയെയും ബാധിക്കുന്ന രോഗാണുബാധകൾ.

ചികിത്സകൾ ഓരോ രോഗത്തിനും കാരണമനുസരിച്ച് വ്യത്യസ്തമാണ്. നെർവസ് സിസ്റ്റം രോഗങ്ങളുടെ ചികിത്സയുടെ പ്രത്യേക വിഭാഗമാണ് ന്യൂറോളജി (neurology). നെർവസ് സിസ്റ്റം രോഗങ്ങളുടെ ചികിത്സയിൽ വൈദഗ്ദ്ധ്യം നേടിയവരാണ് ന്യൂറോളജിസ്റ്റുകൾ (neurologists). ഈ ഡോക്ടർമാർ മെഡിസിനിൽ എം ഡി നേടിയതിനുശേഷം ന്യൂറോളജിയിൽ ഡി എം ബിരുദമുള്ളവരായിരിക്കും.

നെർവസ് സിസ്റ്റം രോഗങ്ങളുടെ പുനരധിവാസ ചികിത്സ ചെയ്യുന്ന സ്പെഷലിസ്റ്റ് ഡോക്ടർമാരെ ഫിസിയാട്രിസ്റ്റുകൾ (physiatrists) എന്ന് പറയുന്നു.

നെർവസ് സിസ്റ്റത്തിലെ സർജറി ചികിത്സ ചെയ്യുന്ന വിദഗ്ദ്ധർ ന്യൂറോസർജന്മാരാണ് (neurosurgeons).

നെർവസ് സിസ്റ്റത്തിലെ രോഗനിർണ്ണയം

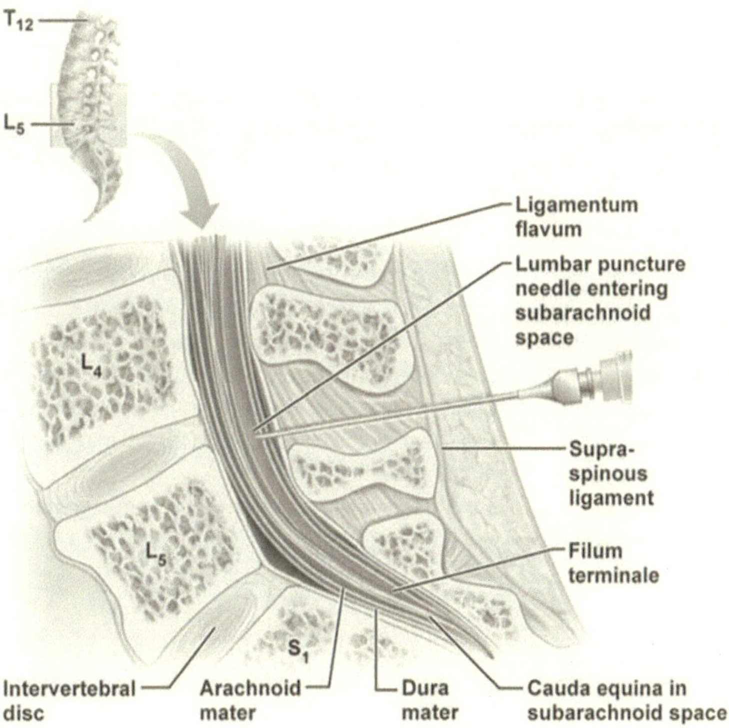

ലംബാർ പങ്ചർ

നെർവസ് സിസ്റ്റത്തിലെ രോഗനിർണ്ണയത്തിന് ധാരാളം ടെസ്റ്റുകളും പ്രത്യേകമാർഗ്ഗങ്ങളുമുണ്ട്.

റേഡിയോളജി പരിശോധനകളിൽ പ്രാഥമികമായി എക്സ് റേ, ചലിക്കുന്ന അവയവങ്ങളെ ചലനാവസ്ഥയിൽ കാണാൻ ഫ്ളൂറോസ്കോപി (fluoroscopy), ഒഴുകുന്ന രക്തത്തിലെ അവസ്ഥ അറിയാനുള്ള പരിശോധനകൾ എന്നിവ ചെയ്യാറുണ്ട്.

അടുത്ത നിലവാരത്തിലുള്ള സ്കാനിങ് പരിശോധനകൾ എംആർ ഐ എന്ന മാഗ്നെറ്റിക് റിസൊണൻസ് ഇമാജിങ് (MRI (magnetic resonance imaging)), സിടി സ്കാൻ (CT scan) എന്നിവയാണ്.

ഹൃദയത്തെപ്പോലെ മസ്തിഷ്കവും സദാസമയവും പ്രവർത്തിക്കുന്നു. അപ്പോഴുണ്ടാകുന്ന ആലക്തികമാറ്റങ്ങൾ ചലിക്കുന്ന കടലാസിൽ രേഖപ്പെടുത്തിയോ കംപ്യൂട്ടറിൽ രേഖപ്പെടുത്തി പഠിക്കുകയോ ചെയ്യാം. ഈ മാർഗ്ഗത്തെ എലക്ട്രോ എൻകഫലോഗ്രാഫി എന്നും ആ ഉപകരണത്തെ എലക്ട്രോ എൻകഫലോഗ്രാഫ് എന്നും കടലാസിലോ കംപ്യൂട്ടറിലോ രേഖപ്പെടുത്തുന്ന തരംഗങ്ങളെ എലക്ട്രോ എൻകഫലോഗ്രാം ഇഇജി (electro encephalogram (EEG)) എന്നും പറയുന്നു.

പോസിട്രോൺ എമീഷൻ ടോമോഗ്രാഫി (Positron emission tomography (PET)) എന്ന മാർഗ്ഗത്തിലൂടെ ന്യൂറോണുകളുടെ ചയാപചയത്തെപ്പറ്റി പഠിക്കാം. അപ്രകാരം മസ്തിഷ്കത്തിലെ മുഴകൾ, രോഗഗ്രസ്തമായ ഭാഗങ്ങൾ എന്നിവയെപ്പറ്റി വിലയേറിയ വിവരങ്ങൾ അറിയാൻ കഴിയും.

ലംബാർ പങ്ചർ (lumbar puncture)

മസ്തിഷ്കവും സുഷുമ്നയും സ്ഥിതി ചെയ്യുന്ന സെറബ്രോസ്പൈനൽ (cerebrospinal) ജലത്തിലാണ്. മസ്തിഷ്കത്തിനും സുഷുമ്നയ്ക്കും തകരാറോ രക്തവാർച്ചയോ രോഗാണുബാധയോ മുഴകളോ ഉണ്ടെങ്കിൽ അവയിലെ സമ്മർദ്ദം, ബാഹ്യരൂപം, രാസഘടന എന്നിവയിൽ മാറ്റം വരും. നട്ടെല്ലിലെ ലംബാർ ഭാഗത്ത് നീളമുള്ള സൂചി കടത്തി ഈ ജലമെടുത്ത് പരിശോധിക്കാം. അതിന്റെ സമ്മർദ്ദം, ബാഹ്യരൂപം, രാസഘടന എന്നിവയും അറിയാം.

ഈ പരിശോധനകളെല്ലാം നെർവസ് സിസ്റ്റം രോഗങ്ങളെ അറിയാനുള്ള പരിശോധനകളാണ്.

അന്നനാളവ്യൂഹം

ദഹനവ്യൂഹമെന്ന അന്നനാളവ്യൂഹത്തെ ഡൈജസ്റ്റീവ് സിസ്റ്റം (digestive system) എന്നുപറയുന്നു.

അന്നനാളം വായിൽനിന്ന് തുടങ്ങി ഗുദത്തിൽ അവസാനിക്കുന്നു. വായിലെപ്പോഴും സലൈവ (saliva) എന്ന തുപ്പൽ സ്രവിച്ചുകൊണ്ടിരിക്കും. ഒരു ജീവിതകാലത്ത് സ്രവിക്കുന്ന തുപ്പൽ രണ്ട് നീന്തൽക്കുളങ്ങൾ നിറയ്ക്കാനുള്ള അത്രയുമുണ്ടാകും. ഭക്ഷണം ചവച്ചരയ്ക്കുന്നതിന് തുപ്പലുമായി മിശ്രിതമാകേണ്ടതുണ്ട്. ഭക്ഷണം തുപ്പലിൽ അലിയുമ്പോഴാണ് സ്വാദ് മനസ്സിലാകുന്നത്.

കരളും പിത്താശയവും കണയഗ്രന്ഥിയും അന്നനാളവുമടങ്ങുന്ന വളരെ നീളവും വ്യാപ്തിയുമുള്ള ഈ അവയവവ്യൂഹം കഴിക്കുന്ന ഭക്ഷണം ചവച്ച് അരച്ച് ഇറക്കി ദഹിപ്പിച്ച് ആവശ്യമുള്ളവ വലിച്ചെടുത്ത് ബാക്കിയുള്ളവ മലമായി പുറത്തുകളയുന്നു. അന്നനാളം തുടങ്ങുന്നത് വായ, ഭക്ഷണക്കുഴലായ ഈസോഫാഗസ് (esophagus) എന്ന ഭാഗങ്ങളിൽനിന്നാണ്. തൊട്ടു താഴെയുള്ള ആമാശയം, വൻകുടൽ, റെക്റ്റം (rectum) എന്ന മലം കിടക്കുന്ന ഭാഗം, ഏനസ് (anus) എന്ന ഗുദം എന്നിവ അന്നനാളത്തിൽ ഉൾപ്പെടുന്നു. പാൻക്രിയാസ് എന്ന കണയഗ്രന്ഥി ദഹനനീരുകൾ ഉല്പാദിപ്പിക്കുന്നു. അത് ചെറുകുടലിൽ എത്തുന്നു. കരളിൽ ഉല്പാദിപ്പിക്കുന്ന പിത്തനീർ പിത്തസഞ്ചിയിൽ ശേഖരിച്ച് ആവശ്യം വരുമ്പോൾ കുടലിലെത്തുന്നു.

അന്നനാളത്തിലെ സുപ്രധാന അവയവമായ കരളിന് അഞ്ഞൂറ് വ്യത്യസ്തമായ പ്രവർത്തനങ്ങളുണ്ട്. അതുകൊണ്ട് ഈ അവയവത്തെ ശരീരത്തിന്റെ കെമിക്കൽ ഫാക്ടറി എന്നുപറയുന്നു. ഒരു വ്യക്തിയുടെ ശരീരഭാരത്തിന്റെ മുപ്പതിലൊരുഭാഗം കരളാണ്. ശരീരത്തിലെ ഏറ്റവും കഠിനമായി ജോലി ചെയ്യുന്നതും ഏറ്റവും വലുതും തിരക്കുള്ളതുമായ

അവയവം കരളാണ്. പിത്തനീരുണ്ടാക്കുക, പ്രായമെത്തിയ അരുണരക്താണുക്കളെ വിഘടിപ്പിക്കുക, പ്ലാസ്മ പ്രോട്ടീനുകൾ ഉല്പാദിപ്പിക്കുക, രക്തം കട്ടപിടിപ്പിച്ച് രക്തവാർച്ച തടയുന്ന പ്രോട്ടീനുകളെ ഉല്പാദിപ്പിക്കുക, വിഷവസ്തുക്കളെ നിർവീര്യമാക്കുക, അപകടകരമായ രാസവസ്തുക്കളെ കൈകാര്യം ചെയ്യുക, നാം കഴിക്കുന്ന മരുന്നുകളെ വിഘടിപ്പിക്കുക, രക്തത്തെ അരിക്കുക എന്നീ സുപ്രധാന പ്രവൃത്തികളാണ് കരൾ നിശ്ശബ്ദമായി ചെയ്തുകൊണ്ടിരിക്കുന്നത്. കേടു വന്നാൽ പുനർജീവിക്കാൻ കെല്പുള്ളതാണ് നമ്മുടെ കരൾ. ഈ അമൂല്യമായ അവയവം കേടു വരുവാൻ പറ്റിയ ദുഃസ്വഭാവങ്ങളാണ് മദ്യവും മയക്കുവസ്തുക്കളും പുകവലിയും. അവ ശീലമാക്കിയവർ കഴിയുന്നത്ര വേഗം ഇവ നിർത്തിയാൽ കരൾ വേഗം പൂർവ്വസ്ഥിതിയിലാകും.

ആന്തരിക അവയവങ്ങളിൽ ഏറ്റവും വലുത് ചെറുകുടലാണ്. 'ചെറു' എന്ന വിശേഷണമുണ്ടെങ്കിലും ആൾ ചെറുതല്ല. ആറടി ഉയരമുള്ള ആൾക്ക് ഇരുപത്തിനാലടി നീളമുള്ള ചെറുകുടലുണ്ടാകും. വൻകുടലിനേക്കാൾ വലുതാണ് ചെറുകുടൽ.

നാം ഷേവ് ചെയ്യുന്ന ബ്ലെയ്ഡിനെ അലിയിക്കാൻ തക്ക ശക്തിയുള്ള അമ്ലങ്ങൾ നമ്മുടെ ആമാശയത്തിലുണ്ട്. നാം ഇത് പരീക്ഷിക്കുവാൻ ബ്ലെയ്ഡ് വിഴുങ്ങിനോക്കുകയില്ല എങ്കിലും വയറ്റിലെ അമ്ലത്തെ നിസ്സാരവല്ക്കരിക്കാനാകില്ല. ആമാശയത്തിലെ അമ്ലം ഹൈഡ്രോക്ലോറിക് അമ്ലമാണ്. ഈ അമ്ലത്തിന് പലതരത്തിലുള്ള ഭക്ഷണം ദഹിപ്പിക്കാൻ കഴിയുന്നതിനു പുറമെ പലതരത്തിലുള്ള ലോഹങ്ങളെ അലിയിക്കാനും കഴിയും.

വൻകുടലിലെ ദഹനത്തിന് പതിനാറ് മുതൽ പതിനെട്ട് മണിക്കൂർ വരെ പിടിക്കും. വൻകുടലിൽ ഭൂരിഭാഗവും ഉപകാരപ്രദമായ എഴുനൂറോളം ബാക്ടീരിയകളുണ്ട്.

ചെറുതും വളരെ ഉപകാരപ്രദവുമാണ് പിത്താശയം. ഇതിൽ ശേഖരിക്കുന്ന പിത്തനീര് കുടലിൽ കൊഴുപ്പ് വരുമ്പോൾ അവിടേക്ക് ഒഴുക്കിവിടുന്നു. പിത്തനീരാണ് കൊഴുപ്പിനെ ദഹിപ്പിക്കുന്നത്. പലപ്പോഴും ഓപ്പറേഷനിലൂടെ നീക്കം ചെയ്യുന്ന പിത്താശയത്തെ നീക്കം ചെയ്യുന്നതിനു മുമ്പ് ഒന്നുകൂടി ആലോചിക്കുന്നത് നല്ലതാണ്.

അന്നനാളവ്യൂഹമെന്ന ഈ ദഹനവ്യൂഹമാണ് നാം കഴിക്കുന്ന ഭക്ഷണത്തെ ചെറുഭാഗങ്ങളാക്കി ദഹിപ്പിച്ച് പോഷകങ്ങളാക്കി വലിച്ചെടുത്തതിനുശേഷം വിസർജ്ജ്യങ്ങൾ കളയുന്നത്. ഗുദത്തിൽക്കൂടി അധോവായു പോകുന്നത് സാധാരണയാണ്. അത് രോഗമല്ല. സാധാരണ ഒരു വ്യക്തി പതിനാല് പ്രാവശ്യം അധോവായു വിടുന്നുണ്ട്. അത് മോശമാണെന്നു കരുതി നിയന്ത്രിക്കുന്നവരിലും കുറച്ചു പ്രാവശ്യം പോകാതെ തരമില്ല. കഴിക്കുന്ന ഭക്ഷണം അന്നനാളത്തിന്റെ പ്രത്യേകത, രോഗങ്ങൾ എന്നിവയനുസരിച്ച് ഇതിൽ വ്യത്യാസങ്ങളുണ്ടാകും.

ദഹനവ്യൂഹത്തിൽ രണ്ടുതരത്തിലുള്ള ദഹനമാണ് നടക്കുന്നത്.

ആദ്യത്തെ കൂടുതലും ഭൗതികമായ ദഹനം നടക്കുന്നത് വായിൽ ചവയ്ക്കുമ്പോഴാണ്. രാസപരമായ ദഹനം നടക്കുന്നത് അതിൽ എൻസൈമുകൾ (enzymes) ഭക്ഷണത്തിൽ പ്രവർത്തിക്കുമ്പോഴാണ്. അപ്പോൾ അന്നജവും മാംസ്യവും കൊഴുപ്പുമെല്ലാം വിഘടിച്ച് ചെറിയ തന്മാത്രകളാകുന്നു. അപ്പോഴാണ് ശരീരത്തിന് അവയെ ഉപയോഗിക്കാൻ കഴിയുന്നത്. വായിലെ ഉമിനീരിലും എൻസൈമുണ്ട്. ഉമിനീർ ചവയ്ക്കാനും വിഴുങ്ങാനും സഹായകരമാകും. ഉമിനീരിലെ എൻസൈമാണ് രാസപരമായ ദഹനം ആരംഭിക്കുന്നത്. അപ്രകാരം അന്നജത്തിന്റെ ദഹനം ആരംഭിക്കുന്നു. ഇരുവശത്തുമുള്ള ഉമിനീർ ഗ്രന്ഥികളിൽനിന്നുമായി ഒരു ദിവസം ഒന്നര ലിറ്ററോളം ഉമിനീർ സ്രവിക്കപ്പെടുന്നുണ്ട്. അന്നജം ദഹിച്ചതിനുശേഷം ചെറിയ ഉരുളകളായാണ് ഭക്ഷണക്കുഴലിലൂടെ താഴോട്ടു പോകുന്നത്.

ഭക്ഷണക്കുഴലിലും എപ്പിഗ്ലോട്ടിസ് (epiglottis) എന്നു പേരായ ഒരു വാൽവുണ്ട്. ഇത് ഭക്ഷണം ഇറക്കുമ്പോൾ ശ്വാസക്കുഴലായ ട്രക്കിയ (trachea) യിലേക്ക് പോകാതെ തടയുന്നു. ഈ ഉരുളയായ ഭക്ഷണം അന്നനാളത്തിൽനിന്ന് തിരമാലയായി ആമാശയത്തിലെത്താൻ ഏഴ് സെക്കന്റ് വേണ്ടിവരും. നമ്മുടെ അയൽ സംസ്ഥാനമായ കർണ്ണാടകയിലുള്ളവർ ഭൂരിഭാഗവും നമ്മളിൽ പലരും ഭക്ഷണം ഉരുളയായിട്ടാണ് കഴിക്കുന്നത്. ഭക്ഷണക്കുഴലിലെ പേശികൾ ഇടവിട്ട് ശക്തമായി ചുരുങ്ങുകയും വികസിക്കുകയും ചെയ്യുമ്പോൾ തരംഗമായി ഭക്ഷണം താഴോട്ടു പോകും. തലകുത്തിനിന്ന് ഭക്ഷണം കഴിച്ചാലും താഴോട്ടേ പോവുകയുള്ളൂ.

ദഹനത്തിന് സഹായിക്കുന്ന എൻസൈമുകൾ പ്രോടിയേസസ്, അമൈലേസസ്, ലൈപേസസ് (proteases, amylases, lipases) എന്നിവയാണ്. പ്രോട്ടീനെ ദഹിപ്പിക്കുന്ന എൻസൈമാണ് പ്രോടിയേസസ്. പ്രോടിയേസസ് ആമാശയത്തിലും ചെറുകുടലിലുമാണ് പ്രവർത്തിക്കുന്നത്. ഉമിനീരിലുള്ള എൻസൈമായ അമൈലേസസ് അന്നജത്തെ ദഹിപ്പിക്കുന്നു. ലൈപേസസ് പ്രവർത്തിക്കുന്നത് ചെറുകുടലിലാണ്.

ആമാശയം സാധാരണ വളരെ ചെറുതും ഉദരത്തിൽ സ്ഥിതി ചെയ്യുന്നതുമാണ്. ആമാശയം നിറയുമ്പോൾ അതിന് ഒന്നരലിറ്ററോളം ഉൾക്കൊള്ളാൻ കഴിയും. അപ്പോൾ ആമാശയം ഉദരത്തിൽമാത്രമുള്ള അവയവമല്ല. ഉദരത്തിലും മൂത്രാശയം സ്ഥിതിചെയ്യുന്ന വസ്തിപ്രദേശംവരെ നീണ്ടുകിടക്കുന്ന വലിയ അവയവമാകും.

ചവച്ചരച്ച ഭക്ഷണം ഭക്ഷണക്കുഴലിലൂടെ എത്തുന്നത് ആമാശയത്തിലാണ്. ആമാശയത്തിലെ ആന്തരിക ആവരണം നാലുദിവസത്തിലൊരിക്കൽ പുതുതാക്കി നിർമ്മിച്ചുകൊണ്ടിരിക്കും. ഇപ്രകാരം ഇത് പുതുക്കിക്കൊണ്ടിരുന്നില്ലെങ്കിൽ ദഹനനീരിലെ ശക്തമായ ഹൈഡ്രോക്ലോറിക് അമ്ലം മുകസ് (mucus) കോശങ്ങളെ നശിപ്പിക്കും. വയറ്റിൽ അമ്ലതയും വ്രണവും വരുന്നത് അമ്ലത അമിതമായി പ്രവർത്തിക്കുമ്പോഴാണ്.

ആമാശയത്തിന്റെ ആന്തരിക ആവരണം ഹൈഡ്രോക്ലോറിക് അമ്ലം (hydrochloric acid) സ്രവിക്കുന്നു. ഇത് ഭക്ഷണപാനീയങ്ങളോടൊപ്പം വരുന്ന രോഗാണുക്കളെ നശിപ്പിക്കുന്നു. മാത്രമല്ല പ്രോടിയേസസ് എൻസൈമുകളോടൊപ്പം ചേർന്ന് ഭക്ഷണത്തെ ദഹിപ്പിക്കുന്നതിൽ വലിയ പങ്ക് വഹിക്കുന്നു. ആമാശയത്തിലെ അമ്ലത്തിൽനിന്ന് രക്ഷനേടാൻ അവിടെ മുക്കസ് (mucus) എന്ന കട്ടിയുള്ള ആവരണമുണ്ട്. അമിതമായി മദ്യപിക്കുകയോ അമ്ലം അധികമുള്ള ഭക്ഷണം കഴിക്കുകയോ ചെയ്യുമ്പോൾ മുക്കസിന് കേടു പറ്റുന്നു.

വയറ്റിലെ 'ഗുളുഗുളു' ശബ്ദം അന്നനാള പേശികളുടെ തരംഗ രീതിയിലെ ചുരുങ്ങലും വികസിക്കലും നടക്കുന്ന പെരിസ്റ്റാൽസിസ് (peristalsis) മൂലമാണ് ഉണ്ടാകുന്നത്. അവയുടെ ഉത്ഭവം അധികവും ആമാശയത്തിൽനിന്നും കുടലിൽനിന്നുമാണ്. ഇവ സാധാരണ ദഹന സമയത്തെ ചലനങ്ങളാണ്. കൂടുതലും ഉച്ചത്തിലും കേൾക്കാൻ കഴിയുന്നതുമാകുന്നത് ആമാശയം ശൂന്യമാകുമ്പോഴാണ്. അപ്പോഴത് 'ഭക്ഷണം കൊണ്ടു വാ' എന്ന് വിളിച്ചു പറയുന്നതുപോലെ തോന്നും.

പശു, ജിറാഫ്, മാൻ തുടങ്ങിയ മൃഗങ്ങളിൽ ആമാശയത്തിന് നാല് അറകളുണ്ട്. പലരും കരുതുന്നതുപോലെ നാല് ആമാശയങ്ങളില്ല. ഇവ വാൽവുകളാൽ വിഭജിതമാണ്. പൊതുവായി പുല്ല് തിന്ന് ജീവിക്കുന്ന ഇവയുടെ ആഹാരം ആദ്യം റൂമൻ എന്ന വലിയ അറയിലേക്ക് പോകുന്നു. വാരിവലിച്ച് കിട്ടിയ പുല്ല് തിന്ന് അവ ചിലപ്പോൾ അവിടെനിന്ന് പോയെന്നു വരാം. അതിന് ശേഷം തേട്ടുന്ന ഭക്ഷണം വീണ്ടും വീണ്ടും ചവച്ചിറക്കുന്നു. അപ്രകാരം റെറ്റിക്കുലം, ഒമാസം, അബോമസം എന്നീ അറകളിലൂടെ അവസാനം ദഹനം കഴിഞ്ഞ് കുടലിലെത്തുന്നു. അബോമസത്തിലാണ് ദഹനനീരുമായി ചേർന്നുള്ള ദഹനം നടക്കുന്നത്. റെറ്റിക്കുലത്തിൽ പ്രയോജനകരങ്ങളായ ബാക്ടീരിയ ദഹനത്തെ സഹായിക്കുന്നു. തേട്ടിയ ഭക്ഷണം ചവച്ച് ഒമാസത്തിലേക്കാണ് പോകുന്നത്. പോഷകങ്ങളും ജലവും വലിച്ചെടുക്കൽ നമ്മെപ്പോലെ കുടലിലാണ് നടക്കുന്നത്. കടൽ വെള്ളത്തിൽ തമിഴരുടെ കുതിരയെ ഉപയോഗിച്ചുള്ള നൃത്തംപോലെ ചലിക്കുന്ന കടൽക്കുതിരകളിലും, ശ്വാസകോശമുള്ള ലങ് ഫിഷുകളിലും പ്ലാറ്റിപസുകളിലും (lungfishes, platypuses) ആമാശയങ്ങളില്ല.

ചെറിയ കുടലിന് മൂന്നു ഭാഗങ്ങളുണ്ട്. ഡുവോഡിനം, ജെജുനം, ഇലിയം (duodenum, jejunum, ileum) എന്നിവയാണവ. ഭൂരിഭാഗം ദഹനവും പോഷകങ്ങൾ വലിച്ചെടുക്കലും യഥാർത്ഥത്തിൽ നടക്കുന്നത് വളരെ നീളമുള്ള ചെറുകുടലിലാണ്. ഭാഗികമായ ദഹനത്തിനുശേഷം ഭക്ഷണവും എൻസൈമുകളും കൂടിയ കൈം (chyme) ആമാശയം കുടലിന്റെ തുടക്കമായ ഡുവോഡിനത്തിലേക്ക് വിടുന്നു. 'ബാക്കിയുള്ള ജോലി ചെയ്തോളൂ' എന്ന മട്ടിൽ. അവിടെനിന്ന് ജെജുനത്തിലേക്കും ഇലിയത്തിലേക്കും കൈം പോകുന്നു. ഭൂരിഭാഗം ദഹനവും പോഷക

ങ്ങൾ വലിച്ചെടുക്കലും അവിടെ നടക്കുന്നു.

ആമാശയത്തിന്റെ പിന്നിലായി സ്ഥിതി ചെയ്യുന്നതാണ് പാൻക്രിയാസ് (pancreas) എന്ന കണയഗ്രന്ഥി. ഈ ഗ്രന്ഥി ഉല്പാദിപ്പിക്കുന്ന എൻസൈമുകൾ പ്രോട്ടീനെയും അന്നജത്തെയും കൊഴുപ്പിനെയും ദഹിപ്പിക്കുന്നു. ഈ ഗ്രന്ഥിയിലെ ഐലെറ്റ്സ് ഓഫ് ലാങ്കർഹാൻസ് (Islets of Langerhans) ആണ് ഗ്ലൂക്കോസ് ചയാപചയത്തിനുള്ള ഇൻസുലിൻ ഉല്പാദിപ്പിക്കുന്നത്.

കണയഗ്രന്ഥി സ്രവിക്കുന്ന എൻസൈമുകൾ ഡുവോഡിനത്തിൽ വന്നുചേരുന്നു. മുതിർന്ന ഒരാളുടെ കുടലിന്റെ നീളം പുരുഷന്മാരിൽ ഇരുപത്തിരണ്ടടി ആറിഞ്ചും സ്ത്രീകളിൽ ഇരുപത്തിമൂന്നടി നാലിഞ്ചുമാണ്. സ്ത്രീപുരുഷവ്യത്യാസങ്ങളിൽ ഒന്നാണിത്.

വൻ കുടലിന്റെ ഭാഗങ്ങൾ സീക്കം, അപ്പെൻഡിക്സ്, കോളൺ, റെക്റ്റം, ഏനസ് (cecum, appendix, colon, rectum, anus) എന്നിവയാണ്. ബാക്കിയുള്ള ദഹിക്കാത്ത ഭക്ഷണത്തിൽനിന്ന് ഇവിടെവച്ച് ജലം വലിച്ചെടുക്കുന്നു. ബാക്കിയുള്ള അനാവശ്യമായവ മലത്തിലൂടെ പുറത്തേക്കു പോകുന്നു. വൻകുടലിന്റെ നീളം 4.9 അടിയാണ്.

മുതിർന്ന ഒരാളിന്റെ കരളിന്റെ ഭാരം ആകെയുള്ള ഭാരത്തിന്റെ മുപ്പതിൽ ഒന്നായിരിക്കും. അറുപത് കിലോ ഭാരമുള്ള ആരോഗ്യമുള്ള ഒരാളുടെ കരളിന്റെ തൂക്കം രണ്ട് കിലോ ആയിരിക്കും. കരളാണ് കൊഴുപ്പ് ദഹിപ്പിക്കുന്ന പിത്തനീര് സ്രവിക്കുന്നത്. അത് പിത്തസഞ്ചിയിൽ ശേഖരിക്കുന്നു. അത് ആവശ്യമനുസരിച്ച് കൊഴുപ്പുള്ള ഭക്ഷണം കുടലിലുണ്ടാകുമ്പോൾ കുടലിലേക്ക് ഒഴുകുന്നു.

ഡൈജസ്റ്റീവ് സിസ്റ്റത്തിലെ തകരാറുകൾ

അന്നനാളത്തിലും അനുബന്ധ അവയവങ്ങളിലും പല തരത്തിലുള്ള തകരാറുകൾ കാണാറുണ്ട്. അവയിലൊരു വിഭാഗം പ്രവർത്തനത്തിലെ തകരാറുകളാണ്.

പ്രവർത്തനത്തിലെ തകരാറുകൾ

ഇതിൽ അന്നനാളത്തിന് ഘടനാപരമായി തകരാറില്ലെങ്കിലും പ്രവർത്തനപരമായി തകരാറുണ്ട്. ഇത് ഏറ്റവും കൂടുതൽ കാണുന്നത് വൻകുടൽ, റെക്റ്റം എന്നീ ഭാഗങ്ങളിലാണ്. മലബന്ധം, ഇരിറ്റബിൾ ബവൽ സിൻഡ്രോം (irritable bowel syndrome (IBS)) എന്നിവ ഇപ്രകാരം വരുന്ന രോഗങ്ങളാണ്.

മലബന്ധം

മലം പോകാൻ ബുദ്ധിമുട്ടാവുകയോ പോകുന്ന തവണകൾ കുറഞ്ഞുവരികയോ മുഴുവനാകാതെ വരികയോ ചെയ്താൽ മലബന്ധമുണ്ടെന്ന് പറയാം. നമ്മുടെ വിസർജ്ജ്യത്തിൽ എഴുപത്തഞ്ച് ശതമാനവും

ജലമാണ്. ജലം കുറവായാൽ മലം വരണ്ടിരിക്കുകയും പോകാൻ പ്രയാസവും വേദനയുമുണ്ടാവുകയും ചെയ്യും. ആവശ്യത്തിന് നാരുകളുള്ള പഴങ്ങളും പച്ചക്കറികളും കഴിക്കുകയും ആവശ്യത്തിന് വെള്ളം കുടിക്കുകയും ചെയ്താൽ ഇതൊഴിവാക്കാം.

മലബന്ധമുണ്ടാകുന്നത് മലത്തിന് സ്ഥൂലത കൊടുക്കാനുള്ളവയായ നാരുകൾ ഭക്ഷണത്തിൽ ഇല്ലാതെ വരുമ്പോഴാണ്. ഭക്ഷണ നാരുകൾ സൂക്ഷ്മമായി ഭക്ഷണത്തിൽ അടങ്ങിയവയാണ്. ഇവയിൽ അലിയുന്നവയും അലിയാത്തവയുമുണ്ട്. ശോധനയുടെ പതിവ് സമയങ്ങൾ തെറ്റുമ്പോഴും മലബന്ധമുണ്ടാകാറുണ്ട്. മലബന്ധമുള്ളവർക്ക് ശോധനക്ക് കൂടുതൽ മുക്കേണ്ടി വരുന്നു. ഇപ്രകാരം ബുദ്ധിമുട്ടി ചെറിയ കട്ടിയായ മലം പോകുമ്പോൾ ഗുദത്തിൽ കീറലുണ്ടാകുന്നു. രക്തം പൊടിയുകയോ പോവുകയോ ചെയ്യും. ഇത് പതിവാകുമ്പോൾ അത് മൂലക്കുരുവിന് കാരണമാകാം. മലബന്ധം ചുരുക്കമായേ ഗൗരവമായ രോഗങ്ങളോടൊപ്പം കാണാറുള്ളൂ.

ഈ തകരാറുകളുടെ പ്രാഥമികമായ കാരണങ്ങൾ ഇവയാണ്.

- ഫൈബർ കുറവുള്ള ഭക്ഷണം കഴിക്കുക
- ആവശ്യത്തിന് വ്യായാമം ഇല്ലാതിരിക്കുക
- യാത്രയോ ദൈനംദിനകാര്യങ്ങളിൽ മാറ്റമോ ഉണ്ടാവുക
- ധാരാളം പാലുല്പന്നങ്ങൾ കഴിക്കുക
- മാനസികസമ്മർദ്ദമുണ്ടാവുക
- ശോധനയുണ്ടാകേണ്ട സമയത്ത് അത് ചെയ്യാതെ തടഞ്ഞു നിർത്തുക
- വേദനമൂലമോ മൂലക്കുരു കാരണമോ സ്വാഭാവികമായ ശോധനയെ തടയുക
- വയറിളക്കാനുള്ള മരുന്നുകൾ അനാവശ്യമായി അധികം ഉപയോഗിക്കുക. ഇത് ഇവയ്ക്കാവശ്യമുള്ള പേശികളെ തളർത്തുന്നു.
- കാത്സ്യവും അലുമിനിയവും അടങ്ങുന്ന അമ്ലാധിക്യത്തിനുള്ള മരുന്നുകൾ ഉപയോഗിക്കുക
- ആന്റി ഡിപ്രസന്റ്സ്, ഇരുമ്പടങ്ങിയ ഗുളികകൾ, ശക്തിയേറിയ വേദനസംഹാരികളായ നാർകോട്ടിക്കുകൾ (narcotics) ഉപയോഗിക്കുക
- ഗർഭിണിയാവുക

മലബന്ധത്തിന്റെ ചികിത്സ

മലബന്ധത്തിന്റെ കാരണങ്ങൾ മനസ്സിലാക്കി അവ പരിഹരിക്കുകയാണ് വേണ്ടത്. ഭക്ഷണത്തിൽ നാരുകൾ കുറവാണെങ്കിൽ അവ ധാരാളമുള്ള പഴങ്ങൾ, പച്ചക്കറികൾ എന്നിവ ധാരാളം കഴിക്കണം. പതിവായ വ്യായാമം വേണം. ധാരാളം വെള്ളം കുടിക്കണം. ശോധനക്ക് ആവശ്യമുള്ളപ്പോൾ നീട്ടിവയ്ക്കരുത്. നീട്ടിവയ്ക്കുന്നത് മലബന്ധമുണ്ടാക്കും.

അതിന് പതിവായ സമയം വേണം. ചികിത്സ ഫലിക്കുന്നില്ലെങ്കിൽ ശോധനയ്ക്കുള്ള മരുന്നുകൾ താല്ക്കാലികമായി ഉപയോഗിക്കാം. ഇവ താല്ക്കാലികമായിമാത്രമേ ഉപയോഗിക്കാവൂ. പതിവാക്കുന്നത് മലബന്ധത്തിന് കാരണമാകും. ഈ മരുന്നുകളോടൊപ്പമുള്ള അച്ചടിച്ച നിർദ്ദേശങ്ങൾ വായിച്ച് അതനുസരിച്ചുമാത്രമേ ഉപയോഗിക്കാവൂ. ഡോക്ടറുടെ ഉപദേശം തേടണം.

ഇറിറ്റബിൾ ബവൽ സിൻഡ്രോം (Irritable bowel syndrome (IBS))

ഇറിറ്റബിൾ ബവൽ സിൻഡ്രോമിന് സ്പാസ്റ്റിക് കോളൺ, ഇറിറ്റബിൾ കോളൺ, നെർവസ് സ്റ്റൊമക് (spastic colon, irritable colon, nervous stomach) എന്നെല്ലാമുള്ള പേരുകൾ കൂടിയുണ്ട്. ഇറിറ്റബിൾ ബവൽ സിൻഡ്രോമിൽ കോളണിലെ പേശികൾ ആ രോഗമില്ലാത്തവരേക്കാൾ വേഗത്തിൽ പ്രവർത്തിക്കുന്നു. പലതരം ഭക്ഷണങ്ങളും ഇറിറ്റബിൾ ബവൽ സിൻഡ്രോമിന് പ്രചോദനമാകാറുണ്ട്. ചില മരുന്നുകൾ, വൈകാരികസമ്മർദ്ദം എന്നിവയും കാരണമാകാറുണ്ട്.

ഇറിറ്റബിൾ ബവൽ സിൻഡ്രോമിന്റെ ലക്ഷണങ്ങൾ ഉദരത്തിലെ വേദന, കൂടുതൽ ഗ്യാസ്, വലിഞ്ഞു മുറുകുന്നതുപോലെ തോന്നൽ, വയറുവീർക്കൽ, കട്ടികൂടിയ ഇളകിയ മലം പെട്ടെന്ന് പോകേണ്ടി വരിക എന്നിവയാണ്. ഈ രോഗമുള്ളവരിൽ അധികംപേർക്കും വയറിളക്കവും മലബന്ധവും ഇടവിട്ടുണ്ടാകാറുണ്ട്.

ഇറിറ്റബിൾ ബവൽ സിൻഡ്രോമിന്റെ ചികിത്സ

ചികിത്സയിൽ ഈ കാര്യങ്ങൾ പ്രയോജനം ചെയ്യാറുണ്ട്.

- ഭക്ഷണത്തിൽ കഫീൻ ഒഴിവാക്കുക
- ഇറിറ്റബിൾ ബവൽ സിൻഡ്രോമിനെ പ്രചോദിപ്പിക്കുന്നവ മനസ്സിലാക്കി ഒഴിവാക്കുക.
- കൂടുതൽ ഫൈബറുള്ള ഭക്ഷണം കഴിക്കുക.
- മാനസിക സമ്മർദ്ദങ്ങൾ ഒഴിവാക്കുക. അതിനുള്ള കാരണങ്ങൾ കണ്ടുപിടിച്ച് അവ ഒഴിവാക്കുക. മാനസിക സമ്മർദ്ദങ്ങളെ നേരിടാനുള്ള മാർഗ്ഗങ്ങൾ പരിശീലിക്കുക.
- ഡോക്ടർ മരുന്നുകൾ നിർദ്ദേശിക്കുകയാണെങ്കിൽ അവ മുടങ്ങാതെ ഉപയോഗിക്കുക

ശരീരഘടനാപരമായ രോഗങ്ങൾ

ഇതിൽ അന്നനാളത്തിന്റെ ഭാഗങ്ങൾ എടുത്ത് പരിശോധിച്ചാൽ തകരാറുകൾ കാണാൻ കഴിയും. അതനുസരിച്ച് പ്രവർത്തനത്തിലും തകരാറുകൾ കാണാറുണ്ട്. ചിലപ്പോൾ തകരാറുകളുള്ള ഭാഗം ഓപ്പറേഷൻ

ചെയ്ത് നീക്കംചെയ്യേണ്ടി വരും. ഇവയിലേറ്റവും സാധാരണമായി കാണുന്ന രോഗങ്ങൾ ഇവയാണ്.

- ഗുദത്തിലെ രോഗങ്ങൾ
- ഡൈവെർടിക്കുലർ ഡിസീസ് (diverticular disease)
- അർബ്ബുദം

എന്നിവയാണ്.

ഗുദത്തിലെ രോഗങ്ങൾ

ഹിമറോയ്ഡ്സ് (hemorrhoids)

ഹിമറോയ്ഡ്സ് എന്ന മൂലക്കുരു ഗുദദ്വാരത്തിൽ കൂടതൽ സമ്മർദ്ദവും മുക്കലും കുറെക്കാലത്തേക്ക് വരുമ്പോഴുണ്ടാകുന്ന രോഗമാണ്. ഇത് ശോധനയുണ്ടാകുമ്പോഴും നീണ്ടുനില്ക്കുന്ന വയറിളക്കമുണ്ടാകുമ്പോഴും ഗർഭകാലത്തും ഉണ്ടാകാം. രക്തക്കുഴലുകൾ വികസിച്ച് മലദ്വാരത്തിലേക്ക് തള്ളിനില്ക്കുന്നു. രണ്ടുതരത്തിലുള്ള മൂലക്കുരുക്കളുണ്ട്, ഇന്റേണലും എക്സ്റ്റേണലും (internal and external). അകത്തുള്ളവ പരിശോധനയിൽ മാത്രമേ കാണാനാകൂ.

ഇന്റേണൽ ഹിമറോയ്ഡ്സ് (Internal hemorrhoids)

ഇന്റേണൽ ഹിമറോയ്ഡ്സ് സാധാരണ അവിടെയുള്ള ശരീരഭാഗമാണ്. അസാധാരണമായവയല്ല. ഇവയുടെ ഉപയോഗം ഗുദത്തിന്റെ താഴെയുള്ള ഭാഗത്തെ മലം വരുമ്പോൾ ആഘാതമേല്ക്കാതെ സംരക്ഷിക്കുകയാണ്. കൂടുതൽ മുക്കൽ വരുമ്പോൾ അവ നീണ്ട് ഗുദത്തിലേക്ക് താഴെ പതിക്കുന്നു. അതിലെ കോശങ്ങൾക്ക് അസ്വസ്ഥതയും പ്രകോപനവും ഉണ്ടാകുന്നതോടെ അവയിൽ രക്തവാർച്ചയുണ്ടാകുന്നു. അവസാനം ഇവ ഗുദത്തിലൂടെ പുറത്തേക്ക് കാണാവുന്ന അത്രയും താഴോട്ട് വരുന്നു.

മൂലക്കുരുവിന്റെ ചികിത്സ

ഭക്ഷണം കഴിക്കൽ, വെള്ളം കുടിക്കൽ, ശോധന മുതലായ അന്നനാള സ്വഭാവങ്ങൾ പതിവായി തെറ്റിക്കാതെ ചെയ്യണം. മലബന്ധം വരാതെ നോക്കണം. ശോധനയ്ക്കുള്ള തോന്നൽ വരുമ്പോൾ പോകണം. പിടിച്ചു നിർത്തരുത്.

ഇന്റേണൽ ഹിമറോയ്ഡ് ചികിത്സ

വലിയ രക്തം പോകുന്ന വേദനയുള്ള നീണ്ടുനില്ക്കുന്ന ചെറിയ ശതമാനം മൂലക്കുരുമാത്രമേ ഓപ്പറേറ്റ് ചെയ്യാറുള്ളൂ. എലാസ്റ്റിക് ബാൻഡേജ് ഉപയോഗിച്ച് ഇന്റേണൽ ഹിമറോയ്ഡിനെ മുകളിലേക്ക് വയ്ക്കാറുണ്ട്. അപ്പോൾ അവയുടെ സാധാരണ സ്ഥാനത്ത് ലക്ഷണങ്ങളുണ്ടാക്കാതെ ഇരുന്നോളും.

എക്സ്റ്റേണൽ ഹിമറോയ്ഡ് ചികിത്സ

എക്സ്റ്റേണൽ ഹിമറോയ്ഡുകൾ ഗുദചർമ്മത്തിനടിയിൽക്കിടക്കുന്ന സിരകളാണ്. അവ വികസിച്ച് വലിയതായി ഗുദത്തിൽനിന്ന് പുറത്തേക്കു വരുന്നു. മുക്കി സമ്മർദ്ദം കൊടുക്കുമ്പോൾ ചിലപ്പോൾ ഈ സിരകൾ പൊട്ടി പുറത്തുവരുന്ന രക്തം കട്ടപിടിച്ച് ചർമ്മത്തിനടിയിൽ ഉരുണ്ടുകൂടുന്നു. ഇതിന് വളരെ വേദനയുണ്ടാകും. പൈൽസ് (piles) എന്ന് ഡോക്ടർമാർ പറയുന്നത് ഇതാണ്. പൈൽ എന്ന പദത്തിന്റെ അർത്ഥം കൂട്ടമായി കിടക്കുക എന്നാണ്.

ഇതിന്റെ ചികിത്സ രക്തക്കട്ടയും സിരയും, ആ ഭാഗം തരിപ്പിക്കാനുള്ള കുത്തിവയ്പ് കൊടുത്തതിനുശേഷം ഓപ്പറേറ്റ് ചെയ്ത് നീക്കലാണ്.

ഏനൽ ഫിഷേഴ്സ് (anal fissures) (അർശ്ശസ്സ്)

ഗുദദ്വാരത്തിൽ വിടവുകളുണ്ടാകുന്നതും കീറലുണ്ടാകുന്നതും ഗുദത്തിലെ കീറലുകൾക്ക് എന്ന ഏനൽ ഫിഷറുകൾ എന്നു പറയുന്നു. അസാധാരണമായ കട്ടികൂടിയതോ വെള്ളംപോലെയുള്ളതോ ആയ മലം പോകുമ്പോഴാണ് ഇത്തരം കീറലുകളുണ്ടാകുന്നത്. ഈ കീറൽ അടിയിലെ പേശികളെ അനാവരണം ചെയ്യുന്നു. ഈ പേശികളാണ് മലം ഗുദത്തിലൂടെ പോകുന്നത് നിയന്ത്രിക്കുന്നത്. ഈ പേശികൾ ഇപ്രകാരം പുറത്തുവരുമ്പോൾ മലവും വായുവും തട്ടി അസ്വസ്ഥമാവുന്നു. ഇത് കടുത്ത പൊള്ളുന്നതുപോലുള്ള നീറ്റവും വേദനയുമുണ്ടാക്കുന്നു. രക്തവാർച്ചയും ശോധനയ്ക്കു ശേഷം മുറുക്കവും അനുഭവപ്പെടുന്നു.

ഏനൽ ഫിഷറുകളുടെ ചികിത്സ

ഏനൽ ഫിഷറുകളുടെ ആദ്യചികിത്സ വേദന കുറയ്ക്കാനുള്ള മരുന്നുകളാണ്. കൂടുതൽ നാരുകളുള്ള ഭക്ഷണം, വ്യാപ്തിയുള്ള മലം പോകൽ, ഏതാനും ഇഞ്ച് ഉയരമുള്ള ചൂടുവെള്ളത്തിൽ ഇരിക്കൽ എന്നിവ മാത്രമാണ് ആദ്യം ചെയ്യുന്നത്.

ഈ ചികിത്സകൾ ഫലിക്കാതെ വരികയാണെങ്കിൽ സ്ഫിങ്ടർ (sphincter) പേശികളുടെ കോച്ചിപ്പിടിത്തം അയവു വരുത്താനുള്ള ഓപ്പറേഷൻ ചെയ്യണം.

പെരിയാനൽ ഏബ്സസ്

ഉള്ളിൽ ചലംവെച്ച് പുറത്തുപോകാതെ കെട്ടിക്കിടക്കുന്നതിനെയാണ് ഏബ്സസ് എന്നുപറയുന്നത്. പെരിയാനൽ ഏബ്സസ് ഗുദത്തിന് ചുറ്റുമുള്ള സ്ഥലങ്ങളിൽ വരുന്ന ഏബ്സസുകളാണ്. പെരിയാനൽ ഏബ്സസ് ഉണ്ടാകുന്നത് അതിനു ചുറ്റുമുള്ള ചെറിയ ഏനൽ ഗ്ലാൻഡുകൾ (anal glands) തടസ്സപ്പെടുമ്പോഴാണ്. അവ ഗുദത്തിലേക്കാണ് തുറക്കുന്നത്. തടസ്സപ്പെടുന്നതോടെ അതിലെ സ്രവങ്ങളുടെ ഒഴുക്ക് തടസ്സ

പ്പെടുകയും അതിനകത്തെ ബാക്ടീരിയ മൂലം പഴുപ്പുണ്ടാവുകയും ചെയ്യുന്നു.

പെരിയാനൽ ഏബ്സസ് ചികിത്സ

ഇതിന്റെ ചികിത്സ ഓപ്പറേഷനിലൂടെ ആ സ്ഥലം തരിപ്പിച്ചതിന് ശേഷം ചലം പുറത്തുകളയലാണ്.

ഏനൽ ഫിസ്റ്റുല (anal fistula) (ഭഗന്ദരം)

ഏബ്സസിലെ ചലം ഒഴുകിപ്പോയതിനുശേഷം അസാധാരണമായ ഒരു കുഴൽപോലെ വഴി തുടർന്ന് നിലനില്ക്കുന്നു. അത് ഗുദത്തിലൂടെ മലം പോകുന്ന വഴിമുതൽ ഗുദദ്വാരത്തിന് അടുത്തുള്ള തുളവരെയുണ്ടാകും. അത് ഉണങ്ങുന്നില്ല. മലത്തിന്റെ ചെറിയ ഭാഗങ്ങൾ തുറന്നിരിക്കുന്ന ഈ വഴിയിലൂടെ പോകുന്നു. ഗുദദ്വാരത്തിന്റെ അടുത്തുള്ള ചർമ്മത്തിലെ ദ്വാരത്തിൽ വന്ന് ചൊറിച്ചിലും അസ്വസ്ഥതയും ഉണ്ടാക്കുന്നു. കൂടാതെ ഫിസ്റ്റുല വേദനയും രക്തവാർച്ചയും ഉണ്ടാക്കും.

ഏനൽ ഫിസ്റ്റുല ചികിത്സ

ഇത് തനിയെ ഉണങ്ങാൻ പ്രയാസമാണ്. സാധാരണ ഇതിന് സർജറി ചികിത്സ വേണ്ടിവരും. അതിലെ ചലം ഒഴുക്കിക്കളഞ്ഞ് ഫിസ്റ്റുല അടയ്ക്കാനുള്ള ചികിത്സയാണ് ചെയ്യുന്നത്. ഓപ്പറേഷൻ ചെയ്യുമ്പോൾ സ്ഫിങ്ടറിലെ പേശി മുറിക്കേണ്ടിവരുന്നതിനാൽ മലത്തിന്റെ നിയന്ത്രണം പോകുന്ന ഇൻകോണ്ടിനെൻസ് (incontinence) വരാനിടയുണ്ട്.

ഗുദത്തിന് ചുറ്റുമുള്ള രോഗാണുബാധകൾ

ചിലപ്പോൾ ഗുദത്തിനടുത്തുള്ള ചർമ്മത്തിലെ ഗ്ലാൻഡുകൾക്ക് രോഗാണുബാധയുണ്ടായേക്കാം. അതിലുണ്ടാകാവുന്ന ചലം ഓപ്പറേഷനിലൂടെ പുറത്തുകളയേണ്ടിവരും. ചിലരിൽ ഗുദദ്വാരത്തിനു പിന്നിൽ മുകളിൽ മുടിയോടെ കാണുന്ന തടിച്ച ഭാഗം കാണാം. അതാണ് പൈലോനിഡൽ സിസ്റ്റ് (pilonidal cyst). ഇത് പഴുപ്പുണ്ടായി ചലം വയ്ക്കാറുണ്ട്. ഇതും ഓപ്പറേഷനിലൂടെ പുറത്തു കളയേണ്ടതുണ്ട്.

ഗുദത്തിന് ചുറ്റുമുള്ള സ്ഥലത്തുള്ള മറ്റു രോഗാണുബാധകൾ വാർട്ടുകൾ, ഹെർപിസ്, ക്ലമീഡിയ, ഗൊണോറിയ (warts, herpes, chlamydia, and gonorrhea) എന്നിവയാണ്.

ഡൈവെർട്ടിക്കുലർ ഡിസീസ് (diverticular disease)

ഡൈവെർട്ടിക്കുലോസിസ് എന്നു പറയുന്നത് വൻകുടലിലെ ദുർബ്ബലമായ പേശി ഭാഗങ്ങളിൽ മുഴകളുണ്ടാകലാണ്. ഇത് വൻകുടലിലെ കീഴ്ഭാഗമായ സിഗ്മോയ്ഡ് കോളണിലാണ് (sigmoid colon) അധികവും

ഉണ്ടാകുന്നത്. സിഗ്മോയ്ഡ് ഭാഗത്താണ് ആന്തരികസമ്മർദ്ദം അധികമുണ്ടാകുന്നത്. ആധുനിക ഭക്ഷണരീതി പിന്തുടരുന്ന പടിഞ്ഞാറൻ രാജ്യങ്ങളിൽ അറുപത് വയസ്സിന് മുകളിലുള്ളവരിൽ 40-50 ശതമാനവും പ്രായം കുറഞ്ഞവരിൽ 10 ശതമാനവും ഈ രോഗം പിടിപെടുന്നവരായുണ്ട്. ഇതിന് പ്രധാനകാരണം നാരുകൾ കുറഞ്ഞ ഭക്ഷണമാണ്. ഡൈവെർട്ടിക്കുലോസിസ് പൊതുവെ ലക്ഷണമൊന്നും ഉണ്ടാക്കാറില്ല.

എന്നാൽ പത്തുശതമാനം പേരിൽ രോഗസങ്കീർണ്ണതകളുണ്ടാകാം. രോഗാണുബാധ, രോഗക്കത്തൽ, രക്തവാർച്ച, തടസ്സം എന്നിവയുണ്ടാകാം. പ്രത്യേകഭക്ഷണവും ആവശ്യത്തിന് ജലവും ലവണങ്ങളും ഡൈവർട്ടിക്കുലൈറ്റിസ് (diverticulitis) ചികിത്സയ്ക്ക് ആവശ്യമാണ്. വൻകുടലിന്റെ ഈ ഭാഗത്ത് രോഗസങ്കീർണ്ണതകൾ വരുമ്പോൾ പകുതി പേരിലെങ്കിലും ഓപ്പറഷനിലൂടെ ഈ ഭാഗം നീക്കം ചെയ്യേണ്ടതായി വരാറുണ്ട്.

കോളണിലെ പോളിപ്പുകളും അർബ്ബുദവും

കോളണിലെ അർബ്ബുദം സാധാരണ കണ്ടുവരുന്ന രോഗമാണ്. എന്നാൽ ആധുനിക രോഗനിർണ്ണയവും ചികിത്സയുംമൂലം ഏറ്റവും നന്നായി മാറുന്ന അർബ്ബുദങ്ങളിലൊന്നാണ് കോളണിലെയും റെക്ടത്തിലെയും അർബ്ബുദങ്ങൾ.

പലതരത്തിലുള്ള അർബ്ബുദങ്ങൾ കണ്ടുപിടിക്കാനുള്ള മാർഗ്ഗങ്ങളിലൂടെ ഇവയെ പ്രതിരോധിക്കാനും ലക്ഷണങ്ങൾ പുറത്തു കാണുന്നതിനു മുമ്പേ കണ്ടുപിടിച്ച് ഫലപ്രദമായി ചികിത്സിക്കാനും ആധുനിക രീതികൾകൊണ്ട് കഴിയും.

അർബ്ബുദങ്ങളുടെ സ്ക്രീനിങ്

ശാസ്ത്രീയമായ രീതിയിൽ അർബ്ബുദം നേരത്തേ കണ്ടുപിടിക്കാനുള്ള മാർഗ്ഗങ്ങൾ സ്വീകരിക്കുമ്പോൾ അവ പൂർണ്ണമായി മാറാനുള്ള സാദ്ധ്യത ശോഭനമാണ്. അതുകൊണ്ട് ഫലപ്രദമായ സ്ക്രീനിങ്ങിലൂടെ രോഗം കണ്ടുപിടിക്കേണ്ടത് സുപ്രധാനമാണ്. വൻകുടലിന്റെ ഉൾഭിത്തിയിൽനിന്ന് ഉൾഭാഗത്തേക്ക് തള്ളി നില്ക്കുന്ന വളർച്ചകളാണ് പോളിപ്പുകൾ (polyps). പോളിപ്പുകൾ പലതരത്തിലുണ്ട്. അസാധാരണ കോശങ്ങളായ അർബ്ബുദകോശങ്ങൾ അതിൽ വളരുന്നതോടെ അവ അടുത്തുള്ള കോശജാലങ്ങളിലേക്കു പരക്കുന്നു. ഈ പോളിപ്പുകൾ നീക്കം ചെയ്യുന്നതിലൂടെ അർബ്ബുദം തടയാം. അർബ്ബുദമാകാൻ സാദ്ധ്യതയുള്ള എല്ലാ പോളിപ്പുകളും വേദനയില്ലാതെ കൊളൊണോസ്കോപ് (colonoscope) ഉപയോഗിച്ച് നീക്കം ചെയ്യാൻ കഴിയും. ഈ വളയുന്ന നീളത്തിലുള്ള കുഴൽ ഗുദത്തിലൂടെ അന്നനാളത്തിൽ പ്രവേശിപ്പിച്ച് ലൈറ്റ് ഘടിപ്പിച്ച കാമറയിലൂടെ പരിശോധിക്കുന്ന ഡോക്ടർക്ക് എല്ലാം വിശദമായി അറിയാൻ കഴിയും. ഇത് കംപ്യൂട്ടറിൽ ഘടിപ്പിച്ച് എല്ലാ ചിത്രങ്ങളും അതിൽ വീഡിയോ ആയി രേഖപ്പെടുത്തുന്നു. കോളോറെക്ടൽ

അർബ്ബുദം നേരത്തേ കണ്ടുപിടിച്ചില്ലെങ്കിൽ ശരീരത്തിന്റെ എല്ലാ ഭാഗത്തേക്കും പടരും. കുറെ മുന്നേറിയ അർബ്ബുദത്തിന് കൂടുതൽ സങ്കീർണ്ണമായ ഓപ്പറേഷൻ വേണ്ടിവരും.

വളരെ നേരത്തേയുള്ള അർബ്ബുദങ്ങൾ ലക്ഷണങ്ങളൊന്നുമുണ്ടാക്കില്ല. അതുകൊണ്ട് നേരത്തേ കണ്ടുപിടിച്ചാൽ ഫലപ്രദമായ പൂർണ്ണ രോഗവിമുക്തിക്കുള്ള സുവർണ്ണാവസരമാണ് കരഗതമാകുന്നത്. അർബ്ബുദംപോലുള്ള രോഗങ്ങളിൽ ഈ സാദ്ധ്യത എപ്പോഴും ഉപയോഗിക്കേണ്ടതാണ്. ലക്ഷണങ്ങൾ ആരംഭിക്കുമ്പോഴേക്കും രോഗം കുറെ മുന്നേറിയിട്ടുണ്ടാകും. ലക്ഷണങ്ങൾ പൊതുവെ ഇവയാണ്.

- രക്തം മലത്തിലൂടെയോ അല്ലാതെയോ പോവുക
- ശോധന, വിശപ്പ് എന്നിവയിൽ മാറ്റങ്ങളുണ്ടാവുക
- മലം നേരിയ നാടപോലെ പോവുക
- വയറുവേദന
- തൂക്കക്കുറവ്
- എപ്പോഴും ക്ഷീണം

ഭൂരിഭാഗം കോളോറെക്ടൽ അർബ്ബുദങ്ങളും കണ്ടുപിടിക്കുന്നത് ഈ വിധത്തിലാണ്.

- അമ്പത് വയസ്സിനു മുകളിലുള്ളവരെ പതിവായി ഈ രോഗമുണ്ടോ എന്നറിയുവാനായി സ്ക്രീൻ ചെയ്യുക
- കൂടുതൽ രോഗസാദ്ധ്യതയുള്ള കോളൺ പോളിപ്പുകളുള്ളവരെയും കുടുംബത്തിൽ അർബ്ബുദചരിത്രമുള്ളവരെയും കുടുംബത്തിൽ പോളിപ്പുകളുള്ളവരെയും സ്ക്രീൻ ചെയ്യുക
- അർബ്ബുദലക്ഷണമുള്ളവരുടെ അന്നനാളം പരിശോധിക്കുക
- പതിവായ ചെക്കപ്പുകളിൽ കണ്ടുപിടിക്കുക

നേരത്തേ കണ്ടുപിടിക്കുന്നത് രോഗവിമുക്തിക്ക് ഏറ്റവും നല്ല സാദ്ധ്യത നൽകുന്നു.

കൊളൈറ്റിസ്

വൻകുടലിന്റെ രോഗക്കത്തൽ എന്ന ഇൻഫ്ളമേഷനാണ് കൊളൈറ്റിസ്. പലതരത്തിലുള്ള കൊളൈറ്റിസുകളുണ്ട്.

- രോഗാണുബാധമൂലം പകരുന്ന കൊളൈറ്റിസ്
- വൻകുടലിൽ വ്രണങ്ങളുണ്ടാകുന്ന രോഗകാരണം വ്യക്തമല്ലാത്ത അൾസറേറ്റീവ് കൊളൈറ്റിസ് (Ulcerative colitis)
- രോഗകാരണം വ്യക്തമല്ലാത്ത ക്രോൺസ് ഡിസീസ് (Crohn's disease)
- വൻകുടലിലേക്ക് ആവശ്യത്തിന് രക്തയോട്ടം ഇല്ലാതെ വരുന്ന ഇസ്കീമിക് കൊളൈറ്റിസ് (Ischemic colitis)
- റേഡിയേഷൻ ചികിത്സയ്ക്കു ശേഷമുണ്ടാകുന്ന റേഡിയേഷൻ കൊളൈറ്റിസ് (radiation colitis)

കൊളൈറ്റിസ് വയറിളക്കം, രക്തവാർച്ച, വയറ്റിൽ ഇറുകിപ്പിടിക്കുന്ന

വേദന, പെട്ടെന്ന് ശോധനക്ക് പോകണമെന്ന് തോന്നുക എന്നീ ലക്ഷണങ്ങളുണ്ടാക്കും.

രോഗനിർണ്ണയവും ചികിത്സയും

കൊളൊണോസ്കോപിയിലൂടെ നേരിട്ട് അസുഖമുള്ള ഭാഗങ്ങൾ കാണാം. അപ്പോൾ സംശയമുള്ള ഭാഗം ബയോപ്സി എടുത്ത് പരിശോധിച്ച് രോഗനിർണ്ണയം ഉറപ്പിക്കാം. രോഗനിർണ്ണയമനുസരിച്ചാണ് ചികിത്സ ചെയ്യുന്നത്.

ഓർമ്മയ്ക്കായി

വൻകുടലിലെയും റെക്ടത്തിലെയും ഭൂരിഭാഗം രോഗങ്ങളും കുറയ്ക്കുകയോ തടയുകയോ ചെയ്യാൻ ആരോഗ്യകരമായ ജീവിതശൈലി സ്വീകരിച്ചാൽ മതി. ശോധന, ഭക്ഷണം കഴിക്കൽ എന്നിവ പതിവായ സമയങ്ങളിൽ ചെയ്യണം. അർബ്ബുദം സ്ക്രീനിങ് ആവശ്യമുള്ളപ്പോൾ ചെയ്യണം. പോളിപ്പുകളുടെയോ അർബ്ബുദത്തിന്റെയോ കുടുംബചരിത്രമുണ്ടെങ്കിൽ നാല്പത് വയസ്സിനുശേഷം പതിവായി കൊളൊണോസ്കോപി ചെയ്യണം. അല്ലെങ്കിൽ അർബ്ബുദമുള്ള കുടുംബാംഗത്തിന് രോഗം വന്ന പ്രായത്തിന് പത്തുകൊല്ലം മുമ്പെ കൊളൊണോസ്കോപി ആരംഭിക്കണം. ഉദാഹരണമായി കുടുംബാംഗത്തിന് അർബ്ബുദം നാല്പത്തഞ്ച് വയസ്സിൽ ആരംഭിച്ചാൽ കൊളൊണോസ്കോപി മുപ്പത്തഞ്ച് വയസ്സിൽ ആരംഭിക്കണം.

ഇപ്രകാരം കോളോറെക്ടൽ അർബ്ബുദത്തിന്റെ കുടുംബചരിത്രമോ വ്യക്തിപരമായി മറ്റു അർബ്ബുദങ്ങളുടെ ചരിത്രമോ ഇല്ലാതിരുന്നാൽ അമ്പത് വയസ്സിൽ ഒരു കൊളോണോസ്കോപി ചെയ്യണം. കോളോറെക്ടൽ അർബ്ബുദത്തിന്റെ ലക്ഷണങ്ങളേതെങ്കിലും സംശയിക്കുന്നുവെങ്കിൽ ഉടനെ ഡോക്ടറെ കാണുകയും വിശദമായ പരിശോധനകൾക്ക് വിധേയനാവുകയും വേണം.

- സാധാരണ ശോധനയുണ്ടാകുന്നതിൽ പ്രകടമായ മാറ്റം
- തെളിഞ്ഞ ചുവന്ന നിറത്തിലോ കറുത്ത നിറത്തിലോ മലത്തോട് കൂടിയോ അല്ലാതെയോ രക്തം പോവുക
- അസാധാരണമായി വയറ്റിൽ വേദനയോ ഗ്യാസ് ഉണ്ടാവുകയോ ചെയ്യുക
- നേരിയ നാടപോലെ മലം പോവുക
- മലം പോയതിനു ശേഷം അത് പൂർത്തിയായിട്ടില്ല എന്ന് തോന്നുക
- അപ്രതീക്ഷിതമായ തൂക്കക്കുറവ്, വിശപ്പു കുറവ്, രക്തക്കുറവ്, അകാരണമായ ക്ഷീണം

ശ്വാസോച്ഛ്വാസവ്യൂഹം

ശ്വാസകോശവും അനുബന്ധ അവയവങ്ങളും റെസ്പിറേറ്ററി സിസ്റ്റം (respiratory system) (ശ്വസനവ്യൂഹം) എന്നറിയപ്പെടുന്നു. റെസ്പിറേറ്ററി സിസ്റ്റം എന്ന ഈ ശ്വാസകോശസംവിധാനത്തിൽ അന്തരീക്ഷത്തിൽനിന്ന് ശരീരത്തിന് ആവശ്യമായ പ്രാണവായു എടുക്കുകയും ശരീരത്തിന് ആവശ്യമില്ലാത്ത അംഗാരാമ്ലവാതകം പുറത്തു വിടുകയും ചെയ്യുന്നു. ശ്വാസം കഴിക്കുക എന്നത് ഈ പ്രക്രിയയാണ്. ശരീരത്തിലെ എല്ലാ കോശങ്ങളും ഇത് ചെയ്യുന്നുണ്ട്.

ഈ സംവിധാനത്തിലെ പ്രധാനഭാഗങ്ങൾ ശ്വാസക്കുഴലായ ട്രക്കിയ (trachea), അതിന്റെ ശാഖോപശാഖകൾ, ശ്വാസകോശം എന്നിവയാണ്. ട്രക്കിയ ചെന്നെത്തുന്നത് അത് രണ്ട് ശാഖകളായി പിരിഞ്ഞ് രണ്ട് ശ്വാസകോശങ്ങളിലാണ്. ഉദരത്തെയും നെഞ്ചിനെയും വേർതിരിക്കുന്നത് പേശിയുടെ ഭിത്തിയായ ഡയഫ്രമാണ്. ശ്വാസം കഴിക്കുവാൻ ഡയഫ്രം സഹായിക്കുന്നു.

ലങ്സ് (lungs) എന്ന ശ്വാസകോശത്തിന്റെ പ്രധാനപ്രവർത്തനം അന്തരീക്ഷത്തിലെ പ്രാണവായു വലിച്ചെടുത്ത് രക്തത്തിലെത്തിക്കുകയാണ്. അതേസമയം വിസർജ്ജ്യവാതകമായ അംഗാരാമ്ലവാതകം ശ്വാസം പുറത്തുവിടുകയും ചെയ്യുന്നു. ശ്വാസകോശത്തിലെ വായു രക്തവുമായി കൈമാറ്റം ചെയ്യപ്പെടുന്ന സ്ഥലം അൽവിയോളൈ (alveoli) എന്ന അതിസൂക്ഷ്മമായ ഭാഗത്തിലൂടെയാണ്. ഇത് കാഴ്ചയിൽ മുന്തിരിപോലെയിരിക്കും. ഇവയുടെ ഒരുവശത്ത് ചെറു രക്തക്കുഴലുകളായ കാപിലറികളുണ്ട്. മറുവശത്ത് എത്തുന്ന വായുവുമായി വാതകങ്ങൾ പരസ്പരം കൈമാറുന്നു. ഇവയുടെ ആകെയുള്ള പ്രതലം എഴുപത് ചതുരശ്രമീറ്ററോളം വരും. എത്ര കഴിവുറ്റതാണ് നമ്മുടെ ശ്വാസകോശം എന്ന് നോക്കുക.

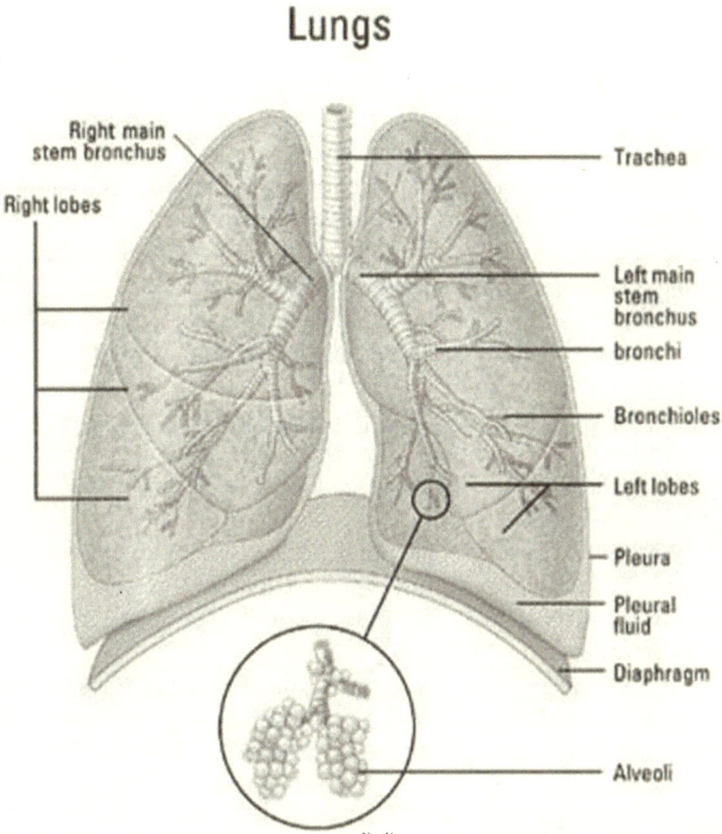

ലങ്സ്

വിശ്രമിക്കുമ്പോൾ സാധാരണ മുതിർന്ന വ്യക്തി മിനിറ്റിൽ പന്ത്രണ്ടു മുതൽ ഇരുപത് പ്രാവശ്യംവരെ ശ്വാസം കഴിക്കാറുണ്ട്. ഒരു സാധാരണ വ്യക്തി ഒരുദിവസം പതിനൊന്നായിരം ലിറ്റർ വായു ശ്വാസം കഴിക്കുന്നുണ്ട്.

നട്ടെല്ലുള്ള മിക്ക ജീവികൾക്കും രണ്ട് ശ്വാസകോശങ്ങളുണ്ട്. ഇടത്തും വലത്തുമുള്ള രണ്ട് ശ്വാസകോശങ്ങളും ഒരുപോലെയല്ല. ഇടത്തുവശത്തെ ശ്വാസകോശത്തിന് രണ്ട് ലോബുകളാണ് (lobes) ഉള്ളതെങ്കിൽ വലത്തുവശത്തെ ശ്വാസകോശത്തിന് മൂന്ന് ലോബുകളുണ്ട്. ഇടതുവശത്ത് ഹൃദയം സ്ഥിതിചെയ്യുന്നതിനാൽ നെഞ്ചിൻകൂടിൽ അതിന് ഇടമൊരുക്കാൻ ഇടത്തെ ശ്വാസകോശം ചെറുതായിപ്പോയി.

വളരെ ചുരുക്കം ചിലരിൽ ഹൃദയവും ശ്വാസകോശവും കരളും

പ്ലീഹയും ആമാശയവുമെല്ലാം ഇടതുവശവും വലതുവശവും പരസ്പരം മാറി വരാറുണ്ട്. ഇതിനെ സൈറ്റസ് ഇൻവെഴ്സസ് (situs inversus) എന്നു പറയുന്നു. ഈ അവസ്ഥയിൽ ഹൃദയവും ആമാശയവും പ്ലീഹയും വലതു പക്ഷക്കാരും കരളും പിത്താശയവും ഇടതുപക്ഷക്കാരുമായിരിക്കും. വ്യതിയാനങ്ങൾ സംഭവിക്കുക എന്നത് ജൈവശാസ്ത്രത്തിന്റെ പ്രത്യേകതയും മഹത്ത്വവുമാണ്.

ഒരു ശ്വാസകോശമില്ലാതെ ജീവിക്കാൻ കഴിയുമോ? തീർച്ചയായും സാധാരണജീവിതം ജീവിക്കുവാൻ കഴിയും. പക്ഷേ, ശാരീരികപ്രവർത്തനങ്ങൾ പരിമിതമാക്കണമെന്നു മാത്രം. ലോകമെമ്പാടും പലരും ഒരു ശ്വാസകോശംമാത്രം വച്ച് ജീവിക്കുന്നുണ്ട്.

കൂടുതൽ ലങ് കപ്പാസിറ്റി (lung capacity) യുള്ളവർക്ക് ശരീരമെമ്പാടും പ്രാണവായു വേഗമെത്തിക്കാനും ശാരീരികപ്രവർത്തനങ്ങൾ മെച്ചമായി ചെയ്യാനും കഴിയും. ശ്വാസകോശത്തിന്റെ ഈ കഴിവ് പതിവായ വ്യായാമംകൊണ്ട് കൂട്ടാൻകഴിയും. മുതിർന്ന വ്യക്തി ഒരു ദിവസം ഇരുപതിനായിരം പ്രാവശ്യം ശ്വാസം കഴിക്കുന്നുണ്ട്. ഡയഫ്രം കമാനാകൃതിയിലുള്ളതാണ്. ഡയഫ്രത്തിന് പ്രചോദനം വരുമ്പോഴാണ് എക്കിൾ വരുന്നത്.

നമ്മുടെ തുമ്മലിന്റെ വേഗം സ്പോർട്സ് കാറിന് തുല്യമാണ്. അവ പതിവായി മണിക്കൂറിൽ നൂറ് മൈലിന് അപ്പുറമാണ്. അത്രയും വേഗമുള്ളതിനാലാണ് നാം അറിയാതെ കണ്ണുകളടയ്ക്കുന്നതും വാ പൊത്തിപ്പിടിക്കുന്നതും.

ചുമകൾ വരുന്നത് അല്പം വേഗം കുറഞ്ഞ അറുപത് മൈലിലാണ്. നാം ചുമയ്ക്കുമ്പോൾ വൈറസുകളും ബാക്ടീരിയകളും ഈ വേഗത്തിൽ ഓഫീസിലും ക്ലാസ് മുറിയിലും സഞ്ചരിക്കും. ആ സമയത്ത് ഒരു ടവൽകൊണ്ടോ കൈകൊണ്ടോ മൂടിയാൽ ആ സാമൂഹ്യദ്രോഹം നമുക്ക് ഒഴിവാക്കാൻ കഴിയും.

ശ്വാസകോശത്തെക്കുറിച്ചുള്ള പഠനം പൾമൊണോളജി (pulmonology) എന്നറിയപ്പെടുന്നു.

ശ്വാസകോശരോഗവിദഗ്ദ്ധനെ പൾമൊണോളജിസ്റ്റ് (pulmonologist) എന്നു പറയുന്നു. ശ്വാസകോശരോഗങ്ങൾ വിദഗ്ദ്ധ ചികിത്സ ചെയ്യുന്നത് പൾമൊണോജിസ്റ്റുകളാണ്. അടിയന്തരഘട്ടങ്ങളിലെ ചികിത്സയും പൾമൊണോജിസ്റ്റുകളാണ് ചെയ്യുന്നത്. ആസ്പത്രികളുമായി ബന്ധപ്പെട്ടും ക്ലിനിക്കുകളിലും പൾമൊണോജിസ്റ്റുകൾ പ്രാക്ടീസ് ചെയ്യുന്നുണ്ട്.

പുകവലി

ശരീരത്തിന്റെ മറ്റുഭാഗങ്ങളിലെന്നപോലെ പുകവലി ശ്വാസകോശത്തിനും രോഗങ്ങളുണ്ടാക്കുന്നു. മറ്റു ശ്വാസകോശരോഗങ്ങൾ കൂടാതെ ശ്വാസകോശ അർബ്ബുദവും പുകവലികൊണ്ട് ഉണ്ടാകുന്നു.

ആസ്ത്മ: ശ്വാസകോശരോഗങ്ങളിൽ സാധാരണ വരുന്ന രോഗമാണ് വലിവ് അഥവാ ആസ്ത്മ. ശ്വാസം പോകുന്ന വഴികളിൽ അസ്വസ്ഥത അനുഭവപ്പെടുമ്പോൾ അവ ചുരുങ്ങുന്നതാണ് ആസ്ത്മയുടെ കാരണം. ഈ ചെറിയ ശ്വാസവഴി കാരണം തടസ്സമില്ലാതെ ശ്വാസം കഴിക്കുവാൻ കഴിയുന്നില്ല.

ന്യൂമോണിയ (pneumonia): ഇതൊരു അപകടകരമായ രോഗമാണ്. ശ്വാസം ശ്വാസകോശത്തിൽനിന്ന് വലിച്ചെടുക്കുവാൻ ന്യൂമോണിയയുള്ള രോഗികൾക്ക് കഴിയുകയില്ല. ഇതിന് അടിയന്തരമായ ചികിത്സ ആവശ്യമാണ്.

എംഫിസീമ, ട്യൂബർകുലോസിസ്, ബ്രോങ്കൈറ്റിസ് (emphysema, tuberculosis and bronchitis): എന്നിവ മറ്റു ശ്വാസകോശരോഗങ്ങളാണ്. ഇതിൽ ആദ്യത്തെ രണ്ടെണ്ണം അപായകരമായ രോഗങ്ങളാണ്.

ആരോഗ്യമുള്ളവരിൽ കാണുന്ന ഏറ്റവും സാധാരണമായ ശ്വാസകോശരോഗം രോഗാണുബാധയാണ്. ചുമയും പനിയുമാണ് സാധാരണ ലക്ഷണങ്ങൾ.

ചുമ: ഏറ്റവും സാധാരണമായി ശ്വാസകോശരോഗലക്ഷണം ചുമയാണ്. സാധാരണ രോഗാണുബാധ കൂടാതെ ഇതിന്റെ ഗൗരവമായ കാരണങ്ങൾ ഇവയാണ്.

- ആസ്ത്മ
- ക്രോണിക് ബ്രോങ്കൈറ്റിസ് (chronic bronchitis)
- എംഫിസീമ (emphysema)

നീണ്ടുനില്ക്കുന്ന ശ്വാസകോശരോഗങ്ങളിൽ പലപ്പോഴും ആദ്യലക്ഷണം ശ്വാസം കിട്ടാതെ വരലാണ്. ആദ്യം വ്യായാമത്തിനോടൊപ്പവും തുടർന്ന് വിശ്രമത്തിലും ഉണ്ടാകും. ഏതാനും ദൂരം നടക്കുമ്പോഴും കയറ്റം കയറുമ്പോഴും കോവണികൾ കയറുമ്പോഴും ഇപ്രകാരം ശ്വാസം കിട്ടാതെ വരും.

ക്രോണിക് ഒബ്സ്ട്രക്ടീവ് പൾമൊണറി ഡിസീസ് (chronic obstructive pulmonary disease): നീണ്ടു നില്ക്കുന്ന വിട്ടുമാറാത്ത ശ്വാസഗതിക്ക് തടസ്സമുണ്ടാക്കുന്ന ഈ രോഗത്തിന് ശ്വാസകോശ പുനരധിവാസവും പരിശീലനവും പ്രയോജനം ചെയ്യും. ഇത് ജീവിതത്തിന്റെ ഭാഗമാക്കി മാറ്റണം. ഹൃദ്രോഗങ്ങളുടെ പുനരധിവാസംപോലുള്ള പ്രക്രിയയാണിത്. ഇതിൽ ആരോഗ്യവിദ്യാഭ്യാസവും വ്യായാമവും പരിശീലനവും ഉൾപ്പെടുന്നു. ശ്വാസസംബന്ധമായ പ്രയാസങ്ങൾ കഴിയുന്നത്ര കുറയ്ക്കുകയാണ് ലക്ഷ്യം.

രോഗനിർണ്ണയവും ചികിത്സയും

പരിശോധനകൾ: സാധാരണ പരിശോധനകൾ ചെസ്റ്റ് എക്സ് റേ, പൾമൊണറി ഫങ്ഷൻ ടെസ്റ്റ് (chest X-rays and a pulmonary function test (PFT)) എന്നിവയാണ്. പൾമൊണറി ഫങ്ഷൻ ടെസ്റ്റ് എന്ന സുപ്ര

ധാന പരിശോധനയിൽ അതളക്കാനുള്ള ഉപകരണത്തിലൂടെ ദീർഘമായി ശ്വാസം വലിക്കുവാനും വിടുവാനും നിർദ്ദേശിക്കുന്നു. ഇപ്രകാരം വായു എത്രത്തോളം വലിച്ചെടുക്കാനും വിടുവാനും പ്രാണവായു എത്രത്തോളം ചംക്രമണം ചെയ്യുവാനും കഴിയുമെന്നും അറിയാം.

ബ്രോങ്കോസ്കോപി (bronchoscopy)

ശ്വാസക്കുഴലിലൂടെ ചെറിയ ക്യാമറ ഘടിപ്പിച്ചിട്ടുള്ള കുഴൽ ഇറക്കി ട്രക്കിയ മുതൽ ബ്രോങ്കസിന്റെ (bronchus) ചെറിയ ശാഖകൾവരെ നോക്കാൻ കഴിയുന്ന ഈ പരിശോധനയിലൂടെ ഡോക്ടർക്ക് ശ്വാസ കോശത്തെപ്പറ്റി കുറെ വിവരങ്ങൾ നേരിട്ട് കാണാൻ കഴിയും. ഈ പരി ശോധന ആസ്പത്രിയിലെ തീയേറ്ററിൽ അടിയന്തരസംവിധാനങ്ങളോടെ സുരക്ഷിതമായിട്ടാണ് ചെയ്യുന്നത്. പ്രാണവായു ലഭിക്കുന്നതിന് പ്രശ്ന മുണ്ടോ എന്നറിയാൻ പൾസ് ഓക്സിമീറ്റർ (pulse oximeter) വിരലിൽ ഘടിപ്പിച്ചിരിക്കും. ബ്രോങ്കോസ്കോപി ആരംഭിക്കുന്നതിനു മുമ്പ് ചെറിയ മയക്കത്തിനുള്ള മരുന്ന് തരും.

ശ്വാസകോശത്തിനകത്ത് രക്തവാർച്ച, മുഴകൾ, പഴുപ്പ്, മറ്റ് തകരാറുകൾ എന്നിവ ഉണ്ടോ എന്നറിയാൻ ഈ പരിശോധനകൊണ്ട് കഴിയും.

തൊറാകോസ്കോപി (thoracoscopy)

ഇതിൽ ഡോക്ടർ ശ്വാസകോശത്തിന്റെ പുറംഭാഗമാണ് നേരിട്ട് കാണുന്നത്. മറ്റുള്ളവയെല്ലാം ബ്രോങ്കോസ്കോപി പോലെയാണ്.

സാധാരണ പരിശോധന എന്ന നിലയിലും പുകവലിക്കാരുടെ രോഗ ങ്ങളെപ്പറ്റിയും രോഗനിർണ്ണയം നടത്താനും പൾമൊണറി ഫങ്ഷൻ ടെസ്റ്റ് ചെയ്യാറുണ്ട്. ഓപ്പറേഷനുമുമ്പ് ശ്വാസകോശത്തിന്റെ പ്രവർത്തനം മന സ്സിലാക്കാനും ഈ പരിശോധന ചെയ്യാറുണ്ട്.

ആസ്ത്മാ രോഗനിർണ്ണയത്തിന് ഒഴിച്ചുകൂടാനാകാത്ത പരിശോധ നയാണ് പൾമൊണറി ഫങ്ഷൻ ടെസ്റ്റ്. ഇതോടൊപ്പം ശ്രദ്ധാപൂർവ്വമുള്ള രോഗചരിത്രം മനസ്സിലാക്കലും ശാരീരികപരിശോധനയും വേണം. തുടർന്ന് എക്സ് റേയും രക്തപരിശോധനയും ചെയ്യുന്നു. പ്രമേഹം തുട ങ്ങിയ മറ്റുരോഗങ്ങളും കൂടെയുണ്ടോ എന്ന് ഈ പരിശോധനകളിലൂടെ അറിയാം.

വൃക്കവ്യൂഹം

നമ്മുട വൃക്കകളും അനുബന്ധ അവയവങ്ങളും അടങ്ങുന്ന വൃക്ക വ്യൂഹത്തെ യൂറിനറി സിസ്റ്റം (urinary system) എന്നുപറയുന്നു. രക്തത്തിലെ വിസർജ്ജ്യങ്ങളെ പുറത്തുകളയുന്ന സുപ്രധാന ജോലിയാണ് യൂറിനറി സിസ്റ്റം എന്ന രണ്ട് വൃക്കകളും രണ്ട് യൂറിറ്ററുകളും (ureters) ബ്ലാഡർ (bladder) എന്ന മൂത്രാശയവും മൂത്രത്തിന്റെ പുറത്തേക്കുള്ള ഒഴുക്കിനെ നിയന്ത്രിക്കുന്ന രണ്ട് സ്ഫിങ്റ്റർ മസിലുകളും (sphincter muscles) യൂറിത്രയും (urethra) അടങ്ങുന്ന സംവിധാനം ചെയ്യുന്നത്. യൂറിനറി സിസ്റ്റം രക്തത്തിൽനിന്ന് അരിച്ചുനീക്കുന്നവ യൂറിയ (urea), ഉപ്പുകൾ, അമൈനൊ ആസിഡുകൾ (amino acids), കരളിലെ പിത്തനീരിലെ ബാക്കിയാവുന്നവ, അമോണിയ (ammonia), കഴിക്കുന്ന മരുന്നുകളുടെ ചയാപചയ ഉല്പന്നങ്ങൾ, രക്തത്തിന് ആവശ്യമില്ലാത്തവ എന്നിവയാണ്. യൂറിനറി സിസ്റ്റത്തിലെ അവയവങ്ങളിൽ യൂറിത്രയും മൂത്രാശയവും ഒഴിച്ചുള്ളവയെല്ലാം രണ്ടുവശത്തുമുണ്ട്. കിഡ്നീസ് (kidneys) എന്ന വൃക്കകൾ അരിച്ചെടുക്കുന്ന മൂത്രം യൂറിറ്ററുകളിലൂടെ മൂത്രാശയത്തിലെത്തുന്നു. അവിടെനിന്ന് യൂറിത്ര വഴി പുറത്തു പോകുന്നു. യൂറിനറി സിസ്റ്റത്തിന് റീനൽ (renal) സിസ്റ്റം എന്ന പേര് കൂടിയുണ്ട്. മൂത്രം ഉല്പാദിപ്പിക്കുകയും ശേഖരിക്കുകയും പുറത്തേക്ക് കളയുകയും ചെയ്യുന്ന സുപ്രധാന ജോലിയുണ്ട്. വിസർജ്ജ്യങ്ങളിൽ യൂറിയ തുടങ്ങിയ ചയാപചയ ഉപോല്പന്നങ്ങൾ ഉൾപ്പെടുന്നു. ഇപ്രകാരം ജലരൂപത്തിലൂടെയുള്ള മാലിന്യങ്ങൾ എല്ലാം പുറത്തു കളയുന്നു. ആവശ്യത്തിൽ കൂടുതലുള്ള ജലവും മാലിന്യങ്ങൾ അലിയിക്കാനുള്ള ജലവും ഇപ്രകാരം പുറത്തുപോകുന്നു. സാധാരണമായി നമുക്ക് രണ്ട് വൃക്കകളുണ്ട്. വളരെ അസാധാരണമായി മൂന്ന് വൃക്കകളുള്ളവരുമുണ്ട്. വൃക്കകളിൽ ജന്മനാ തകരാറുള്ളവരുമുണ്ട്. ഒറ്റ വൃക്ക മാത്രമുള്ളവരുമുണ്ട്.

അവരിൽ ആ വൃക്ക വളർന്ന് രണ്ടു വൃക്കകളുടെ അത്രയും വലുപ്പമാകുന്നു. ഓരോ വൃക്കയും ഇരുനൂറ്റിയമ്പത് ലിറ്റർ രക്തം ദിവസേന അരിക്കുന്നുണ്ട്. രക്തം അരിച്ചുകൊണ്ടേയിരിക്കുന്നതിനാലാണ് ഇത്രയും വരുന്നത്. ഇപ്രകാരം രക്തം അരിക്കുന്നതിന്റെ ഫലമായി വൃക്കകൾ മൂത്രം ഉല്പാദിപ്പിക്കുന്നു. ഈ മൂത്രത്തെ വീണ്ടും തിരിച്ച് വലിച്ചെടുത്ത് അവസാനം ഒന്നര മുതൽ രണ്ട് ലിറ്റർ വരെ മൂത്രം ദിവസേന നാം ഒഴിക്കുന്നു.

യൂറിനറി സിസ്റ്റത്തിൽ പലതരത്തിലുള്ള രോഗാണുബാധകളും മൂത്ര ഒഴുക്കിനുള്ള തടസ്സങ്ങളും ആഘാതങ്ങളും സംഭവിക്കാം.

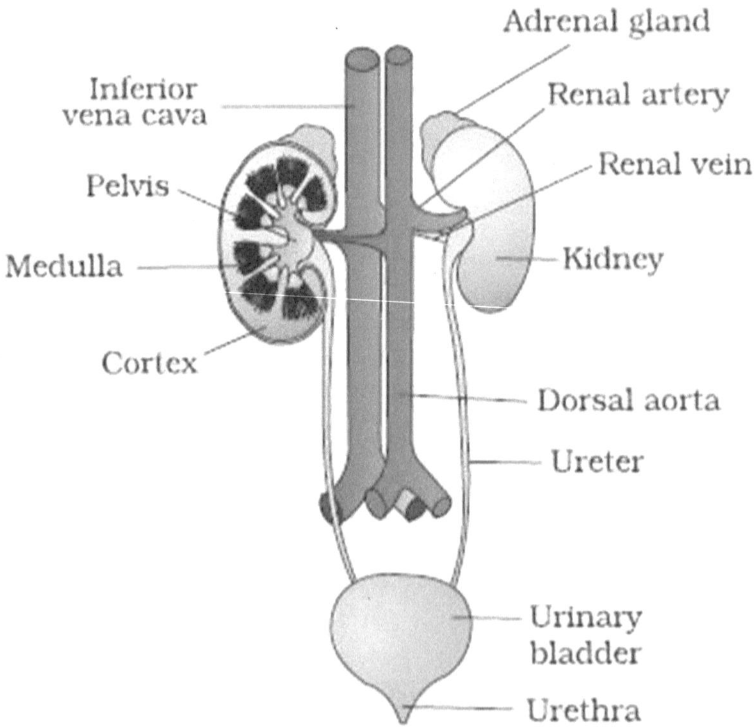

യൂറിനറി സിസ്റ്റം

ഈ തരം പ്രശ്നങ്ങൾക്ക് വിദഗ്ദ്ധോപദേശവും ചികിത്സയും നല്കുന്നത് യൂറോളജിസ്റ്റാണ് (urologist). മൂത്രം പോകുന്ന വഴിയിലുള്ള രോഗങ്ങൾ ചികിത്സിക്കുന്നത് യൂറോളജിസ്റ്റുകളാണ്. അവർ വൃക്കകളിലെ സർജിക്കൽ രോഗങ്ങളെയും അഡ്രിനൽ (adrenal) ഗ്രന്ഥികൾ, യൂറെറ്ററുകൾ, മൂത്രാശയം, യൂറിത്ര എന്നിവയെയും ചികിത്സിക്കുന്നു. പുരുഷന്മാരിലെ പ്രത്യുല്പാദനത്തകരാറുകളെയും യൂറോളജിസ്റ്റുകൾ ചികി

ത്സിക്കുന്നു. സ്ത്രീകളിലെ മൂത്രസംബന്ധമായ രോഗങ്ങളും യീസ്റ്റ് രോഗാണുബാധയും ചികിത്സിക്കുന്നത് ഗൈനക്കോളജിസ്റ്റുകളാണ്. വൃക്കരോഗങ്ങളുടെ വിദഗ്ദ്ധോപദേശവും ചികിത്സയും നല്കുന്നത് നെഫ്രോളജജിസ്റ്റ് (nephrologist) ആണ്.

അർബ്ബുദങ്ങൾ, ഹോർമോൺസംബന്ധമായ രോഗങ്ങൾ തുടങ്ങിയ വയിൽ രോഗങ്ങളനുസരിച്ച് നെഫ്രോളജിസ്റ്റുകളും യൂറോളജിസ്റ്റുകളും എൻഡോക്രിനോളജിസ്റ്റുകളും ഓങ്കോളജിസ്റ്റുകളെന്ന (oncologists) അർബ്ബുദ വിദഗ്ദ്ധരും സഹകരിച്ച് ചികിത്സിക്കാറുണ്ട്.

യൂറിനറി സിസ്റ്റം ശ്വാസകോശം, ചർമ്മം, കുടലുകൾ എന്നീ മറ്റു വിസർജ്ജ്യാവയവങ്ങളുമൊത്ത് പ്രവർത്തിക്കുന്നു. അപ്രകാരം ശരീര ത്തിന്റെ അമ്ലക്ഷാര സമതുലിതാവസ്ഥ, ജലത്തിന്റെ ലഭ്യത, അനാവശ്യ രാസവസ്തുക്കളെ നീക്കം ചെയ്യൽ എന്നീ സുപ്രധാന കൃത്യങ്ങൾ നിർവ്വ ഹിക്കുന്നു. മുതിർന്നവർ ഒരുദിവസം സാധാരണ 0.8 മുതൽ രണ്ട് ലിറ്റർ വരെ ജലം ശരീരത്തിൽനിന്ന് നീക്കം ചെയ്യുന്നുണ്ട്. കഴിക്കുന്ന ജലം ശരീരത്തിലേക്കുള്ള വരവാണ്. ബാഷ്പമായി ശ്വാസത്തിലൂടെയും ചർമ്മ ത്തിലൂടെയും വിയർപ്പായും മലത്തിലൂടെയും പോകുന്ന മൂത്രവും മൂത്ര ത്തിലൂടെ പോകുന്നവയും ചെലവാണ്. ഇവ തമ്മിലുള്ള സമതുലിതാ വസ്ഥയാണ് ആവശ്യം. രക്തസമ്മർദ്ദത്തിന് ചികിത്സിക്കുമ്പോൾ മൂത്രം അധികം പോകാനുള്ള ഡൈയുറെറ്റിക് കഴിക്കുന്നവരിൽ മൂത്രം അധികം പോകാറുണ്ട്. ചില പാനീയങ്ങൾ ഉദാഹരണമായി കാപ്പി, മദ്യം എന്നി വയും കൂടുതൽ മൂത്രം പോകാനിടയാക്കും.

യൂറിനറി സിസ്റ്റത്തിലെ പ്രാഥമികമായ അവയവം വൃക്കകളാണ്. പയറിന്റെ ആകൃതിയുള്ള അവ വാരിയെല്ലുകൾക്കു താഴെ ഉദരത്തിൽ പിന്നിലായി സ്ഥിതി ചെയ്യുന്നു. വൃക്കകളിൽ നെഫ്രോൺ (nephron) എന്ന് പേരായ നിരവധി ഭാഗങ്ങളുണ്ട്. ധാരാളം നെഫ്രോണുകൾകൂടി യതാണ് ഓരോ വൃക്കയും. നെഫ്രോണിന്റെ ഭാഗങ്ങൾ ഗ്ലോമെറുലസും (glomerulus) ചെറിയ റീനൽ ട്യൂബ്യൂളുമാണ് (renal tubule). നെഫ്രോ ണിന്റെ ഉള്ളിലായി നേരിയ രക്തക്കുഴലുകളുണ്ട്. ഇവിടെ വച്ചാണ് രക്ത ത്തിൽനിന്ന് മൂത്രം അരിച്ചെടുത്ത് റീനൽ ട്യൂബ്യൂളിൽ കൂടി യൂറിറ്ററി ലൂടെ മൂത്രാശയത്തിലെത്തുന്നത്. ഓരോ യൂറെറ്ററിനും എട്ടുമുതൽ പത്തിഞ്ചുവരെ നീളമുണ്ട്. യൂറെറ്ററിന്റെ ഭിത്തികളിലുള്ള ചെറുപേശി കൾ ചുരുങ്ങുകയും തളരുകയും ചെയ്യുന്നതനുസരിച്ച് തരംഗമായാണ് അതിലെ മൂത്രം മൂത്രാശയത്തിലേക്ക് വരുന്നത്. ഭാരംകൊണ്ട് താഴോട്ട് വീഴുന്നതല്ല. ഇപ്രകാരം ഓരോ പത്ത് പതിനഞ്ച് സെക്കന്റിലും യൂറെറ്റ റിലെ മൂത്രം മൂത്രാശയത്തിലെത്തുന്നു. മൂത്രം സഞ്ചരിക്കുന്ന വഴിയി ലെവിടെയെങ്കിലും തടസ്സമുണ്ടായാൽ രോഗാണുബാധ വരും.

വൃക്കകൾ അരിച്ചെടുക്കുന്ന മൂത്രം യൂറിറ്ററുകളിലൂടെ താഴെയുള്ള മൂത്രാശയത്തിലേക്ക് പോകുന്നു. ഈ മൂത്രം മൂത്രാശയത്തിൽ നിറയുന്നു. മൂത്രാശയം നിറഞ്ഞ് മൂത്രമൊഴിക്കണമെന്ന് തോന്നുമ്പോൾ സൗക

ര്യവും നോക്കിയാണ് മനുഷ്യൻ മൂത്രമൊഴിക്കുന്നത്. സാധാരണ ഇതിൽ മുന്നൂറു മുതൽ അറുനൂറു മില്ലിലിറ്റർവരെ മൂത്രം ശേഖരിക്കാനുള്ള വലുപ്പമുണ്ട്. നാം ഒന്നരമുതൽ രണ്ട് ലിറ്റർവരെ മൂത്രം ദിവസേന ഒഴിക്കാറുണ്ട്. കാൽ ലിറ്റർ മൂത്രം ബ്ലാഡറിലുള്ളപ്പോഴാണ് നമുക്ക് മൂത്രമൊഴിക്കണമെന്ന് തോന്നുന്നത്.

വസ്തിപ്രദേശത്ത് സ്ഥിതി ചെയ്യുന്ന ആമാശയംപോലെ പൊള്ളയായ മൂത്രം ശേഖരിക്കുകയും ആവശ്യമനുസരിച്ച് പുറത്തേക്കു കളയുകയും ചെയ്യുന്ന മുകളിൽ രണ്ട് യൂറെറ്ററുകളും താഴെ യുറിത്രക്കും ഇടയിലുള്ള അവയവമാണ് യൂറിനറി ബ്ലാഡർ (urinary bladder). ഇതിനെ അതിന്റെ സ്ഥാനത്ത് നിർത്തുന്നത് ലിഗമെന്റുകളാണ്. ലിഗമെന്റുകളുടെ ഒരറ്റം വസ്തിപ്രദേശത്തെ അസ്ഥികളിലും മറ്റ് അവയവങ്ങളിലും ഘടിപ്പിച്ചിരിക്കുന്നു. യൂറെറ്ററിലൂടെ വരുന്ന മൂത്രം മൂത്രാശയത്തിൽ ശേഖരിക്കുന്നു. മസ്തിഷ്കം മൂത്രമൊഴിക്കാൻ പറ്റിയ സമയം നോക്കി സന്ദേശം കൊടുക്കുമ്പോൾ മൂത്രമൊഴിക്കുന്നു. ആരോഗ്യമുള്ള മൂത്രാശയത്തിന് അര ലിറ്ററോളം മൂത്രം ശേഖരിക്കാൻ കഴിയും. അത് രണ്ടു മുതൽ അഞ്ചു മണിക്കൂർവരെ പിടിച്ചു നിർത്താനും കഴിയും. മൂത്രാശയത്തിൽനിന്ന് താഴോട്ട് മൂത്രത്തെ തടഞ്ഞുനിർത്തുന്നത് മൂത്രാശയത്തിന് താഴെയുള്ള സ്ഫിങ്ടറുകളാണ്. ആ പേശികൾ ഇറുകി മൂത്രം മൂത്രാശയത്തിൽ തടഞ്ഞുനിർത്തുന്നു. മൂത്രാശയത്തിൽനിന്ന് മൂത്രം യൂറിത്ര വഴിയാണ് പുറത്തു പോകുന്നത്. സ്ത്രീകളുടെ യൂറിത്രയ്ക്ക് ഒന്നരമുതൽ രണ്ടിഞ്ചു വരെ നീളമുണ്ട്. അത് യോനീച്ഛദത്തിനും യോനിക്കുമിടയിൽ തുറക്കുന്നു. പുരുഷന്മാരുടെ യൂറിത്രക്ക് എട്ടിഞ്ചോളം നീളമുണ്ട്. ഇത് ലിംഗത്തിന്റെ അറ്റത്ത് തുറക്കുന്നു. പുരുഷന്മാരുടെ യൂറിത്രയിൽക്കൂടി മൂത്രം മാത്രമല്ല, സംഭോഗസമയത്ത് ശുക്ളവും വരുന്നു. അത് യോനിയിൽ നിക്ഷേപിക്കപ്പെടുന്നു.

യൂറിനറി സിസ്റ്റത്തിലെ രോഗങ്ങൾ

യൂറിത്ര, മൂത്രാശയം, വൃക്കകൾ എന്നീ മൂത്രമുണ്ടാവുകയും ഒഴുകുകയും ചെയ്യുന്ന സ്ഥലങ്ങളിൽ രോഗാണുബാധയുണ്ടാകുമ്പോൾ യൂറിനറി സിസ്റ്റത്തിൽ രോഗാണുബാധ സംഭവിച്ചതായി പറയുന്നു. ചെറിയ യൂറിത്ര ഉള്ളതുകൊണ്ടും മറ്റും സ്ത്രീകളിലാണ് യൂറിനറി സിസ്റ്റത്തിലെ രോഗാണുബാധ കൂടുതലുണ്ടാകുന്നത്.

മൂത്രം അനിയന്ത്രിതമായി പോകുന്നതിനെയാണ് ഇൻകോണ്ടിനെൻസ് (incontinence) എന്നു പറയുന്നത്. ഇത് പ്രധാനമായും നാലു തരത്തിൽ വരാം.

- പോകണമെന്ന് തോന്നിയാലുടനെ അറിയാതെ പോകുന്നു.
- സമ്മർദ്ദമുള്ളപ്പോൾ അറിയാതെ പോകുന്നു.
- മൂത്രാശയം നിറഞ്ഞുകവിഞ്ഞ് പോകുന്നു.
- പ്രവർത്തനപരമായ തകരാറു മൂലം പോകുന്നു.

ഗർഭപാത്രമോ ഭാഗങ്ങളോ പുറത്തേക്ക് തള്ളിവരുന്ന അവസ്ഥയാണ് പ്രൊലാപ്സ് (pelvic prolapse). മൂത്രം അറിയാതെ പോകുന്ന അവസ്ഥ യോനിയിൽക്കൂടിയുള്ള പ്രസവത്തിന് ശേഷം വസ്തിപ്രദേശത്തുള്ള പേശികൾക്ക് ബലക്ഷയം സംഭവിക്കുന്നതിനാലാണ്. ചിലരിൽ മൂത്രാശയം അമിതമായി പ്രതികരിക്കുന്നതുകൊണ്ടും മൂത്രം അറിയാതെ പോകും. മൂത്രാശയം നിറഞ്ഞു കവിഞ്ഞ് പോകുമ്പോൾ മൂത്രാശയം പൂർണ്ണമായി ശൂന്യമാകുന്നില്ല.

മരുന്നുകൾ, ഫിസിയോതെറാപ്പി, പെൽവിക് മെഷ് സർജറി (pelvic mesh surgery) എന്നിവയാണ് ഇതിനുള്ള ചികിത്സകൾ. അടുത്ത പത്ത് പതിനഞ്ച് വർഷങ്ങൾക്കു ശേഷം വജൈനൽ ലേസർ സർജറി (vaginal laser surgery) കൂടുതൽ സൗകര്യപ്രദവും ഈ രോഗത്തിന് ആശ്വാസകരമായ ഫലം തരുന്നതുമാകാം.

ഇന്റർസ്റ്റീഷ്യൽ സിസ്റ്റൈറ്റിസ് (Interstitial cystitis (IC))

വേദനയുള്ളതിനാൽ ഇതിന് പെയ്ൻഫുൾ ബ്ലാഡർ സിൻഡ്രോം എന്ന പേരു കൂടിയുണ്ട്. പ്രാഥമികമായി സ്ത്രീകളിൽ കാണുന്ന ഈ രോഗത്തിൽ മൂത്രാശയത്തിൽ സമ്മർദ്ദവും വേദനയുമുണ്ടാകും. ഈ രോഗം വരുന്നവരിൽ പലതരത്തിലുള്ള മൂത്രാശയത്തിലെ വടുക്കളുണ്ടാകും. അതോടെ മൂത്രാശയത്തിന് ഇലാസ്തികത നഷ്ടപ്പെടുന്നു. ഈ തകരാറുള്ളവരിൽ പലർക്കും മൂത്രാശയത്തിന്റെ ആന്തരികാവരണത്തിൽ തകരാറുണ്ടാകാറുണ്ട്.

പ്രോസ്റ്ററ്റൈറ്റിസ്

ഇതിൽ ഈ ഗ്രന്ഥിയിൽ വീക്കമുണ്ടാകുന്നു. അതോടെ മൂത്രത്തിന് തിടുക്കമുണ്ടാകുന്ന ലക്ഷണവും ഉണ്ടാകാറുണ്ട്. കൂടുതൽ പ്രാവശ്യം പോകലും ഉണ്ടാകാറുണ്ട്. പലപ്പോഴും ഇത് പ്രായമായവരിലാണ് കാണുന്നത്.

യൂറിനറി സിസ്റ്റത്തിലെ കല്ലുകൾ

മൂത്രമുണ്ടാവുന്നിടത്തും പോകുന്ന വഴിയിലും കാത്സ്യം ഓക്സലേറ്റ് (calcium oxalate) അടിഞ്ഞുകൂടി കല്ലുകളാകാം. രാസവസ്തുക്കൾക്ക് സാന്ദ്രത കൂടാൻ അവസരം കിട്ടുമ്പോഴാണ് കല്ലുകളാകുന്നത്. ഇവ വേദനയുണ്ടാക്കാം. ഇവിടെയുള്ള കല്ലുകൾ പിൻവശത്തും അരികുകളിലുമാണ് വേദനയുണ്ടാക്കുക. മൂത്രത്തിൽ രക്തവും കാണാറുണ്ട്. തുറന്ന് ഓപ്പറേഷൻ ചെയ്യാതെ ശക്തമായ ശബ്ദതരംഗങ്ങളുപയോഗിച്ച് ഇവയെ പൊടിയാക്കി മൂത്രത്തിലൂടെ എളുപ്പത്തിൽ കളയാം. ഈ ചികിത്സ എക്സ്ട്രാകോർപോറിയൽ ഷോക് വേവ് ലിത്തോട്രിപ്സി (extracorporeal shock wave lithotripsy) യാണ്.

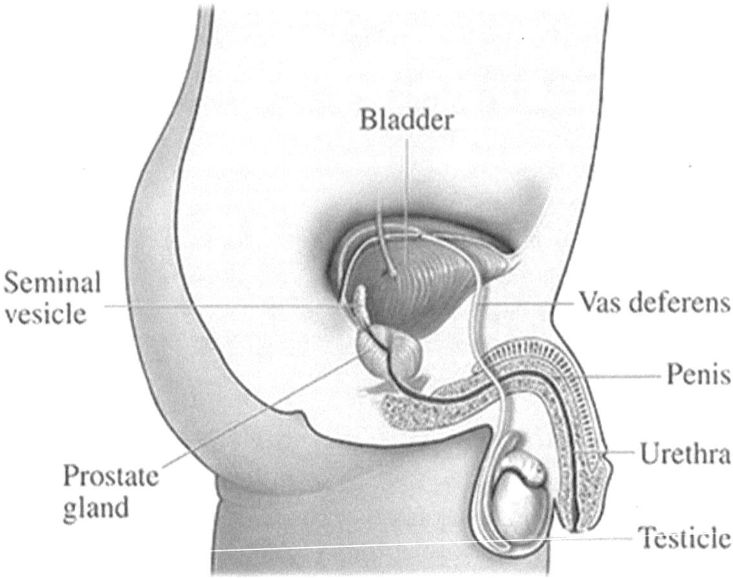

പ്രൊലാപ്സ്

കിഡ്നി ഫെയ്ലിയർ

ഇതിനെ റീനൽ ഫെയ്ലിയർ എന്നും പറയുന്നു. ഇത് താല്ക്കാലികമോ നീണ്ടുനില്ക്കുന്നതോ ആകാം. പ്രമേഹവും രക്തസമ്മർദ്ദവും കിഡ്നി ഫെയ്ലിയർ ഉണ്ടാക്കാൻ സാദ്ധ്യതയുള്ള രോഗങ്ങളാണ്. കിഡ്നി ഫെയ്ലിയർ വന്നാൽ വൃക്കകളുടെ വിസർജ്ജ്യവസ്തുക്കൾ അരിക്കാനുള്ള കഴിവില്ലാതാകുന്നു. അവ രക്തത്തിൽ അടിഞ്ഞു കൂടുന്നു. കിഡ്നി ഫെയ്ലിയർ വന്നാൽ ഡയാലിസിസ് (dialysis) ചെയ്യേണ്ടി വരും. വിസർജ്ജ്യങ്ങളെ അരിച്ച് രക്തം ശുദ്ധീകരിക്കലാണ് ഡയാലിസിസ്. ക്രോണിക് കിഡ്നി ഫെയ്ലിയർ ഉള്ളവരിൽ ഈ ചികിത്സ സ്ഥിരമായി ചെയ്യേണ്ടി വരും. താല്ക്കാലികമായ കിഡ്നി ഫെയ്ലിയർ പെട്ടെന്നുള്ള ആഘാതമോ മറ്റു തകരാറുകളോകൊണ്ട് വരാറുണ്ട്. ഇവ ചികിത്സിക്കുമ്പോൾ കുറയാറുണ്ട്.

മൂത്രാശയ അർബ്ബുദം

ഇത് അധികവും പുകവലിക്കുന്ന പുരുഷന്മാരിലാണ് കാണുന്നത്. പിൻവശത്തും വസ്തിപ്രദേശത്തും വേദന, മൂത്രമൊഴിക്കാൻ പ്രയാസം, പെട്ടെന്ന് മൂത്രമൊഴിക്കൽ, മൂത്രത്തിൽ രക്തം തുടങ്ങിയ ലക്ഷണങ്ങൾ ഉണ്ടാകാറുണ്ട്. ഈ ലക്ഷണങ്ങൾ കാണുമ്പോൾ മറ്റു മൂത്രാശയരോഗങ്ങളാണെന്ന് തെറ്റിദ്ധരിക്കാനിടയുണ്ട്.

മൂന്നാം ഭാഗം

അന്തഃസ്രാവവ്യൂഹം

എൻഡോക്രീൻ സിസ്റ്റം (endocrine system) എന്ന അന്തഃസ്രാവ വ്യൂഹം തല മുതൽ ഉദരം വരെ പല സ്ഥലങ്ങളിലായി സ്ഥിതി ചെയ്യുന്നു.

ഹോർമോണുകളെന്ന ഈ അന്തഃസ്രാവങ്ങൾ രക്തത്തിലേക്ക് സ്രവിക്കുന്ന എട്ട് ഗ്രന്ഥികൾ ശരീരത്തിലുണ്ട്. ഈ ഹോർമോണുകൾ രക്തത്തിലൂടെ ശരീരത്തിലെ പല കോശകലകളിലും എത്തി ചയാപചയം, വളർച്ച, ലൈംഗിക പ്രവർത്തനം, പ്രത്യുല്പാദനം, ഉറക്കം, വൈകാരികമാറ്റങ്ങൾ തുടങ്ങി പല ശാരീരികപ്രവർത്തനങ്ങളും നടത്തുന്നു. ഇവ ദൂരവ്യാപകമായ ഫലങ്ങളുണ്ടാക്കാൻ പോന്നവയാണ്.

എൻഡോക്രീൻ സിസ്റ്റത്തിൽ പിറ്റ്യൂട്ടറി ഗ്രന്ഥി, തൈറോയ്ഡ് ഗ്രന്ഥി, പാരാതൈറോയ്ഡ് ഗ്രന്ഥി, അഡ്രിനൽ ഗ്രന്ഥി, സ്ത്രീകളിലെ ഓവറികൾ, പുരുഷന്മാരിലെ ടെസ്റ്റിക്കിളുകൾ (pituitary gland, thyroid gland, parathyroid glands, adrenal glands, pancreas, ovaries (in females), testicles (in males)) എന്നിവയുണ്ട്. എൻഡോക്രീൻ എന്ന പദം ഗ്രീക്ക് പദങ്ങളായ 'എന്റോ', 'ക്രിനിസ്' ("endo," "crinis,") എന്നിവയിൽനിന്നുത്ഭവിച്ചവയാണ്. ഉള്ളിൽനിന്ന്, സ്രവിക്കുന്ന എന്നിവയാണ് ഈ വാക്കുകളുടെ അർത്ഥം.

പൊതുവെയുള്ള ഗ്രന്ഥികളുടെ പ്രവർത്തനം രക്തത്തിൽനിന്ന് എടുക്കുന്നവ ഉപയോഗിച്ച് ഹോർമോണുകൾ സൃഷ്ടിക്കുകയാണ്. നിർമ്മാണം പൂർത്തീകരിച്ച ഈ ഹോർമോണുകൾ രക്തത്തിലേക്ക് സ്രവിക്കുന്നു. ഇവ ശരീരത്തിന്റെ ഏതെങ്കിലും ഭാഗത്തെ ലക്ഷ്യമാക്കി രക്തത്തിലൂടെ ഒഴുകി ലക്ഷ്യസ്ഥാനത്ത് പ്രവർത്തിച്ച് പലതരം ശരീരശാസ്ത്രപരമായ പ്രവർത്തനങ്ങൾ നടത്തുന്നു. അന്തഃസ്രാവങ്ങളുടെ പ്രവർത്തനം ബാധിക്കാത്ത അവയവങ്ങളോ ഒരു കോശമോ ശരീരത്തി

ലില്ല. ശരീരമാകെ ദൂരവ്യാപകമായ ഫലങ്ങളുണ്ടാക്കുന്നവയാണ് ഹോർമോണുകളെന്ന് പറയുന്ന അന്തസ്രാവങ്ങൾ.

ഹോർമോണുകൾ രക്തത്തിലൂടെ എല്ലാ സ്ഥലത്തും സഞ്ചരിക്കുമെങ്കിലും അവയുടെ പ്രവർത്തനം ലക്ഷ്യസ്ഥാനത്തുള്ള അവയവങ്ങളിലും കോശജാലങ്ങളിലുമാണ് കേന്ദ്രീകരിക്കുക. ലക്ഷ്യസ്ഥാനത്ത് അവയെ സ്വീകരിക്കാൻ റസപ്റ്ററുകളുണ്ടാകും (receptors). പ്രാഥമികമായ ഹോർമോൺ പ്രവർത്തനം കൂടാതെ ദ്വിതീയ തലത്തിലുള്ള ഹോർമോൺ പ്രവർത്തനം നടത്തുന്ന സുപ്രധാന അവയവങ്ങളുണ്ട്. അവ വൃക്കകൾ, കരൾ, ഹൃദയം, പ്രാഥമിക ലൈംഗിക അവയവങ്ങളായ സ്ത്രീകളിലെ അണ്ഡാശയങ്ങൾ, പുരുഷന്മാരിലെ വൃഷണങ്ങൾ എന്നിവ ദ്വിതീയമായ ഹോർമോൺ പ്രവർത്തനങ്ങൾ ഉള്ളവയാണ്. ഉദാഹരണമായി വൃക്കകൾ എരിത്രോപോയറ്റിനും റെനിനും (erythropoietin and renin) സ്രവിക്കുന്നു. ഇതിൽ എരിത്രോപോയറ്റിൻ അസ്ഥികളിലെ മജ്ജകളിൽ പ്രവർത്തിച്ച് അരുണരക്താണുക്കളുടെ ഉല്പാദനം കൂട്ടുന്നു. രക്തത്തിൽ പ്രാണവായു കുറയുമ്പോഴാണ് വൃക്കകൾ ഇപ്രകാരം എരിത്രോപോയറ്റിൻ ഉല്പാദിപ്പിക്കുന്നത്. റെനിൻ സ്രവിക്കുന്നത് വൃക്കകളിലേക്കുള്ള രക്തഒഴുക്ക് കുറയുന്നു എന്ന് വൃക്കകൾ മനസ്സിലാക്കുമ്പോഴാണ്. ഇതിന് ആഞ്ജിയോടെൻസിനോജിനേസ് (angiotensinogenase) എന്ന ഒരു പേരു കൂടിയുണ്ട്. ഇത് ശരിയായ അർത്ഥത്തിൽ ഹോർമോൺ അല്ല. കാരണം ലക്ഷ്യസ്ഥാനത്ത് ഇതിനെ സ്വീകരിക്കാൻ പെരിഫറൽ റിസപ്റ്റേഴ്സ് (peripheral receptors) എന്ന സ്വാഗതസംഘമില്ല. ഇത് റെനിൻ-ആഞ്ജിയോടെൻസിൻ-ആൽഡോസ്റ്റിറോൺ സിസ്റ്റം ഹോർമോൺ അച്ചുതണ്ടുമായി (renin-angiotensin aldosterone system) ചേർന്നു പ്രവർത്തിക്കുന്നു. ഇവ കോശങ്ങൾക്കു പുറത്തുള്ള ദ്രവങ്ങളുടെ വ്യാപ്തിയെ നിയന്ത്രിക്കുന്നവയാണ്. അവ രക്തത്തിലെ പ്ലാസ്മ, ലിംഫ് സംവിധാനത്തിലെ ദ്രവം, കോശങ്ങൾക്കിടയിലുള്ള ദ്രവം (plasma, lymph , interstitial fluid) എന്നിവയാണ്. ഇവ കൂടുന്നതോടൊപ്പം ധമനികളുടെ ഭിത്തികൾ ചുരുങ്ങുകയും ചെയ്യുന്നതോടെ രക്തസമ്മർദ്ദം കൂടുന്നു. കുറയുമ്പോൾ കുറയുന്നു. ഇപ്രകാരം ശരീരത്തിലെ രക്തസമ്മർദ്ദം നിയന്ത്രിക്കാൻ കഴിയുന്നു. റെനിൻ ആഞ്ജിയോടെൻസിനോജനെ ആഞ്ജിയോടെൻസിൻ 1 (angiotensinogen to angiotensin 1) ആക്കി മാറ്റുന്നു.

എൻഡോക്രീൻ സിസ്റ്റത്തിലെ രോഗങ്ങൾ

ഹോർമോണുകൾ കൂടുതലായാലും കുറവായാലും അത് ഹോർമോണുകളുടെ രോഗങ്ങളാണ്. ഹോർമോണുകൾക്ക് ശരീരം ശരിയായി പ്രതികരിക്കുന്നില്ലെങ്കിലും അത് രോഗാവസ്ഥയാണ്. സമ്മർദ്ദം, രോഗാണുബാധ, രക്തത്തിലെ ദ്രവവും ലവണങ്ങളുടെയും സന്തുലിതാവസ്ഥ എന്നിവയും ഹോർമോൺ നിലവാരത്തെ ബാധിക്കാം.

ഏറ്റവും സാധാരണമായി കാണുന്ന എൻഡോക്രീൻ രോഗം പ്രമേഹമാണ്. ഗ്ലൂക്കോസിനെ (glucose) ശരിയായി ഉപയോഗിക്കാൻ കഴിയാത്ത അവസ്ഥയാണിത്. ഇൻസുലിൻ കുറവ് (ടൈപ്പ് ഒന്ന് പ്രമേഹം) കൊണ്ടോ ഇൻസുലിൻ പ്രതിരോധം (ടൈപ്പ് രണ്ട് പ്രമേഹം) കൊണ്ടോ

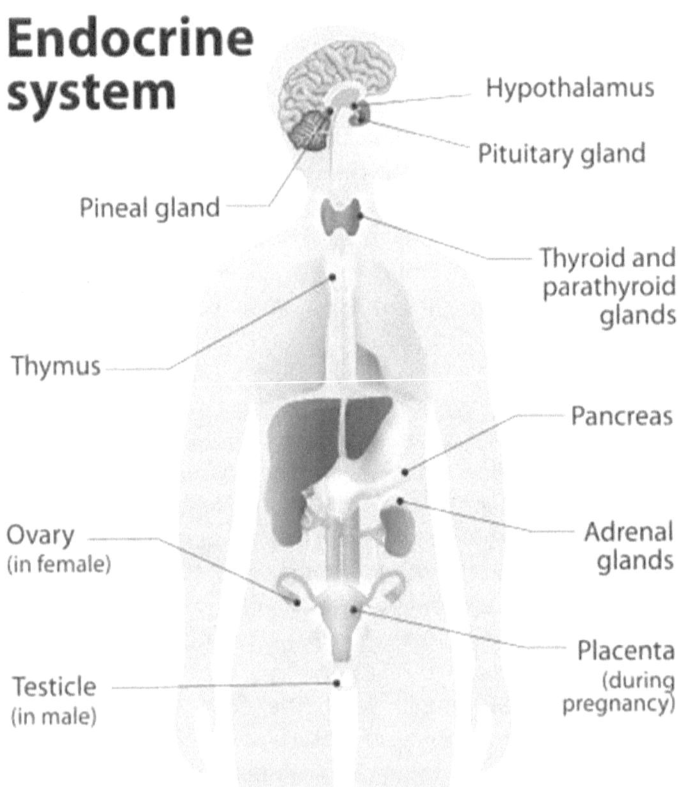

എൻഡോക്രീൻ സിസ്റ്റം

ഇപ്രകാരം സംഭവിക്കും. ഹോർമോണുകളുടെ താളം തെറ്റലുകൾ പുനരുല്പാദനത്തെ കാര്യമായി ബാധിക്കും.

തൈറോയ്ഡുകളുടെ പ്രവർത്തനം കുറയുമ്പോഴാണ് ഹൈപ്പോതൈറോയ്ഡിസം (hypothyroidism) എന്ന രോഗമുണ്ടാകുന്നത്. ഈ രോഗത്തിൽ ശരീരത്തിന്റെ ആവശ്യത്തിനുള്ള തൈറോക്സിൻ (thyroxin) എന്ന ഹോർമോൺ തൈറോയ്ഡ് ഗ്രന്ഥി ഉല്പാദിപ്പിക്കുന്നില്ല. ശരീരത്തിലുള്ള പല പ്രവർത്തനങ്ങളും തൈറോക്സിൻ കുറവായാൽ

തകരാറിലാകുന്നു. തൈറോയ്ഡ് ഗ്രന്ഥിയിലെ കോശങ്ങൾ അസാധാരണവും അനാവശ്യവും അനാരോഗ്യകരവുമായ വളർച്ച പ്രാപിക്കുമ്പോഴാണ് തൈറോയ്ഡ് അർബ്ബുദമുണ്ടാകുന്നത്. അപ്പോൾ ഗ്രന്ഥിയിൽ മുഴയുണ്ടാകുന്നു.

രക്തത്തിലെ ഗ്ലൂക്കോസ് എഴുപത് മില്ലിഗ്രാമിലും താഴ്ന്ന് ലക്ഷണങ്ങളുണ്ടാക്കുമ്പോഴാണ് ഹൈപ്പോഗ്ലൈസീമിയ (hypoglycemia) ഉണ്ടാകുന്നത്. ഇത് അധികവും പ്രമേഹത്തിന് ചികിത്സിക്കുമ്പോഴാണ് സംഭവിക്കുന്നത്. ഇൻസുലിനോ അതിനുള്ള ഗുളികകളോ ഡോസ് കൂടുകയോ വ്യായാമം കൂടുകയോ ഭക്ഷണം കുറയുകയോ സംഭവിച്ചാൽ ഹൈപ്പോഗ്ലൈസീമിയ വരാം. പ്രമേഹമില്ലാത്തവരിലും വളരെ ചുരുക്കമായി ഹൈപ്പോഗ്ലൈസീമിയ വരാം.

എൻഡോക്രീൻ രോഗങ്ങളുടെ കാരണവും ചികിത്സയും

ഏറ്റവും സാധാരണമായ എൻഡോക്രീൻ രോഗമായ പ്രമേഹം അമിതഭാരവുമായി ബന്ധപ്പെട്ടതാണ്. ജീവിതശൈലി, കുടുംബചരിത്രം എന്നിവയാണ് മറ്റു കാരണങ്ങൾ. പ്രമേഹം രോഗനിർണ്ണയം ചെയ്യാൻ ഭക്ഷണം കഴിക്കാത ഓറൽ ഗ്ലൂക്കോസ് ടോളറൻസ് ടെസ്റ്റ് (oral glucose tolerance test) ചെയ്താൽ അറിയാവുന്നതാണ്. അതോടൊപ്പം രോഗിയുടെ ആരോഗ്യചരിത്രവും കുടുംബചരിത്രവും അറിയണം.

മുഴകൾ അർബ്ബുദമുള്ളവയും അല്ലാത്തവയും എൻഡോക്രീൻ വ്യൂഹത്തെ ബാധിക്കാം. രക്തം കട്ട പിടിക്കാതിരിക്കാനുള്ള മരുന്നുകൾ, രോഗാണുബാധകൾ എന്നിവ അഡ്രിനൽ ഗ്രന്ഥിയുടെ പ്രവർത്തനം കുറയുന്ന അഡ്രിനൽ ഡെഫിഷ്യൻസികൾ (adrenal deficiencies) ഉണ്ടാക്കാറുണ്ട്.

പ്രമേഹമുള്ളവർ അതനുസരിച്ചുള്ള ശരിയായ ഭക്ഷണം, വ്യായാമം, ആവശ്യമനുസരിച്ച് ഗുളികകളും ഇൻസുലിനുമടക്കമുള്ള ചികിത്സകൾ എന്നിവ ചെയ്യണം. മറ്റ് എൻഡോക്രീൻ തകരാറുകളിൽ അതത് ഹോർമോണുകൾ സാധാരണനിലവാരത്തിലേക്ക് വരാനുള്ള ചികിത്സയാണ് ചെയ്യേണ്ടത്. അതിനാവശ്യമുള്ള ഹോർമോണുകളോ മരുന്നുകളോ വേണ്ടിവരും. അധികം ഹോർമോൺ ഉല്പാദിപ്പിക്കുന്ന മുഴകളുണ്ടെങ്കിൽ അവ നീക്കം ചെയ്യാനുള്ള ചികിത്സയാണ് ചെയ്യേണ്ടത്. എൻഡോക്രീൻ തകരാറുകളുടെ ചികിത്സ വ്യക്തിപരമായ വ്യത്യാസങ്ങളടക്കം എല്ലാ വശങ്ങളും പരിഗണിച്ച് ശ്രദ്ധാപൂർവ്വം ചെയ്യേണ്ടതാണ്. എടുത്തുചാട്ടം പാടില്ല. ഹോർമോണുകളെല്ലാം പരസ്പരപ്രവർത്തനങ്ങളുള്ളവയാണ്. ഒന്നിൽ മാറ്റം വരുത്തുമ്പോൾ മറ്റുള്ളവയിലും മാറ്റം വരുന്ന ദൂരവ്യാപകമായ ഫലങ്ങൾ അവയ്ക്കുണ്ടാകും.

എൻഡോക്രിനോളജിസ്റ്റ്

എൻഡോക്രിനോളജിക്കൽ തകരാറുകളിൽ വിദഗ്ദ്ധ അഭിപ്രായം

അറിയാനും വിദഗ്ദ്ധചികിത്സയ്ക്കും എൻഡോക്രിനോളജിസ്റ്റിനെ സമീപിക്കണം. എം ബി ബി എസ് പാസായതിനുശേഷം എം ഡിയും എൻഡോക്രിനോളജിയിൽ ഡി എം ബിരുദവുമുള്ളവരാണ് എൻഡോക്രിനോളജിസ്റ്റാകുന്നത്. എൻഡോക്രിനോളജിയിൽ പ്രമേഹത്തിനും വന്ധ്യതയ്ക്കുമുള്ള ചികിത്സ ഉപവിഭാഗങ്ങളുണ്ട്. ഇതുപോലെ കാർഡിയോളജി, ന്യൂറോളജി, ഗാസ്ട്രോഎന്ററോളജി, വാതരോഗങ്ങൾക്കുള്ള റുമറ്റോളജി (rheumatology) എന്നിവയിൽ ഡി എം യോഗ്യതയുള്ള ഡോക്ടർമാരാണ് അതത് വിഭാഗങ്ങളിലെ വിദഗ്ദ്ധർ. ഇവയിലും ഓരോ വിഭാഗത്തിനും ഉപവിഭാഗങ്ങളുണ്ട്.

പ്രതിരോധവ്യൂഹം

പ്രതിരോധവ്യൂഹത്തെ ഇമ്മ്യൂൺ സിസ്റ്റം (immune system) എന്നു പറയുന്നു. ഈ രോഗപ്രതിരോധസംവിധാനം നമ്മുടെ ശരീരത്തിന് അപായകരമാകുന്ന ബാക്ടീരിയ, വൈറസുകൾ, മറ്റു സൂക്ഷ്മാണുക്കൾ എന്നിവയുടെ ആക്രമണത്തിൽനിന്ന് സംരക്ഷണം നല്കുന്നു. ഈ സംവിധാനത്തിൽ ലിംഫ് നോഡുകൾ, സ്പ്ലീൻ എന്ന പ്ലീഹ, അസ്ഥികൾക്കുള്ളിലെ മജ്ജ, ലിംഫോസൈറ്റ്സ് എന്ന ശ്വേതരക്താണുക്കളിലെ ഒരു വിഭാഗം (അവയിൽ ബി കോശങ്ങളും ടി കോശങ്ങളും), തൈമസ്, ശ്വേതരക്താണുക്കൾ (lymph nodes, the spleen, bone marrow, lymphocytes (including B-cells and T-cells), the thymus and leukocytes) എന്നിവയാണ്.

പ്രതിരോധസംവിധാനത്തിലെ കോശങ്ങൾ പ്രത്യേകമായുള്ളവയാണ്. കൂടാതെ രോഗാണുക്കളെ നേരിടാൻ കഴിവുള്ള ആന്റിബോഡി (antibody) എന്ന പ്രോട്ടീനുകൾ, കോശജാലങ്ങൾ, അവയവങ്ങൾ എന്നിവയെല്ലാം രോഗാണുക്കളെ നേരിടാൻ ദൈനംദിനം പ്രവർത്തിക്കുന്നു. രോഗാണുക്കളെ തടയുന്നതിലൂടെ രോഗപ്രതിരോധസംവിധാനം ആരോഗ്യം നിലനിർത്താനായി അനവരതം പ്രവർത്തിക്കുന്നു. പ്രതിരോധസംവിധാനത്തിലെ തകരാറുകൾ അസുഖങ്ങളിലേക്കും രോഗാണുബാധയിലേക്കും നയിക്കാം.

രോഗാണുക്കൾ ഭീഷണി ഉയർത്തുമ്പോൾ പ്രതിരോധസംവിധാനം സടകുടഞ്ഞെഴുന്നേല്ക്കുന്നു. രോഗപ്രതിരോധ പ്രതികരണം ഉണ്ടാകുന്നു. അതിനെ ഇമ്മ്യൂൺ റെസ്പോൺസ് (immune response) എന്ന് പറയുന്നു. ഈ പ്രതികരണത്തിലൂടെയാണ് ശരീരത്തെ ആക്രമിക്കുന്ന രോഗാണുക്കളെ പ്രതിരോധസംവിധാനം തടഞ്ഞ് ആരോഗ്യം നിലനിർത്തുന്നത്.

ശ്വേതരക്താണുക്കൾ ശരീരത്തിന്റെ വിവിധസ്ഥലങ്ങളിൽ ഉല്പാദിപ്പിച്ച് വിവിധസ്ഥലങ്ങളിൽ ശേഖരിക്കുന്നു. തൈമസ്, പ്ലീഹ, അസ്ഥികളുടെ മജ്ജ എന്നിവയും ശ്വേതരക്താണുക്കൾ ശേഖരിക്കുന്നുണ്ട്. അതുകൊണ്ട് പൊതുവെ ഇവയെ ലിംഫോയ്ഡ് (lymphoid) അവയവങ്ങൾ എന്നുപറയുന്നു. ശരീരത്തിന്റെ വിവിധഭാഗങ്ങളിൽ ലിംഫോയ്ഡ് കോശജാലങ്ങൾ കൂട്ടംകൂടി കിടക്കുന്നുണ്ട്. അവയിൽ പ്രധാനം ല്യൂക്കോസൈറ്റ്സ് (leukocytes) ഉള്ള ലിംഫ് നോഡുകളാണ്. ഇപ്രകാരം രോഗപ്രതിരോധസംവിധാനം ശരീരമാസകലം സംഘടിതമായി പ്രവർത്തിക്കുന്നു. ല്യൂക്കോസൈറ്റ്സ് രണ്ടു തരമുണ്ട്.

- ഫാഗോസൈറ്റ്സ് (phagocytes). ഇവ ആക്രമിക്കുന്ന രോഗാണുക്കളെ മനസ്സിലാക്കി വിഴുങ്ങുന്നു.
- ലിംഫോസൈറ്റ്സ് (lymphocytes). ഇവ പഴയ ആക്രമണകാരികളെ മനസ്സിലാക്കി ശരീരത്തെ അവയെ നശിപ്പിക്കുവാൻ സഹായിക്കുന്നു.

പലതരത്തിലുള്ള കോശങ്ങളും ആക്രമിക്കുന്ന അണുക്കളെ വിഴുങ്ങുന്നവയാണ്. ആ പ്രക്രിയയാണ് ഫാഗോസൈറ്റോസിസ്. ഇതിൽ ഏറ്റവും പ്രധാനം ന്യൂട്രോഫിലാണ്. ഇവ പ്രാഥമികമായും ബാക്ടീരിയകളെ ആക്രമിക്കുന്നു. ബാക്ടീരിയ ബാധ ഉണ്ടാകുമ്പോൾ ഇവയുടെ എണ്ണം ശരീരത്തിൽ കൂടുന്നു. രോഗാണുബാധ സംശയിക്കുമ്പോൾ ഡോക്ടർമാർ രക്തം പരിശോധിക്കാനാവശ്യപ്പെടുന്നത് അതിന്റെ തെളിവായി ന്യൂട്രോഫിൽ കൂടുന്നുണ്ടോ എന്നറിയാനാണ്. നീണ്ടുനില്ക്കുന്ന അണുബാധയുണ്ടെങ്കിൽ ലിംഫോസൈറ്റുകൾ കൂടുന്നു. മറ്റു തരത്തിലുള്ള ഫാഗോസൈറ്റുകളും രോഗാണുക്കളുടെ ആക്രമണത്തെ തടയുന്നുണ്ട്.

രണ്ടുതരത്തിലുള്ള ലിംഫോസൈറ്റുകൾ ബി ലിംഫോസൈറ്റുകളും ടി ലിംഫോസൈറ്റുകളുമാണ്. അസ്ഥികളുടെ മജ്ജയിലുള്ള ലിംഫൊസൈറ്റുകൾ അവിടെവച്ചോ പുറത്തുവന്നോ വികസിച്ച് ബി സെല്ലുകളാകുന്നു. തൈമസിലുള്ളവ പുറത്തേക്കു വന്ന് ടി സെല്ലുകളാകുന്നു. ബി സെല്ലുകൾക്കും ടി സെല്ലുകൾക്കും വ്യത്യസ്ത പ്രവർത്തനങ്ങളാണുള്ളത്. ബി ലിംഫോസൈറ്റുകൾ പട്ടാളത്തിന്റെ രഹസ്യാന്വേഷണവിഭാഗംപോലെയാണ് പ്രവർത്തിക്കുന്നത്. എതിരാളിയുടെ വിവരങ്ങൾ മനസ്സിലാക്കി അവയെ നശിപ്പിക്കുകയാണ് ചെയ്യുന്നത്. ടി സെല്ലുകൾ പട്ടാളക്കാരെപ്പോലെയാണ്. അവ രഹസ്യാന്വേഷണവിഭാഗം മനസ്സിലാക്കിയ വിവരം ഉപയോഗിച്ച് എതിരാളികളെ നശിപ്പിക്കുകയാണ് ചെയ്യുന്നത്.

ശരീരത്തെ ആക്രമിക്കുന്നവയെ ആന്റിജനുകൾ (antigens) എന്ന് പറയുന്നു. അവയെ ശരീരത്തിലെ പ്രതിരോധസംവിധാനം കണ്ടുപിടിക്കുന്നതോടെ പലതരത്തിലുള്ള കോശങ്ങൾ അവയെ നേരിടാൻ തയ്യാറാവുകയായി. ഈ കോശങ്ങൾ ബി ലിംഫോസൈറ്റുകളെ പ്രചോദിപ്പിച്ച്

ആന്റിബോഡികളുണ്ടാക്കുന്നു. ആന്റിജനുകൾക്ക് എതിരെ പ്രവർത്തിക്കുന്നവയാണ് ആന്റിബോഡികൾ. ഓരോരോ ആന്റിജനുകൾക്ക് എതിരെ പ്രവർത്തിക്കുന്ന പ്രത്യേകം പ്രത്യേകമുള്ള പ്രോട്ടീനുകളാണ് ആന്റിബോഡികൾ. പ്രതിരോധവാക്സിനുകൾ എടുക്കുമ്പോൾ നമ്മുടെ ശരീരത്തിൽ ധാരാളം ആന്റിബോഡികൾ ഉല്പാദിപ്പിക്കപ്പെടുന്നു.

ഒരിക്കൽ രോഗാണു ആക്രമണമുണ്ടായാൽ ശരീരം അത് ഓർത്തുവയ്ക്കും. തുടർന്ന് അതേ ഭീഷണി ഉണ്ടായാൽ ഉടനെ ഈ ആന്റിബോഡി ഉല്പാദിപ്പിച്ച് ശത്രുവിനെ നേരിടും. ചിക്കൻ പോക്സ് ഒരിക്കലുണ്ടായാൽ പിന്നീടത് വരാത്തത് ശരീരത്തിൽ ആ ആന്റിബോഡി സ്ഥിരമായി ഉണ്ടാകുന്നതുകൊണ്ടാണ്.

രോഗപ്രതിരോധ വാക്സിനുകളെടുക്കുമ്പോൾ രോഗം വരാത്ത വളരെ ചെറിയ അളവിലും ആക്രമണശേഷി കുറവുള്ളതുമായ ആന്റിജനാണ് ഉപയോഗിക്കുന്നത്. അതെടുക്കുമ്പോൾ രോഗമുണ്ടാകുന്നില്ല. അതേസമയം രോഗപ്രതിരോധം സൃഷ്ടിക്കാനുതകുന്ന ആന്റിബോഡികളുണ്ടാകുന്നു. ആ പ്രത്യേകരോഗം ഭാവിയിൽ ഉണ്ടാകരുതെന്ന് ശരീരം ആഗ്രഹിക്കുന്നു.

ആന്റിബോഡികൾ ആന്റിജനെ നശിപ്പിക്കാൻ കഴിവുള്ളവയാണെങ്കിലും അവയ്ക്ക് സഹായം ആവശ്യമാണ്. അവിടെയാണ് ടി സെല്ലുകളുടെ സാംഗത്യം. ഇവ ആന്റിബോഡിയുമായി പറ്റിച്ചേർന്ന് പ്രവർത്തിക്കുന്നു. രോഗം ബാധിച്ച കോശത്തിലും ടി കോശങ്ങൾ എത്തുന്നു. ഇവ ഫാഗോസൈറ്റുകളുടെ ജോലിയാണ് ചെയ്യുന്നത്. ടി കോശങ്ങൾക്ക് 'കൊലയാളി കോശങ്ങൾ' എന്ന പേരുമുണ്ട്. എയ്ഡ്സ് നശിപ്പിക്കുന്നത് ഈ ഡി കോശങ്ങളെയാണ്. ടി കോശങ്ങൾക്ക് സി ഡി 4 കോശങ്ങൾ എന്ന പേര് കൂടിയുണ്ട്. എച്ച് ഐ വി ബാധയുള്ളവർക്ക് രോഗം കൂടുമ്പോൾ സി ഡി 4 ശരീരത്തിൽ കുറഞ്ഞ് ഇരുനൂറിൽ താഴെയാകുമ്പോൾ എയ്ഡ്സ് രോഗനിർണ്ണയം ചെയ്യുന്നു.

ആന്റിബോഡികൾക്ക് രോഗാണുക്കളുണ്ടാക്കുന്ന വിഷവസ്തുക്കളെ നിർവീര്യമാക്കാൻ കഴിയും. കോംപ്ലിമെന്റ് (complement) എന്ന വിഭാഗം പ്രോട്ടീനുകളെ പ്രചോദിപ്പിക്കാൻ ആന്റിബോഡികൾക്ക് കഴിയും. ഇവ പ്രതിരോധസംവിധാനത്തിന്റെ ഭാഗമാണ്. കോംപ്ലിമെന്റുകൾ ബാക്ടീരിയകളെയും വൈറസുകളെയും രോഗബാധിതമായ കോശങ്ങളെയും നശിപ്പിക്കുന്നു.

ഈ പ്രത്യേകകോശങ്ങളും പ്രതിരോധസംവിധാനവും രോഗാണുബാധകൾക്കെതിരെ ശരീരത്തിന് നല്കുന്നത് ഇമ്മ്യൂണിറ്റി (Immunity) എന്ന സംരക്ഷണമാണ്.

ഇമ്മ്യൂണിറ്റി

മനുഷ്യനുള്ള ഇമ്മ്യൂണിറ്റികൾ മൂന്നുതരത്തിലാണ്. അവ

- ഇന്നേറ്റ് (innate) എന്ന ജന്മസിദ്ധമായി ലഭിക്കുന്നത്,

- അഡാപ്റ്റീവ് (adaptive) എന്ന സാഹചര്യങ്ങളിൽനിന്നും ചുറ്റുപാടുകളിൽനിന്നും ലഭിക്കുന്നത്
- പാസീവ് (passive) താല്ക്കാലികമായി ലഭിക്കുന്നത് രണ്ടു വിധത്തിലാണ്.

നമുക്കെല്ലാവർക്കും കുറച്ച് ഇമ്മ്യൂണിറ്റി ജന്മസിദ്ധമായി ലഭിക്കുന്നുണ്ട്. അതൊരു പൊതുവായ സംരക്ഷണംമാത്രമാണ്. മറ്റു സസ്യങ്ങളെയോ മൃഗങ്ങളെയോ ബാധിക്കുന്ന രോഗാണുക്കളൊന്നുംതന്നെ നമ്മെ ബാധിക്കാറില്ല. ഉദാഹരണമായി പൂച്ചകളിൽ രക്താർബ്ബുദമുണ്ടാക്കുന്ന വൈറസോ നായ്ക്കളിൽ പനിയും ചുമയും ചുഴലിയുമുണ്ടാക്കുന്ന ഡിസ്ടെംപർ രോഗ വൈറസോ മനുഷ്യനെ ബാധിക്കില്ല. എന്നാലിതിന് പകരമായി മനുഷ്യനെ ബാധിക്കുന്ന എയ്ഡ്സ് പൂച്ചകളെയും പട്ടികളെയും ബാധിക്കില്ല.

നമ്മുടെ അതിർത്തികൾ കാക്കുന്ന സേനകൾപോലെയാണ് നമ്മുടെ ചർമ്മവും മുക്കസ് മെംബ്രെയിനുകളും. മുക്കസ് മെംബ്രെയിനുകൾ മൂക്ക്, അന്നനാളം എന്നിവയുടെ ആന്തരികമായി കാണുന്ന ആവരണമാണ്. ഇവ രോഗാണുക്കളെ തടയാനുള്ള ആദ്യത്തെ പ്രതിരോധമാണ്. കൈകാലുകളിൽ മുറിവുണ്ടാകുമ്പോൾ ഈ പ്രതിരോധക്കോട്ടയിൽ വിള്ളൽ സംഭവിക്കുകയാണ്. രോഗാണുക്കൾ ആക്രമിക്കാതെ ചർമ്മം അതുടനെ ഉണക്കാൻ ശ്രമിക്കുന്നു. ഇപ്രകാരം അന്നനാളത്തിലും രോഗാണുബാധയുണ്ടാകുമ്പോൾ അന്നനാളത്തിലെ മുക്കസ് മെംബ്രെയ്നും അതിനെ തടയാൻ ശ്രമിക്കും.

അഡാപ്റ്റീവ് ഇമ്മ്യൂണിറ്റി

ഇത് ജീവിതകാലം മുഴുവനും നമുക്ക് ലഭിച്ചുകൊണ്ടിരിക്കുന്നതാണ്. അഡാപ്റ്റീവ് ഇമ്മ്യൂണിറ്റി ഉണ്ടാകുന്നതിന് ലിംഫോസൈറ്റുകളുടെ പ്രവർത്തനം ആവശ്യമാണ്. നാം രോഗാണുബാധകൾക്ക് വശംവദരാകുമ്പോഴും വാക്സിനുകളെടുക്കുമ്പോഴും ലഭിക്കുന്നത് അഡാപ്റ്റീവ് ഇമ്മ്യൂണിറ്റിയാണ്. വാക്സിനേഷൻ പരിപാടികൾ ലക്ഷ്യമിടുന്നത് ഈ അഡാപ്റ്റീവ് ഇമ്മ്യൂണിറ്റി പൊതുജനങ്ങളിൽ ഉണ്ടാക്കാനാണ്.

പാസീവ് ഇമ്മ്യൂണിറ്റി

ഈ തരം പ്രതിരോധം വേറെ ഒരിടത്തുനിന്ന് കടംകൊണ്ടതാണ്. കുറച്ചു കാലം മാത്രമേ ഇത് നിലനില്ക്കുകയുള്ളൂ. ഉദാഹരണമായി അമ്മയുടെ മുലപ്പാലിലൂടെ ലഭിക്കുന്ന ഇമ്മ്യൂണിറ്റി താല്ക്കാലികമാണ്. അമ്മയുടെ ശരീരത്തിന് പരിചയമുണ്ടായിരുന്ന രോഗങ്ങളോടുള്ള പ്രതിരോധം കുറച്ചുകാലത്തേക്കുമാത്രം കുഞ്ഞിന് ലഭിക്കുന്നു. അഞ്ചുവയസ്സിനുള്ളിൽ വാക്സിനുകൾ എല്ലാം കൊടുത്തു തീർക്കുന്നത് അതുകൊണ്ടാണ്.

വ്യക്തികൾ തമ്മിൽ വ്യത്യസ്തരായതുപോലെ ഓരോരുത്തരു

ടെയും പ്രതിരോധം വ്യത്യസ്തമാണ്. ചിലർക്ക് രോഗാണുബാധകൾ വരാറില്ല. മറ്റുള്ളവർക്കാകട്ടെ അവ എളുപ്പത്തിൽ വരുന്നു. പ്രായമാകുമ്പോൾ കൂടുതൽ രോഗാണുബാധകൾക്ക് നാം വശംവദരാകുന്നു. അതുകൊണ്ടാണ് ചെറുപ്പക്കാരും മുതിർന്നവരും പ്രായേണ കുറച്ച് ഫ്ളൂവും നീർദോഷവും രോഗാണുബാധയുംമാത്രം വരുന്നവരായിരിക്കുന്നത്. കുഞ്ഞുങ്ങളെ സ്കൂളിൽ ചേർക്കുമ്പോൾ പുതിയ സാഹചര്യത്തിൽ ഉടനെ അവർക്ക് ഫ്ളൂവും നീർദോഷവും രോഗാണുബാധയും വരുന്നതും ഇതുകൊണ്ടാണ്.

രോഗപ്രതിരോധസംവിധാനത്തിലെ പ്രശ്നങ്ങൾ

രോഗപ്രതിരോധസംവിധാനത്തിലെ തകരാറുകൾ ഇവയാണ്. ഇമ്മ്യൂണോ ഡെഫിഷ്യൻസി ഡിസോഡറുകൾ (immunodeficiency disorders). ഇവയിൽ പ്രൈമറി ജന്മനാ വരുന്നവയും അക്വയേഡ് (acquired) എന്ന പിന്നീടുള്ള ജീവിതത്തിൽ സംഭവിക്കുന്നവയുമാണ്.

ഓട്ടോ ഇമ്മ്യൂൺ ഡിസോഡറുകൾ (autoimmune disorders) ഇവിടെ ശരീരത്തിലെ പ്രതിരോധസംവിധാനം ശരീരത്തിലെ സ്വന്തം കോശങ്ങളെ ആക്രമിക്കുകയാണ് ചെയ്യുന്നത്. പ്രതിരോധസംവിധാനം ഇവയെ 'വിദേശി'യെന്ന് മുദ്രകുത്തി പെരുമാറുകയാണ് ചെയ്യുന്നത്.

അലർജിക് ഡിസോഡറുകൾ (allergic disorders). ഇവിടെ പ്രതിരോധസംവിധാനം ആന്റിജനോട് അമിതപ്രതികരണം കാണിക്കുന്നു.

ഇമ്മ്യൂൺ സിസ്റ്റത്തിൽ വരുന്ന അർബ്ബുദങ്ങൾ

രോഗപ്രതിരോധസംവിധാനത്തിൽ ഏതെങ്കിലും വിഭാഗം ഇല്ലാതിരിക്കുകയോ പ്രവർത്തിക്കാതിരിക്കുകയോ ചെയ്യുമ്പോൾ ഇമ്മ്യൂണോ ഡെഫിഷ്യൻസി ഡിസോഡറുകൾ ഉണ്ടാകാം. ജനിക്കുമ്പോൾ ഇമ്മ്യൂണോഡെഫിഷ്യൻസി ഡിസോഡറുകൾ ഉണ്ടാകുന്നത് പ്രൈമറി എന്ന ജന്മനാ വരുന്നവയാണ്. ഇത്തരം ഇമ്മ്യൂണോഡെഫിഷ്യൻസി ഡിസോഡറുകളുടെ ലക്ഷണങ്ങൾ പലപ്പോഴും പിന്നീടുള്ള ജീവിതത്തിൽ എപ്പോഴെങ്കിലും സംഭവിക്കാം. പിന്നീട് വരുന്ന ഇമ്മ്യൂണോഡെഫിഷ്യൻസി ഡിസോഡറുകൾ രോഗാണുബാധമൂലമോ മരുന്നുകളുടെ പാർശ്വഫലമായോ ഉണ്ടാകാവുന്നവയാണ്. പിന്നീടുള്ള ജീവിതത്തിൽ വരുന്നതുകൊണ്ടും അറിയപ്പെട്ട കാരണങ്ങളുള്ളതുകൊണ്ടും ഇവയെ സെക്കന്ററി ഇമ്മ്യൂണോഡെഫിഷ്യൻസി ഡിസോഡറുകൾ എന്നുപറയുന്നു.

ഇമ്മ്യൂണോഡെഫിഷ്യൻസി ഡിസോഡറുകൾ

ബി ലിംഫോസൈറ്റുകൾ, ടി ലിംഫോസൈറ്റുകൾ, ഫാഗോസൈറ്റുകൾ എന്നിവയെ ബാധിക്കുന്നു. കുട്ടികളെയും കൗമാരക്കാരെയും ബാധിക്കുന്ന ഇമ്മ്യൂണോഡെഫിഷ്യൻസി ഡിസോഡറുകൾ ഇവയാണ്.

ഇമ്മ്യൂണോഗ്ലോബുലിൻ എ ഡെഫിഷ്യൻസിയാണ് ഏറ്റവും സാധാരണയായി ഈ പ്രായക്കാരിൽ കാണുന്ന ഇമ്മ്യൂണോഡെഫിഷ്യൻസി ഡിസോഡറുകൾ. ഐജിഎ (IgA) എന്നത് ഒരു ഇമ്മ്യൂണോഗ്ലോബുലിന്റെ (immunoglobulin) ചുരുക്കപ്പേരാണ്. ഈ ഇമ്മ്യൂണോഗ്ലോബുലിൻ പ്രാഥമികമായും ഉമിനീരിൽ കാണുന്നതാണ്. പ്രതിരോധ അതിർത്തികളിലുള്ള ജൈവദ്രവങ്ങളിലും ഇവയുടെ സാന്നിദ്ധ്യം കാണാം. ഈ രോഗത്തിൽ ശരീരത്തിൽ ആവശ്യത്തിന് ഇമ്മ്യൂണോഗ്ലോബുലിൻ എ ഉല്പാദിപ്പിക്കുന്നില്ല. ഇമ്മ്യൂണോഗ്ലോബുലിൻ എ ഡെഫിഷ്യൻസി ഉള്ളവരിൽ കൂടുതൽ അലർജിയും കൂടുതൽ നീർദോഷവും ശ്വാസകോശ രോഗാണുബാധകളും ഉണ്ടാകാം. ഇവ സാധാരണയായി കഠിനമാകാറില്ല.

സിവിയർ കംബൈൻഡ് ഇമ്മ്യൂണോഡെഫിഷ്യൻസി (Severe combined immunodeficiency (SCID))

ഇത് പേര് സൂചിപ്പിക്കുന്നതു പോലെ കഠിനമായ രോഗമാണ്. ഇതിന് 'ബബ്ബിൾ ബോയ് ഡിസീസ്' ('bubble boy disease') എന്നൊരു പേര് കൂടിയുണ്ട്. അമേരിക്കയിലെ ടെക്സാസിൽ ജനിച്ച ഒരു കുട്ടി രോഗാണുക്കളെ ഒട്ടും തടുക്കാനാകാത്തതിനാൽ ഒരു കുമിളക്കകത്താണ് ജീവിച്ചിരുന്നത്. സിവിയർ കംബൈൻഡ് ഇമ്മ്യൂണോഡെഫിഷ്യൻസിയിൽ ബി ലിംഫോസൈറ്റുകളും ടി ലിംഫോസൈറ്റുകളും ഇല്ലാത്തതിനാൽ രോഗാണുബാധയെ നേരിടാൻ തീരെ അസാദ്ധ്യമാണ്.

ബബ്ബിൾ ബോയ്

ഡിജോർസ് സിൻഡ്രോം (DiGeorge syndrome)

ഇതൊരു ജന്മനാ ഉള്ള തകരാറാണ്. ഇതുള്ള കുട്ടികൾ തൈമസ് ഗ്രന്ഥിയില്ലാതെ ജനിക്കുന്നു. ഇതൊരു പ്രാഥമിക ടി ലിംഫോസൈറ്റ് രോഗമാണ്. തൈമസ് ഗ്രന്ഥിയാണ് ടി ലിംഫോസൈറ്റുകളുടെ ജന്മഗേഹം. അവിടെ വച്ചാണ് അവ വളർച്ച പൂർത്തിയാക്കി കർമ്മപഥത്തിലേക്ക് ഇറങ്ങുന്നത്. ടി ലിംഫോസൈറ്റുകൾ ഇല്ലാത്തതിലാൽ ഡിജോർസ് സിൻഡ്രോമിൽ പ്രതിരോധശക്തി കുറവായിരിക്കും.

ചെഡിയാക്-ഹിഗാഷി സിൻഡ്രോം (Chediak-Higashi syndrome)

ഇതൊരു നീണ്ടുനില്ക്കുന്ന ഗ്രാനുലോമ (granuloma) എന്ന രോഗത്താലുണ്ടാകുന്ന രോഗമാണ്. ഇതിൽ ന്യൂട്രോഫിലുകൾക്ക് ഫാഗോസൈറ്റുകളായി പ്രവർത്തിക്കാൻ കഴിയുകയില്ല.

അക്വയേഡ് ഇമ്മ്യൂണോ (സെക്കന്ററി) ഡെഫിഷ്യൻസീസ് (acquired immunodeficiency syndrome).

ഇതിനെ സെക്കന്ററിയെന്നും പറയാറുണ്ട്. പോഷകരാഹിത്യം, പൊള്ളൽ, ഗൗരവമായ മെഡിക്കൽ രോഗങ്ങൾ എന്നിവകൊണ്ടും ഇവ വരാറുണ്ട്. ചില മരുന്നുകളുടെ പാർശ്വഫലമായി അക്വയേഡ് ഇമ്മ്യൂണോ ഡെഫിഷ്യൻസി ഉണ്ടാകാറുണ്ട്.

അക്വയേഡ് ഇമ്മ്യൂണോ ഡെഫിഷ്യൻസീസ് എന്ന രോഗത്തിൽ പ്രധാനമായി ഉൾപ്പെടുന്ന മാരകമായ രോഗമാണ് എച്ച് ഐ വി ബാധയും എയ്ഡ്സ് എന്ന അക്വയേഡ് ഇമ്മ്യൂണോഡെഫിഷ്യൻസി സിൻഡ്രോമും. ഈ രോഗം വന്നാൽ സാവധാനത്തിലും ഉറപ്പായും ഇമ്മ്യൂൺ സിസ്റ്റത്തെ നശിപ്പിക്കും. ഈ വൈറസ് രോഗത്തിന്റെ കാരണം എച്ച് ഐ വി എന്ന വൈറസ് ബാധയാണ്. വൈറസ് ലിംഫോസൈറ്റായ ടി ഹെൽപർ കോശങ്ങളെ (T-helper cells) മുച്ചൂടും നശിപ്പിക്കുന്നു.

ടി ഹെൽപർ കോശങ്ങളില്ലാതെ ഇമ്മ്യൂൺ സംവിധാനത്തിന് ശരീരത്തെ സംരക്ഷിക്കാൻ കഴിയുകയില്ല. സാധാരണ സമയത്ത് നിരുപദ്രവങ്ങളായ അണുക്കൾപോലും 'ഗ്രഹണസമയത്ത് ഞാഞ്ഞൂലും തല പൊക്കും' എന്ന പഴഞ്ചൊല്ലിലെപ്പോലെ ശക്തമായ രോഗാണുക്കളായി മാറും. അവ എയ്ഡ്സ് രോഗികളിൽ ജീവന് ഭീഷണിയായ രോഗങ്ങളുണ്ടാക്കുകയും ചെയ്യും.

നവജാതശിശുക്കളിൽ ഗർഭാവസ്ഥയിലും പ്രസവസമയത്തും മുലയൂട്ടുന്ന അവസരത്തിലും രോഗാണുബാധ ഉണ്ടാകാറുണ്ട്. എയ്ഡ്സ് രോഗാണുബാധ ഉണ്ടാകുന്നത് സുരക്ഷിതമല്ലാതെ രോഗമുള്ളവരുമായി ലൈംഗികബന്ധത്തിലേർപ്പെടുമ്പോഴും മയക്കുവസ്തുക്കളുപയോഗിക്കുന്നവർ രോഗമുള്ളവരുമായി കുത്തിവയ്ക്കുമ്പോൾ സൂചികൾ പങ്കിടു

മ്പോഴും രക്തവും രക്തോല്പന്നങ്ങളും സുരക്ഷിതമല്ലാതെ ഉപയോഗിക്കുമ്പോഴും സുരക്ഷിതമല്ലാത്ത സൂചികൊണ്ട് ടാറ്റൂ ചെയ്യുമ്പോഴും ആണ്.

മരുന്നുകൾമൂലമുള്ള ഇമ്മ്യൂണോ ഡെഫിഷ്യൻസി

ചില മരുന്നുകൾ പ്രതിരോധസംവിധാനത്തെ തകരാറിലാക്കാറുണ്ട്. അർബ്ബുദത്തിനുള്ള കീമോതെറാപ്പിയിൽ (chemotherapy) നാം ലക്ഷ്യം വയ്ക്കുന്ന അർബ്ബുദകോശങ്ങൾ കൂടാതെ വേഗത്തിൽ വിഭജിക്കുന്ന ആരോഗ്യമുള്ള കോശങ്ങളെയും കീമോതെറാപ്പി മരുന്നുകൾ നശിപ്പിക്കുന്നു. അപ്രകാരം ഇളംപ്രായക്കാരെ ലക്ഷ്യംവച്ചുള്ള ഈ കാടടച്ചുള്ള വെടി വയ്ക്കൽമൂലം ഇമ്മ്യൂൺ സംവിധാനത്തിലെ കോശങ്ങളും അസ്ഥികളിലെ മജ്ജകളും നശിക്കാനിടയാകുന്നു.

അവയവങ്ങൾ ദാനം ലഭിച്ചവർ അവ ശരീരം തിരസ്കരിക്കാതിരിക്കാൻ പ്രതിരോധസംവിധാനത്തിന്റെ ശക്തി കുറയ്ക്കാനുള്ള മരുന്നുകൾ സ്ഥിരമായി കഴിക്കേണ്ടിവരും. ഇതും രോഗപ്രതിരോധസംവിധാനത്തിന്റെ രോഗാണുബാധയെ നേരിടാനുള്ള കഴിവ് കുറയ്ക്കുന്നു. ഇപ്രകാരം സെക്കന്ററി ഇമ്മ്യൂണോ ഡെഫിഷ്യൻസി ഉണ്ടാകുന്നു.

ഓട്ടോ ഇമ്മ്യൂൺ രോഗങ്ങൾ (autoimmune disorders)

രോഗപ്രതിരോധസംവിധാനങ്ങൾക്ക് പറ്റുന്ന അബദ്ധങ്ങളാണ് ഓട്ടോ ഇമ്മ്യൂൺ രോഗങ്ങൾ. ഇമ്മ്യൂൺ സംവിധാനം സ്വന്തം ശരീരത്തിലെ അവയവങ്ങളെയും കോശജാലങ്ങളെയും വിദേശികളെന്ന് മുദ്രകുത്തി ആക്രമിക്കുന്നു. ഇപ്രകാരം വരുന്ന രോഗങ്ങളേതൊക്കെയാണെന്ന് നോക്കാം.

ലുപ്പസ് (lupus): ഇതൊരു നീണ്ടുനില്ക്കുന്ന രോഗമാണ്. പേശികളിലും സന്ധികളിലും വേദനയും രോഗക്കത്തലും (inflammation) ഉണ്ടാകുന്നു. ലുപ്പസ് മൂലം വൃക്കകളും മറ്റ് അവയവങ്ങളും രോഗഗ്രസ്തമാകാം. സ്ഥിരമായി കോർട്ടിസോൺ ഗുളികകൾ കഴിക്കേണ്ടിവരും.

ജുവനൈൽ ഇഡിയോപ്പതിക് ആർത്രൈറ്റിസ് (Juvenile idiopathic arthritis)

ഇവിടെ സന്ധികൾ, കാൽമുട്ടുകൾ, കൈകാലുകൾ എന്നിവ 'വിദേശി' എന്ന പഴിമൂലം പ്രതിരോധസംവിധാനം ആക്രമിക്കുന്നു.

സ്ക്ലിറോഡെർമ (scleroderma): ഈ ഓട്ടോ ഇമ്മ്യൂൺ രോഗത്തിൽ ചർമ്മം, സന്ധികൾ, ആന്തരികാവയവങ്ങൾ എന്നിവയ്ക്ക് രോഗം വരുന്നു.

ആൻകൈലോസിങ് സ്പോണ്ടിലൈറ്റിസ് (ankylosing spondylitis)

വളരെ ശാരീരികവൈകല്യമുണ്ടാക്കുന്ന രോഗമാണിത്. ഈ രോഗം നട്ടെല്ല്, സന്ധികൾ എന്നിവയെ ബാധിക്കുന്നു. ഈ സന്ധികളിൽ വേദനയും ചലനക്കുറവും ഉണ്ടാകും.

ജുവനൈൽ ഡെർമറ്റോമയോസൈറ്റിസ് (juvenile dermatomyositis)

ഈ രോഗത്തിൽ ചർമ്മവും പേശികളും തകരാറിലാകുന്നു.

അലർജ്ജിക് ഡിസോഡേഴ്സ് (allergic Disorders)

അലർജ്ജിയുള്ളവരിൽ പ്രത്യേക ആന്റിജനുകളുമായി പ്രവർത്തിക്കുമ്പോൾ രോഗപ്രതിരോധസംവിധാനത്തിന്റെ അമിതപ്രതികരണമുണ്ടാകുന്നു. അലർജ്ജിയുണ്ടാക്കുന്ന ആന്റിജനുകളെ അലർജ്ജനുകളെന്ന് വിളിക്കുന്നു. അലർജ്ജിയുണ്ടാകുമ്പോൾ നീര്, കണ്ണിൽനിന്ന് വെള്ളം വരൽ, തുമ്മൽ എന്നിവയുണ്ടാകും. ജീവന് ഭീഷണി ഉണ്ടാകുന്ന തരം അലർജിയാണ് അനാഫിലാക്സിസ് (anaphylaxis). അലർജ്ജി ഉണ്ടാകുമ്പോൾ ഹിസ്റ്റമിനുകൾ (histamines) രക്തത്തിലേക്ക് വരുന്നു. അതുകൊണ്ട് ഹിസ്റ്റമിനെതിരെ പ്രവർത്തിക്കുന്ന ആന്റിഹിസ്റ്റമിനുകൾ (antihistamines) ഇവക്കെതിരെ ഉപയോഗിക്കേണ്ടതാണ്. അലർജ്ജിയുള്ള മരുന്നുകളുടെ പട്ടിക തയ്യാറാക്കി ഏത് ഡോക്ടറെ കാണുമ്പോഴും മുൻകൂട്ടി പറയേണ്ടതാണ്. അടിയന്തരസ്വഭാവമുള്ള അനാഫിലാക്സിസ് പോലുള്ളവയുടെ ലക്ഷണങ്ങൾ കണ്ട ഉടനെ ചികിത്സിക്കേണ്ടതാണ്.

അലർജ്ജിക് ഡിസോഡേഴ്സിൽ ഈ രോഗങ്ങളും ഉൾപ്പെടുന്നു.

ശ്വാസകോശരോഗമായ ആസ്ത്മ ശ്വാസകോശം അമിതമായി പ്രതികരിക്കുന്ന അലർജ്ജിയാണ്. ആസ്ത്മയിൽ ശ്വാസസംബന്ധമായ പ്രശ്നങ്ങളുണ്ടാകുന്നു. ശ്വാസകോശം അമിതമായി പ്രതികരിക്കുന്നത് അലർജ്ജനുകളായ പൂമ്പൊടി, പൂപ്പലുകൾ വളർത്തുമൃഗങ്ങളുടെ രോമങ്ങൾ, വീട്ടിലെ പൊടിയിൽ ഉണ്ടാകുന്ന സൂക്ഷ്മമായ കീടമായ മൈറ്റുകൾ (pollen, molds, animal dander, or dust mites) എന്നിവ ശ്വാസത്തിലൂടെ ശ്വാസകോശത്തിലെത്തുമ്പോഴാണ്. അപ്പോൾ ചെറിയ ശ്വാസക്കുഴലുകളിൽ നീരുവന്ന് ചുരുങ്ങുകയും ശ്വാസംകിട്ടാൻ പ്രയാസമുണ്ടാവുകയും ചെയ്യും.

എക്സീമ ഒരുതരം ചർമ്മത്തിലെ അടോപിക് ഡെർമറ്റൈറ്റിസ് (atopic dermatitis) രോഗമാണ്. ഇതിൽ ചൊറിച്ചിലും തടിച്ചുപൊങ്ങലും ഉണ്ടാകും. എക്സീമയെ പൂർണ്ണമായും അലർജ്ജി പ്രതികരണം എന്നു പറയാൻ കഴിയുകയില്ല. അധികവും കുട്ടികളിലും കൗമാരക്കാരിലും കാണുന്ന രോഗമാണിത്. അവരുടെ കുടുംബചരിത്രത്തിൽ അലർജ്ജി, ഹെ പനി, ആസ്ത്മ എന്നിവയുണ്ടാകും.

പലതരത്തിലുള്ള അലർജ്ജികൾ കുട്ടികളെയും കൗമാരക്കാരെയും ബാധിക്കാറുണ്ട്. അവ ഇവയാണ്. പരിസരത്തിൽനിന്നുള്ള അലർജ്ജികളായ പൊടികളിൽ ജീവിക്കുന്ന കീടമായ മൈറ്റുകൾ, മാറിയ കാലങ്ങളിലുണ്ടാകുന്ന ഹെ പനി, മരുന്നുകളുടെ അലർജ്ജി, ഭക്ഷണസാധനങ്ങളോടുള്ള അലർജ്ജി ഉദാഹരണമായി അണ്ടിപ്പരിപ്പുകൾ, ചെമ്മീൻ,

കക്കയിറച്ചി, കോഴിമുട്ട എന്നിവയോടുള്ള അലർജ്ജി, ചില വിഷവസ്തുക്കളായ കടന്നൽ, തേനീച്ച, എട്ടുകാലി എന്നിവ കുത്തുമ്പോൾ ശരീരത്തിലെത്തുന്ന വിഷവസ്തുവിനോടുള്ള അലർജ്ജി എന്നിവയാണ്.

ഇമ്മ്യൂൺസംവിധാനത്തിലൂള്ള അർബ്ബുദങ്ങൾ

ശരീരകോശങ്ങൾ ലക്ഷ്യരഹിതമായും അനാരോഗ്യകരമായും അനിയന്ത്രിതമായും വളരുന്ന അവസ്ഥയാണ് അർബ്ബുദം. മറ്റു കോശങ്ങളിലെന്നപോലെ ഇമ്മ്യൂൺ സംവിധാനത്തിലെ കോശങ്ങളിലും അർബ്ബുദം വരാം. ഈ തരം അർബ്ബുദമാണ് ലുക്കീമിയ. കുട്ടികളിൽ ഏറ്റവും സാധാരണ കാണുന്ന അർബ്ബുദവും ഇതുതന്നെ. ല്യൂക്കോസൈറ്റ്സ് എന്ന തരം രക്താണുക്കളിലാണ് ഇവയുണ്ടാകുന്നത്. ലിംഫോയ്ഡ് കോശജാലങ്ങളെ ബാധിക്കുന്ന ലിംഫോമയും കുട്ടികളിൽ വളരെ സാധാരണമായി കാണുന്ന അർബ്ബുദമാണ്. ഇപ്പോഴത്തെ ആധുനിക ചികിത്സ കൊണ്ട് കുട്ടികളിലും കൗമാരക്കാരിലും കാണുന്ന ഈ അർബ്ബുദങ്ങൾ ഭൂരിഭാഗവും മാറ്റിയെടുക്കാൻ കഴിയും.

ഇമ്മ്യൂൺ സംവിധാനത്തിലെ തകരാറുകൾ തടയാൻ കഴിയുകയില്ലെങ്കിലും കുട്ടിയുടെ പ്രതിരോധ സംവിധാനം ശക്തിപ്പെടുത്താൻ തീർച്ചയായും കഴിയും. ഇപ്രകാരം വൈദ്യശാസ്ത്രത്തിന്റെ സാദ്ധ്യതകളെ ഉപയോഗപ്പെടുത്തി നിങ്ങളുടെ ഡോക്ടറുമായി സഹകരിച്ച് കുട്ടിയുടെ അസുഖം തൃപ്തികരമായി ആശ്വാസപ്പെടുത്താൻ കഴിയും.

ഇമ്മ്യൂൺ സംവിധാനത്തിന്റെ ഭാഗമായ ലിംഫാറ്റിക് സിസ്റ്റത്തിൽ (lymphatic system) ലിംഫ് നോഡുകളും (nodes) ലിംഫ് എന്ന ജൈവ ദ്രാവകം ഒഴുകുന്ന കുഴലുകളായ ഡക്ടുകളും (ducts) ചെറിയ പാതകളുമുണ്ട്. രോഗാണുബാധയുണ്ടാകുമ്പോൾ ലിംഫാറ്റിക് സിസ്റ്റം ഉണർന്ന് പ്രവർത്തിക്കും. രോഗപ്രതിരോധത്തിന് ഈ സിസ്റ്റം സുപ്രധാനമായ പങ്ക് വഹിക്കുന്നുണ്ട്. ഇതിന്റെ പ്രധാന ജോലി ലിംഫിന്റെ ചംക്രമണമാണ്. ലിംഫ് എന്ന ജൈവദ്രവത്തിൽ ശ്വേതരക്താണുക്കളുണ്ട്. ഈ പടയാളികൾ രോഗാണുക്കളെ ചെറുത്ത് തോല്പിക്കുന്നു. കൂടുതലുള്ള ലിംഫ് ജലം കോശങ്ങൾക്കിടയിൽ ചംക്രമണത്തിലൂടെ നീക്കം ചെയ്യുകയും ചെയ്യുന്നു. തിരിച്ച് ഇവ രക്തചംക്രമണത്തിലേക്ക് വരുന്നു. ലിംഫാറ്റിക് സിസ്റ്റത്തിലെ രോഗങ്ങൾ ഇമ്മ്യൂണോളജിസ്റ്റുകൾ, വാസ്കുലർ സർജ്ജന്മാർ, ഡെർമറ്റോളജിസ്റ്റ്സ് (immunologists, vascular surgeons, dermatologists) അർബ്ബുദ വിദഗ്ദ്ധരായ ഓങ്കോളജിസ്റ്റ്സ് (oncologists), ഫിസിയോതെറാപ്പി വിദഗ്ദ്ധരായ ഫിസിയാട്രിസ്റ്റ്സ് (physiatrists) എന്നിവർ ചികിത്സിക്കുന്നു. ഓരോ രോഗത്തിന്റെ അവസ്ഥയും സങ്കീർണ്ണതയും അനുസരിച്ചാണ് ഓരോ വിദഗ്ദ്ധന്റെയും അഭിപ്രായം തേടുന്നത്.

ലിംഫാറ്റിക് സിസ്റ്റത്തിലെ ഏറ്റവും സാധാരണ രോഗം ലിംഫ് നോഡുകൾ ചീർക്കലാണ്. ഈ അവസ്ഥയാണ് ലിംഫഡിനോപ്പതി (lymphadenopathy). പുറമെ വ്യക്തമായി കാണാവുന്ന ഇതിനെയാണ് കഴല

എന്ന് പറയുന്നത്. ഇത് ലിംഫ് ജലത്തിലെ ഒഴുക്ക് ഏതെങ്കിലും കാരണം മൂലം തടസ്സപ്പെടുകയോ ചുറ്റുമുള്ള ശരീരഭാഗങ്ങളിൽനിന്ന് അർബ്ബുദ കോശങ്ങൾ അടിഞ്ഞുകൂടുകയോ ലിംഫാറ്റിക് സിസ്റ്റത്തിൽ അർബ്ബുദം വരികയോ ചെയ്യുമ്പോഴാണ്.

ലിംഫ് ജലത്തിൽ ബാക്ടീരിയ കാണുകയാണെങ്കിൽ രോഗാണുബാധയുണ്ടെന്ന് മനസ്സിലാക്കാം. തുടർന്ന് ആ ഭാഗത്ത് കൂടുതൽ ശ്വേത രക്താണുക്കൾ വരുന്നു. അത് കഴലയ്ക്ക് കാരണമാകാം. കഴുത്തിലും തുടയും നാഭിയും ചേരുന്നിടത്തും കക്ഷത്തിലും ആണ് സാധാരണ കഴലകൾ അധികവും കാണുന്നത്.

ലിംഫഡിലോപ്പതി എന്ന കഴലയുടെ സാധാരണ കാരണം രോഗാണുബാധ, രോഗക്കത്തൽ, അർബ്ബുദം എന്നിവയാണ്. സാധാരണ രോഗാണുബാധ തൊണ്ടയിലെ സ്ട്രെപ്റ്റോകോക്കസ്, ശരീരത്തിലെവിടെയെങ്കിലുമുണ്ടാകാവുന്ന മുറിവുകൾ, വൈറസ് ബാധ ഉദാഹരണമായി മോണോനൂക്ലിയോസിസ് (mononucleosis), എച്ച് ഐ വി എന്നിവയാണ്. തൊണ്ടയിലെ രോഗാണുബാധ, മുറിവുകൾ എന്നിവ മൂലമുള്ള കഴലകളാണെങ്കിൽ അവ കഴുത്തിലോ മുറിവിനടുത്ത ഭാഗത്തോ ആയിരിക്കും. എച്ച് ഐ വി മുതലായ ശരീരമാസകലമുള്ള അണുബാധയാണെങ്കിൽ കഴലകൾ ശരീരമാസകലമുണ്ടാകും. രോഗാണുബാധ മൂലമുള്ള കഴലകൾക്ക് അവിടെ അമർത്തിയാൽ വേദനയുണ്ടാകും. അർബ്ബുദം മൂലമുള്ളവ കട്ടി കൂടിയതായിരിക്കും. ആഴത്തിലുള്ളവ പരിശോധിച്ചാൽ അറിയുകയില്ല. സി ടി, എം ആർ ഐ എന്നീ സ്കാനിങ് മുഖേന മാത്രമേ അറിയുകയുള്ളൂ.

ഓട്ടോഇമ്മ്യൂൺ രോഗങ്ങൾ, രോഗക്കത്തൽ എന്നിവയുണ്ടെങ്കിൽ ലിംഫ് നോഡുകൾ വലുതാകാറുണ്ട്. ഇത് ലൂപസ് എന്ന രോഗത്തിൽ കാണാറുണ്ട്.

ലിംഫോമ എന്നത് ലിംഫ് നോഡുകളിലെ അർബ്ബുദമാണ്. ലിംഫോസൈറ്റ്സ് അനിയന്ത്രിതമായി വളരുമ്പോഴാണ് ഇതുണ്ടാകുന്നത്. പല തരത്തിലുള്ള ലിംഫോമകളുണ്ട്. ഹോഡ്ഗ്കിൻ ലിംഫോമയും (Hodgkin lymphoma) അതിൽപെടാത്ത നോൺ ഹോഡ്ഗ്കിൻ ലിംഫോയുമുണ്ട്(non-Hodgkin lymphoma (NHL)). നോൺ ഹോഡ്ഗ്കിൻ ലിംഫോമയാണ് കൂടുതൽ സാധാരണമായി കാണുന്നത്. അതിലെ ഉപവിഭാഗമാണ് ഫോളിക്കുലർ തരത്തിലുള്ളത്. ഇവ ഈ കൂട്ടത്തിലെ മുപ്പത് ശതമാനം വരും. ബി സെൽ ലിംഫോമ നാല്പതിനും അമ്പതിനും ഇടയ്ക്ക് ശതമാനം വരും. ബർക്കിറ്റ്സ് ലിംഫോമ അഞ്ചു ശതമാനത്തോളം വരും. അർബ്ബുദം നീക്കം ചെയ്യാനുള്ള ഓപ്പറേഷനും റേഡിയേഷനും തനിച്ചോ രണ്ടും കൂടിയോ ചെയ്യുമ്പോൾ ഹൃദയത്തിലേക്കുള്ള ലിംഫ് ഒഴുക്ക് കൂടുകയും ലിംഫെഡിമ എന്ന നീരുണ്ടാവുകയും ചെയ്യും. ഈ പ്രതിഭാസം കൂടുതലുണ്ടാവുന്നത് സ്തനത്തിലെ അർബ്ബുദത്തിന് സ്തനം നീക്കം ചെയ്തതിനു ശേഷമാണ്. ഇതിന്റെ ഭാഗമായി കക്ഷത്തിലുള്ള ലിംഫ്

നോഡുകളും നീക്കം ചെയ്യാറുണ്ട്. കൂടുതൽ ലിംഫ് നോഡുകൾ ചെയ്തവരിൽ ലിംഫെഡിമ കൂടുതലുണ്ടാകാറുണ്ട്.

കാസിൽമാൻ ഡിസീസ് (Castleman disease)

കാസിൽമാൻ ഡിസീസ് എന്നത് ഒരുകൂട്ടം രോഗങ്ങളാണ്. പല അവയവങ്ങളുടെയും പ്രവർത്തനത്തെ ബാധിക്കുകയും ലിംഫ് നോഡുകൾ വലുതാവുകയും ചെയ്യുന്ന രോഗമാണിത്. പൂർണ്ണമായി ഇതൊരു അർബ്ബുദമല്ലെങ്കിലും ലിംഫോമപോലുള്ള രോഗമാണിത്. ലിംഫ്നോഡ് ഒരെണ്ണം മാത്രമോ പല ലിംഫ്നോഡുകൾ ഒരുമിച്ചോ ഈ രോഗം ബാധിക്കാം. അർബ്ബുദത്തിന്റെ ചികിത്സപോലെ ഇതിനും കീമോതെറാപ്പിയാണ് ചികിത്സ.

ലിംഫാഞ്ജിയോമറ്റോസിസ് (lymphangiomatosis)

ലിംഫ് ഒഴുകുന്ന വഴികളിൽ മുഴകളും രോഗങ്ങളും ഉണ്ടാകുന്ന രോഗമാണിത്. ജനിതക കാരണംകൊണ്ടുണ്ടാകുന്ന ഈ രോഗം ജീൻ മുട്ടേഷൻ മൂലമുണ്ടാകുന്നതാണ്.

രോഗനിർണ്ണയവും ചികിത്സയും

ലിംഫ് നോഡുകൾ വലുതാകുക, അവയിൽ വേദന എന്നിവയുണ്ടാകുമ്പോൾ പരിശോധന നടത്തി രോഗനിർണ്ണയം നടത്താവുന്നതാണ്. സി ടി, എം ആർ ഐ എന്നീ പരിശോധനകൾ നടത്തി രോഗനിർണ്ണയം ഉറപ്പിക്കാവുന്നതാണ്.

ഭൂരിഭാഗം വലുതായ ലിംഫ് നോഡുകളും അപകടകരങ്ങളല്ല. അവ ശരീരത്തിന്റെ രോഗാണുബാധയെ തടുക്കാനുള്ള നടപടികളുടെ ഭാഗമായിരിക്കാം. വൈറൽ രോഗാണുബാധ, ബാക്ടീരിയൽ രോഗാണുബാധ എന്നിവയെ തടുക്കാൻ ലിംഫോസൈറ്റുകൾ കൂട്ടംകൂടി ശക്തി കേന്ദ്രീകരിക്കുമ്പോൾ ലിംഫ് നോഡുകൾ വലുതായി കഴല ഉണ്ടാകാറുണ്ട്. ലിംഫ് നോഡുകൾ കൂടുതൽ വലുതായി നീണ്ടുനില്ക്കുമ്പോൾ അത് പ്രത്യേകം ശ്രദ്ധിക്കേണ്ടതാണ്. ഒരു സെന്റിമീറ്ററിനേക്കാൾ വലുതാകുമ്പോൾ ഡോക്ടറെ കാണിക്കേണ്ടതാണ്.

കക്ഷത്തിലും തുടകളുടെ തുടക്കത്തിൽ ഒടിഭാഗത്ത് കഴലകളോടൊപ്പം കാണുന്ന മറ്റു ലക്ഷണങ്ങൾ ഇവയാണ്.

- തൂക്കക്കുറവ്
- പനി
- രാത്രിയിൽ വിയർപ്പ്

ഇവ മൂന്നും കാണുകയാണെങ്കിൽ നെഞ്ചിന്റെ എക്സ് റേ പരിശോധന ചെയ്യേണ്ടതാണ്. ക്ഷയരോഗമാകാൻ സാദ്ധ്യതയുണ്ട്. ക്ഷയരോഗമാണെങ്കിൽ മറ്റു തെളിവുകളോടൊപ്പം നെഞ്ചിലെ മദ്ധ്യഭാഗത്തുള്ള

മീഡിയാസ്റ്റിനത്തിൽ (mediastinum) കഴലകൾ കാണാവുന്നതാണ്. സി ടി, എം ആർ ഐ എന്നിവയും ചെയ്യാവുന്നതാണ്. കഴലകൾ ഏത് ഭാഗത്താണെന്നതും കൂടെ കാണുന്ന ലക്ഷണങ്ങളും രോഗനിർണ്ണയത്തിന് പരിഗണിക്കണം. രോഗാണുബാധ ഉണ്ടെന്ന് മനസ്സിലാവുകയും കഴലകൾ അവയുമായി ബന്ധപ്പെട്ടതാണെന്നറിയുകയുമാണെങ്കിൽ രോഗാണുബാധയുടെ ചികിത്സ കഴിയുന്നതുവരെ കാത്തിരിക്കാവുന്നതാണ്.

ലിംഫ് നോഡുകൾ വേഗം വളരുകയും അതിന് ശരിയായ വിശദീകരണം ഇല്ലാതിരിക്കുകയുമാണെങ്കിൽ അതിൽനിന്ന് ചെറുസൂചി ഉപയോഗിച്ച് ബയോപ്സി (biopsy) എടുത്ത് കോശജാലങ്ങൾ പരിശോധിക്കാവുന്നതാണ്. അപ്രകാരം ചെയ്താൽ അർബ്ബുദമോ മറ്റുരോഗങ്ങളോ ഉണ്ടെങ്കിൽ മനസ്സിലാകും. ഇതെളുപ്പത്തിൽ ആസ്പത്രിയിൽവെച്ച് ചെയ്യാവുന്നതാണ്. കഴല ഉദരത്തിലോ താഴെ നാഭിപ്രദേശത്തോ ആണെങ്കിൽ ഇന്റർവെൻഷനൽ റേഡിയോളജിസ്റ്റ് (interventional radiologist) നേരിട്ട് കണ്ട് കൃത്യസ്ഥലത്തുനിന്ന് ബയോപ്സി എടുക്കും. അല്ലെങ്കിൽ ഓപ്പറേഷനിലൂടെ എടുത്ത് പരിശോധിക്കും.

ലിംഫോമ, ലുക്കീമിയ എന്നിവയ്ക്ക് കീമോതെറാപ്പി, ഇമ്മ്യൂണോതെറാപ്പി, റേഡിയേഷൻ എന്നിവ ചെയ്യാറുണ്ട്. ലിംഫാറ്റിക് രോഗങ്ങൾ അവയുടെ കാരണങ്ങളനുസരിച്ചാണ് ചികിത്സിക്കുന്നത്.

രോഗാണുബാധയാണെങ്കിൽ ആന്റിബയോട്ടിക്കുകളും വൈറസ് രോഗമാണെങ്കിൽ വൈറസുകൾക്കെതിരായ മരുന്നുകളും പ്രതിരോധം കൂട്ടാനുള്ള ചികിത്സയും വേണ്ടി വരും.

നീര് വരുന്ന ലിംഫെഡീമയാണെങ്കിൽ ആ ഭാഗം ഉയർത്തിവയ്ക്കുക, സമ്മർദ്ദം കൊടുക്കുന്ന ബാൻഡേജ് ഫിസിയോ തെറാപ്പി എന്നിവയാണ്ചെയ്യുന്നത്.

ലിംഫാറ്റിക് സിസ്റ്റത്തിലെ അർബ്ബുദങ്ങൾക്ക് റേഡിയോതെറാപ്പി, സർജ്ജറി എന്നിവയോ ഇവയെല്ലാം കൂടിയ ചികിത്സയോ ആണ് ചെയ്യുന്നത്.

ഇപ്പോൾ ഈ രോഗങ്ങൾക്ക് നൂതനമായ ചികിത്സകളുടെ പ്രളയം തന്നെ ഉണ്ടായിട്ടുണ്ട്. കോശങ്ങളിൽ നേരിട്ട് പ്രവർത്തിക്കുന്ന കൂടുതൽ ഫലപ്രദമായ മരുന്നുകൾ ഇവയാണ്.

ഇബ്രുടിനിബ് (Ibrutinib)

ഐഡിലിലാസിബ് (idelalisib)

ഓബിനുടുസുമാബ് (obinutuzumab)

ലിനാലിഡോമൈഡ് (lenalidomide) എന്നിവയാണവ. ഇനിയും ഏതാനും ചിലവ അംഗീകാരത്തോടെ അവതരിക്കുമെന്ന് കരുതാം.

നാലാം ഭാഗം

പേശിവ്യൂഹം

ശരീരത്തിലെ പേശിവ്യൂഹം എന്ന മസ്കുലർ സിസ്റ്റത്തിൽ (muscular system) അറുനൂറ്റമ്പതോളം പേശികളുണ്ട്. ഈ പേശികൾ ചലനത്തിനുമാത്രമല്ല രക്തയോട്ടത്തിനും മറ്റു ശാരീരിക പ്രവർത്തനത്തിനും സഹായിക്കുന്നു.

മൂന്നു തരത്തിലുള്ള പേശികളുണ്ട്.

അസ്ഥികളുമായി ബന്ധമുള്ള ചലനങ്ങൾ നേരിട്ട് നടത്തുന്ന സ്കെലിട്ടൽ മസിൽ (skeletal muscle) നമ്മുടെ ആഗ്രഹമനുസരിച്ച് ഇച്ഛാപ്രവർത്തനങ്ങൾ നടത്തുന്നു. ഇവയെ നിയന്ത്രിത പേശികളെന്നും പറയുന്നു.

അവയവങ്ങളുടെ അകത്ത് അവയുടെ പ്രവർത്തനം നടത്തുന്ന പേശികളാണ് സ്മൂത്ത് മസിൽസ് (smooth muscles). ഘടനയനുസരിച്ചാണ് ഈ പേര് നല്കിയിരിക്കുന്നത്. ഈ പേശികൾക്ക് നമ്മുടെ ബോധപൂർവ്വമായ നിയന്ത്രണമില്ല. അതുകൊണ്ട് ഇവയെ അനിയന്ത്രിതപേശികൾ എന്നും പറയുന്നു. കഴിക്കുന്ന ഭക്ഷണം മുതലായവ ശരീരത്തിൽ ചലിക്കുന്നത് ഇവയുടെ പ്രവർത്തനംമൂലമാണ്. ഭക്ഷണക്കുഴലായ ഈസോഫാഗസ് (esophagus), ആമാശയം, കുടലുകൾ, മൂത്രാശയം, രക്തക്കുഴലുകൾ എന്നിവയെ അനിയന്ത്രിതപേശികളായ സ്മൂത്ത് മസിൽസ് ആണ് പ്രവർത്തിപ്പിക്കുന്നത്.

ഹൃദയത്തിലെ പേശികൾ ഈ രണ്ടു പേശികളിൽനിന്നും വ്യത്യസ്തമായ ഘടനയുള്ളതാണ്. ഇവയും അനിയന്ത്രിതമാണ്. രക്തചംക്രമണം നടത്തുന്ന അതിപ്രധാന പ്രവർത്തനമാണ് ഹൃദയപേശികൾ നടത്തുന്നത്. അസ്ഥികളിൽനിന്ന് വിഭിന്നമായി മൃദുവായ കോശകലകളാണ് പേശികൾ. ഇവയുടെ പ്രധാനപ്രവർത്തനം ശക്തിയുണ്ടാക്കലും ചലന

വുമാണ്.

ശരീരത്തിന് ആകൃതിയും ചലനവും തരാൻ അസ്ഥികളോടൊപ്പം പേശികൾക്കും വലിയ പങ്കുണ്ട്. ഇരിക്കുക, നടക്കുക, ഭക്ഷണം കഴിക്കുക ആന്തരികാവയവങ്ങളുടെ പ്രവർത്തനമായ ഹൃദയത്തിന്റെ പമ്പിങ്, അന്നനാളത്തിലെ ഭക്ഷണത്തിലെ ചലനം എന്നിവ അതത് പേശികളുടെ പ്രവർത്തനംമൂലമാണ് നടക്കുന്നത്.

മസിൽ എന്ന ഇംഗ്ലീഷ് പദം ഉത്ഭവിച്ചത് ലാറ്റിനിൽ നിന്നാണ്. മസ്കുലസ് (musculus) എന്നാൽ ചെറിയ എലി എന്നാണർത്ഥം. ചർമ്മത്തിന്റെ അടിയിൽ ചുരുങ്ങുന്ന പേശികൾ കണ്ടാൽ ചാക്കിനടിയിലൂടെ എലികൾ

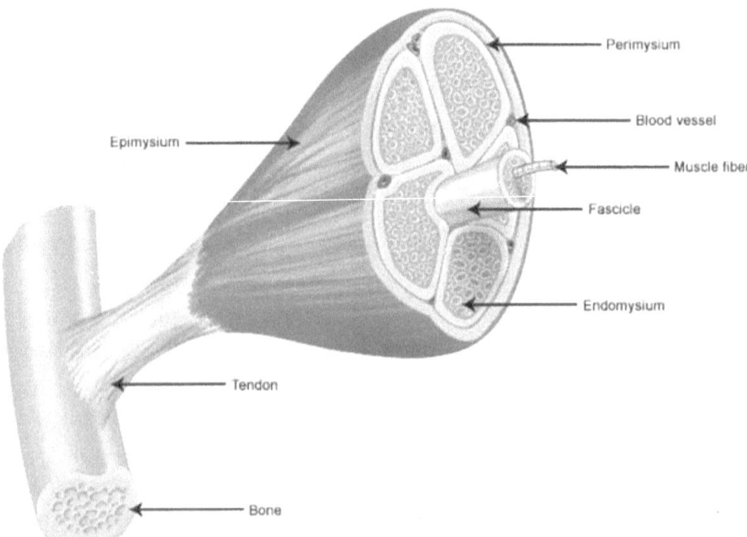

സ്കെലിട്ടൽ മസിൽ

നീങ്ങുന്നതുപോലെ തോന്നും. അപ്രകാരമാണ് ആ പദമുണ്ടായത്. പേശികൾക്കും അസ്ഥികൾക്കും ഇടയിൽ ഇവയെ ബന്ധിപ്പിക്കുന്നവയാണ് ടെൻഡണുകൾ (tendons). ടെൻഡണുകൾ രണ്ട് അസ്ഥികളെ ഇടയിലുള്ള സന്ധിയെ മറികടന്ന് പരസ്പരം യോജിപ്പിക്കുന്നു. ഒരു പേശി ചുരുങ്ങി ബലം വയ്ക്കുമ്പോൾ മറ്റു പേശി തളർന്ന് ചലനത്തിന് സൗകര്യമൊരുക്കുന്നു. അപ്പോൾ ചിലവ സന്ധിയെ ശരിയായി പിടിച്ചുനിർത്തുന്നുണ്ടാകും. ഇപ്രകാരം ഓരോ നിയന്ത്രിത ചലനത്തിലും പല പേശികളും പങ്കെടുക്കുന്നു.

അസ്ഥികളെ ചലിപ്പിക്കുന്ന സ്കെലിട്ടൽ മസിലുകൾ രണ്ടുതരമുണ്ട്. ആദ്യത്തേത് സ്ലൊ ടിച്ച് ടൈപ്പ് 1 മസിലാണ് (Slow twitch (Type I)

muscle). ഇതിൽ പ്രോട്ടീൻ കൂടുതലുള്ളതിനാൽ ചുവന്ന നിറമാണ്. പ്രാണവായു കൂടുതൽ കാര്യക്ഷമതയോടെ ഈ പേശി ഉപയോഗിക്കുന്നു. കൊഴുപ്പും പ്രോട്ടീനും കാർബോഹൈഡ്രേറ്റുകളും ഉപയോഗിക്കാൻ കഴിയുന്നതോടെ ഈ പേശികൾക്ക് കൂടുതൽ സമയം പ്രവർത്തിക്കാൻ കഴിയുന്നു. ഈ തരം പേശികൾ ദീർഘദൂര ഓട്ടത്തിനും സൈക്കിൾ ചവിട്ടുന്നതിനും കഴിവുള്ളതാണ്.

ഫാസ്റ്റ് ടിച്ച് ടൈപ്പ് 2 മസിൽ (Fast twitch (Type II) muscle) ആദ്യത്തെ തരത്തെ അപേക്ഷിച്ച് വെള്ളനിറമാണ്. ഇതിൽ പ്രാണവായു വഹിക്കുന്ന പ്രോട്ടീൻ കുറവാണ്. ഇവ വേഗത്തിൽ ശക്തിയായി ചുരുങ്ങുമെങ്കിലും വേഗം ക്ഷീണിക്കുന്നു. തന്മൂലം ഈ പേശികൾ അനേറോബിക് (anaerobic) വ്യായാമങ്ങളായ സ്പ്രിന്റിങ്, ഭാരോദ്വഹനം എന്നിവയ്ക്ക് നല്ലതാണ്.

നമ്മുടെ ആകെ ശരീരഭാരത്തിന്റെ പകുതിയും പേശികളാണ്. കൊഴുപ്പിനേക്കാളും പേശികൾക്ക് പതിനഞ്ച് ശതമാനം കട്ടി കൂടുതലാണ്.

നമുക്ക് ഗൗരവം പിടിച്ചിരിക്കാൻ നാല്പത്തിമൂന്ന് മുഖപേശികൾ പ്രവർത്തിക്കണം. എന്നാൽ പുഞ്ചിരിക്കാൻ പതിനേഴ് മുഖപേശികൾ മതി. അതുകൊണ്ട് ഗൗരവത്തിലിരിക്കുന്നതിലേക്കാൾ എപ്പോഴും നല്ലത് പുഞ്ചിരിക്കുകയാണ്.

ഒരു ചെറിയ സ്ഥലത്ത് ഏറ്റവും അധികം ശക്തി പ്രയോഗിക്കണമെങ്കിൽ അതിനേറ്റവും പറ്റിയത് താടിയെല്ലിലെ മസ്സീറ്റേഴ്സ് (masseters) എന്ന പേശികളാണ്. അവയാണ് ശരീരത്തിലെ ഏറ്റവും ശക്തമായ പേശികൾ. ബലവാന്മാർ ജീപ്പും മറ്റും കടിച്ചു വലിക്കുന്നത് നാം കണ്ടിട്ടുള്ളതാണല്ലോ.

എന്നാൽ ചെയ്യുന്ന ജോലിയനുസരിച്ചും പേശിയുടെ വലിപ്പം പരിഗണിച്ചും ഏറ്റവും ശക്തമായ പേശി കണ്ണുകൾ ഇറുക്കിയടയ്ക്കാനും മറ്റുമുപയോഗിക്കുന്ന എക്സ്ടേണൽ മസിലുകളാണ്. കണ്ണിന്റെ ചെറിയ ആകൃതിയും ഭാരവും പരിഗണിക്കുമ്പോൾ അവ അവയുടെ പ്രവർത്തനത്തിന്റെ ആവശ്യത്തേക്കാൾ നൂറിരട്ടി ശക്തമാണ്.

നാവിന് എട്ട് പേശികളുണ്ട്. അവയെ അതിശക്തമായ പേശികളെന്ന് പറയുവാൻ കഴിയില്ല. എന്നാൽ ആ എട്ട് പേശികളുള്ള നാവിനെ നാം വളരെ ശ്രദ്ധാപൂർവ്വം ഉപയോഗിക്കണമെന്ന് പക്വതയുള്ളവർ പറയും.

ശരീരത്തിലെ ഏത് പേശിയേക്കാളും കൂടുതൽ അനവരതം ജോലി ചെയ്യുന്ന പേശിയാണ് ഹൃദയപേശികൾ.

പേശികൾ പ്രവർത്തിക്കുന്നതിന് ഞരമ്പുകളിൽനിന്ന് കല്പന കിട്ടണം. മസ്തിഷ്കംമുതൽ പേശിവരെ ഏത് നിലവാരത്തിലും ഈ കല്പന കിട്ടുന്നതിന് തടസ്സം നേരിട്ടാൽ പേശികൾ തളരും. സെറിബ്രൽ പാൽസി (cerebral palsy) എന്നത് പേശികളുടെ തളർച്ച ഉത്ഭവിക്കുന്നത് മസ്തിഷ്കത്തിലെ ശരീരഭാഗങ്ങളുടെ പേശികളെ നിയന്ത്രിക്കുന്ന

ഭാഗം പ്രവർത്തനരഹിതമാകുമ്പോഴാണ്. എന്നാൽ മസ്കുലർ ഡിസ്ട്രോഫി (muscular dystrophy) എന്ന രോഗത്തിലും പേശികൾ ദുർബ്ബലമാകും. ഈ രോഗത്തിൽ പേശികളുടെ ചെറിയ നാരുകളായ മസിൽ ഫൈബറുകളിൽ (muscle fibers) ജനിതകത്തകരാറ് മൂലം പേശികൾ ദുർബ്ബലമാകുന്നു.

പടർന്നുകയറുന്ന ചെടികൾ മരത്തിലോ തൂണിലോ വളർന്നു കയറുമ്പോൾ അതിന്റെ വ്യാസം മനസ്സിലാക്കി അതനുസരിച്ച വളവിലാണ് വളരുന്നത്. ആ ചെടി ആ വിവരം 'ഓർമ്മ'യിൽ വയ്ക്കുന്നു. പേശികളുടെ ഓരോ പ്രവൃത്തിയും ആവർത്തിച്ച് ചെയ്യുകയാണെങ്കിൽ ആ പ്രവൃത്തി ആ പേശിക്ക് ഓർക്കാൻ കഴിയും. നമ്മുടെ പേശികൾ അപ്രകാരം ആവർത്തിച്ചു ചെയ്യുന്ന ജോലികൾ കൂടുതൽ കൃത്യതയോടെ ചെയ്യാൻ ശ്രമിക്കും. അപ്രകാരം ആ പ്രവൃത്തിയിൽ വളരെ കൃത്യതയും കഴിവും കൈവരിക്കാൻ കഴിയുന്നു. പ്രഗത്ഭരായ സ്പോർട്സ്മാന്മാരുടെ വിജയരഹസ്യം ഇതാണ്.

മസിൽ സ്പാസം (muscle spasm)

നാം കോച്ചിപ്പിടിത്തം, പേശീവലിവ് എന്നെല്ലാം പറയുന്നത് മസിൽ സ്പാസമാണ്. ഇത് സാധാരണ ഉണ്ടാകുന്നതാണ്. ഏത് പേശിയെയും ബാധിക്കാം. സാധാരണമായി ഇത് പേശികളുടെ ഭാഗമോ അല്ലെങ്കിൽ പേശിക്കൂട്ടത്തെയോ ബാധിക്കാം. പേശീവലിവ് വരുമ്പോൾ നിയന്ത്രിത പേശികൾ അനിയന്ത്രിതമായി ശക്തിയോടെ ചുരുങ്ങുകയാണ് ചെയ്യുന്നത്. ഇപ്രകാരം കോച്ചിവലിക്കുന്ന പേശികൾ തുടകൾ, കാൽമുട്ടുകൾക്ക് താഴെയുള്ളവ, പാദങ്ങളിലെ കമാനത്തിലുള്ള ആർച്ച് (arch) പേശികൾ, കൈകളിലെ പേശികൾ, ചുമലിന് താഴെയുള്ള പേശികൾ, ഉദരത്തിലെ പേശികൾ, വാരിയെല്ലുകൾക്കിടയിലുള്ളവ എന്നിവയാണ്.

പേശീവലിവിന്റെ ലക്ഷണങ്ങൾ

പേശിയിലെ ചെറിയ ഭാഗത്തുണ്ടാകുന്ന കൊച്ചു ഞെട്ടലുകൾ മുതൽ ശക്തമായ വലിവിന്റെ വേദനവരെയുണ്ടാകാം. ഈ വലിവുണ്ടാവുന്ന പേശികൾ തൊടുമ്പോൾ കൂടുതൽ കട്ടിയായി അനുഭവപ്പെടും. കാഴ്ചയിൽ അവയുടെ ആകൃതിയും മാറിയിരിക്കും. വലിവുള്ള പേശിയിൽ ഇടയ്ക്ക് കൊച്ചു ഞെട്ടലുകളുണ്ടാകും. ഈ വലിവ് ഏതാനും സെക്കന്റുകൾ മുതൽ പതിനഞ്ച് മിനിറ്റ് വരെ നീണ്ടു നില്ക്കാം.

പേശീവലിവ് വരുന്നവർ

പേശീവലിവ് ആർക്കും എപ്പോഴും വരാം. പ്രായമായവരിലും ചെറുപ്പക്കാരിലും വ്യായാമം കുറഞ്ഞവരിലും നല്ലപോലെ വ്യായാമം ചെയ്യുന്നവരിലും പേശീവലിവ് വരാം. സാധാരണ നടക്കുമ്പോഴും ഇരിക്കു

മ്പോഴും വ്യായാമം ചെയ്യുമ്പോഴും ഉറങ്ങുമ്പോൾപ്പോലും പേശീവലിവ് വരാം. ചിലർക്ക് പേശീവലിവ് വേഗം വരും. ചെറിയ ശാരീരികദ്ധ്വാനം മാത്രം മതി. ചിലർക്ക് വരാറില്ല. സച്ചിൻ ടെണ്ടുൽക്കർ സുദീർഘമായി ക്രിക്കറ്റ് രംഗത്തുണ്ടായിട്ടും ഒരിക്കലും പേശീവലിവ് വന്ന് കളിക്കളം വിട്ടിട്ടില്ല.

വേഗം പേശീവലിവ് വരുന്നത് അധികവും ഈ വിഭാഗങ്ങളിൽപ്പെടുന്നവരാണ്.

- കൈക്കുഞ്ഞുങ്ങൾ
- പ്രായമായ അറുപത്തഞ്ചിന് മുകളിലുള്ളവർ
- വ്യായാമം ചെയ്യുമ്പോൾ അമിതമായി ചെയ്യുന്നവർ
- അസുഖങ്ങളുള്ളവർ
- കഠിനമായ വ്യായാമം ചെയ്യുന്ന അത്‌ലെറ്റുകൾ

എന്നിവരാണ്.

പേശീവലിവിന്റെ കാരണങ്ങൾ

- പേശികളുടെ പ്രവർത്തനത്തിനു മുമ്പ് പേശികളെ നീട്ടി വിടർത്തുന്നത് നല്ലതാണ്. ഇതിനെ സ്ട്രെച്ചിങ് (stretching) എന്നു പറയുന്നു. കളിക്കാർ കളിസ്ഥലത്തുവച്ചുതന്നെ ഇടക്ക് സ്ട്രെച്ചിങ് ചെയ്യുന്നത് കാണാം. അപ്രകാരം ചെയ്യാതെ വന്നാൽ പേശീവലിവുണ്ടാകാം.
- പേശികളുടെ തളർച്ച. ഒരു പ്രവർത്തനം കഴിഞ്ഞാൽ പേശികൾക്ക് അല്പം സമയം വിശ്രമം ആവശ്യമാണ്. ആ വിശ്രമം ലഭിക്കാതെ അവയെ വീണ്ടും ചലിപ്പിച്ചാൽ അവയ്ക്ക് വലിവുണ്ടാകും.
- വടക്കെ ഇന്ത്യയിലെ ചൂടിലും ഗൾഫിലെ മരുപ്രദേശത്തും ഉയർന്ന താപനിലയിൽ പണിയെടുക്കുന്ന നമ്മുടെ തൊഴിലാളികൾക്ക് പേശിവലിച്ചിൽ വരുന്നത് ഉയർന്ന ഊഷ്മാവിൽ പേശികൾ പ്രവർത്തിക്കുന്നതിനാലാണ്.
- നിർജ്ജലീകരണം. നിർജ്ജലീകരണം സംഭവിക്കുന്നതും ഉയർന്ന ഊഷ്മാവിൽ ആവശ്യത്തിന് വെള്ളം കുടിക്കാതെ പണിയെടുക്കേണ്ടിവരുമ്പോഴാണ്.
- നമ്മുടെ ശരീരത്തിന് ആവശ്യമായ ലവണങ്ങളായ സോഡിയം, പൊട്ടാസ്യം, മഗ്നീഷ്യം, കാത്സ്യം (sodium, potassium, magnesium and calcium) എന്നിവയുടെ സമതുലിതാവസ്ഥയിൽ തകരാറുകളുണ്ടാവുക എന്നിവയാണ്.

പേശീവലിവിന്റെ ചികിത്സ

- മേല്പറഞ്ഞ കാരണങ്ങളുണ്ടെങ്കിൽ അവയെല്ലാം ഒഴിവാക്കണം.
- വലിവുള്ള പേശി സാവധാനത്തിൽ സ്ട്രെച്ച് ചെയ്യണം.
- ആ നിലയിൽ വലിവ് മാറുന്നതുവരെ പിടിക്കുക. വലിവ് മാറും.

കളിക്കളത്തിൽ കളിക്കാരും അവരുടെ ഫിസിയോതെറാപ്പി ചെയ്യുന്നവരും ഇതു ചെയ്യുന്നത് ടി വിയിൽ കാണാം.

- വേദനയുള്ള പേശിക്കു മുകളിൽ തണുത്ത പായ്ക്കും സമ്മർദ്ദത്താൽ ഇറുകിയ പേശിക്കു മുകളിൽ ചൂടുള്ള ലെതർബാഗും പിടിക്കുക.

പേശീവലിവ് വരുന്നത് ഈ കാരണങ്ങളല്ലാതെ വരികയും ഈ ചികിത്സകൾകൊണ്ട് പ്രയോജനമില്ലാതെ വരികയും വലിവ് ഇടയ്ക്കിടെ കടുത്ത വേദനയോടെ വരികയുമാണെങ്കിൽ ഡോക്ടറെ കാണണം.

പേശീവലിവിന്റെ പ്രതിരോധം

സാധാരണ ചലനങ്ങൾക്കുള്ള വ്യായാമങ്ങൾ പതിവായി ചെയ്യുക. നിർജ്ജലീകരണവും ലവണങ്ങളുടെ കുറവും തടയാൻ പതിവായി ധാരാളം വെള്ളം കുടിക്കുകയും ലവണങ്ങളുടെ കുറവില്ലാതെ നോക്കുകയും വേണം. ശാരീരികവ്യായാമങ്ങളില്ലാത്ത ജോലിയാണെങ്കിൽ ജോലി കഴിഞ്ഞതിനുശേഷം ആവശ്യമുള്ള വ്യായാമത്തിലേർപ്പെടണം.

മസിൽ ക്രാംപ്

മുട്ടിന് താഴെയുള്ള പേശികളിലാണ് ക്രാംപ് എന്ന കൊളുത്തി വലിക്കുന്ന വേദന വരുന്നത്. ഇത് പെട്ടെന്നുള്ള ശക്തിയേറിയ ഇറുകിപ്പിടിക്കുന്നുവെന്ന് തോന്നുന്ന വേദനയാണ്. പേശിയിൽ വലിവുമൂലമാണ് ഈ കൊളുത്തിവലിക്കൽ അനുഭവപ്പെടുന്നത്. നമ്മുടെ നിയന്ത്രണത്തിന് അതീതമായാണ് ഈ കൊളുത്തിവലിക്കൽ സംഭവിക്കുന്നത്. പേശി ശക്തിയോടെ ചുരുങ്ങുന്നതിനാൽ ആ നിലയിൽ വേദനയോടെ നില്ക്കും. തളരുകയില്ല. നമ്മുടെ ബോധപൂർവ്വമായ നിയന്ത്രണത്തിലുള്ള ഏത് സ്കെലിട്ടൽ മസിലും കൊളുത്തി വലിക്കലിന് ഇരയാകാം. ഒരു പേശിയോ അതിന്റെ ഭാഗമോ ഒരുകൂട്ടം പേശികളോ കൊളുത്തിവലിക്കാം. ഏറ്റവും പ്രധാനമായി കൊളുത്തിവലിക്കുന്ന പേശികൾ ഇവയാണ്.

- മുട്ടിന് താഴെയുള്ള ഗാസ്ട്രോക്ണിമിയസ് (gastrocnemius) പേശി
- തുടയ്ക്ക് പിന്നിലുള്ള ഹാംസ്ട്രിങ്സ് (hamstrings) പേശി
- തുടയുടെ മുന്നിലുള്ള (quadriceps) പേശി

പാദം, കൈകൾ, ഉദരം, വാരിയെല്ലിനിടയിലെ പേശികൾ എന്നിവിടങ്ങളിലും ഉണ്ടാകാം.

ജീവിതത്തിൽ എപ്പോഴെങ്കിലും ഒരിക്കൽ എല്ലാവർക്കും പേശി കൊളുത്തിവലിക്കലുണ്ടാകാം. കളിക്കുമ്പോഴോ നീന്തുമ്പോഴോ വ്യായാമം ചെയ്യുമ്പോഴോ ഇത് വരാം. ചിലപ്പോൾ പേശി ചുരുങ്ങാനുള്ള ഏതെങ്കിലും ചെറിയ ചലനം കൊളുത്തിവലിക്കൽ വരുന്നതിന് കാരണമാകാം.

കൊളുത്തിവലിക്കൽ എളുപ്പത്തിൽ വരുന്നവരുണ്ട്. അവർക്കത് പതിവായി നിസ്സാരമായ ശാരീരികാദ്ധ്വാനംമൂലം വരാം.

ഏറ്റവും കൂടുതൽ സാദ്ധ്യതയുള്ളവർ ഇതോടൊപ്പം മറ്റസുഖങ്ങളുണ്ടാകുന്നവരാണ്.

ഉയർന്ന ഊഷ്മാവിൽ അസുഖങ്ങളുണ്ടാകാനിടയുള്ള കൈക്കുഞ്ഞുങ്ങളും ചെറിയ കുട്ടികളും അറുപത്തഞ്ച് വയസ്സിന് മുകളിലുള്ളവരും കൂടുതൽ സാദ്ധ്യതയുള്ളവരാണ്.

അസുഖമുള്ളവർ, അമിത ഭാരമുള്ളവർ, ജോലിയിലോ വ്യായാമത്തിലോ കൂടുതൽ അദ്ധ്വാനിക്കുന്നവർ, ചില മരുന്നുകൾ കഴിക്കുന്നവർ എന്നിവർ കൂടുതൽ സാദ്ധ്യതയുള്ളവരാണ്.

കഠിനമായ മാരത്തോൺ മുതലായ സ്പോർട്സിൽ പങ്കെടുക്കുന്നവർ, കഠിനമായ ജോലിയിലേർപ്പെടുന്ന പ്രായമായവർ എന്നിവർ കൂടുതൽ സാദ്ധ്യതയുള്ളവരാണ്.

കൊളുത്തിവലിക്കലിന്റെ കാരണങ്ങൾ

സ്പോർട്സ് താരങ്ങൾക്ക് കൊളുത്തിവലിക്കൽ വരാനുള്ള സാദ്ധ്യത കൂടുതലാണ്. പേശികൾക്ക് വിശ്രമം ആവശ്യമുള്ളപ്പോൾ വീണ്ടും വ്യായാമം ചെയ്യേണ്ടി വരുമ്പോൾ ആ പേശികൾ 'വയ്യ' എന്നു പറഞ്ഞു പണിമുടക്കും. ശരീരം വ്യായാമത്തിന് സജ്ജമല്ലാത്തപ്പോൾ കൊളുത്തിവലിക്കൽ സാദ്ധ്യത കൂടുതലാണ്. കൊളുത്തിവലിക്കൽ വ്യായാമത്തിന്റെ അവസാനമോ നാലോ ആറോ മണിക്കൂറുകൾക്കു ശേഷമോ ആകാം.

പ്രായമുള്ളവരിൽ കൊളുത്തിവലിക്കൽ ഉണ്ടാവാൻ കൂടുതൽ സാദ്ധ്യതയുണ്ടാകുന്നത് നാല്പത് വയസ്സിനുശേഷമാണ്. പേശികളിൽ പ്രായം മൂലമുള്ള സാവധാനത്തിലുള്ള ക്ഷയിക്കലുണ്ടാകുന്നു. ഇത് കൊളുത്തിവലിക്കലിന് സാദ്ധ്യത കൂടുതലാക്കുകയാണ് ചെയ്യുന്നത്. പ്രായം കൂടുന്ന കാലത്ത് ശാരീരികവ്യായാമം തീരെ ഇല്ലാതിരിക്കലും പ്രശ്നമുണ്ടാക്കുന്നു. പ്രായമാകുമ്പോൾ സ്വാഭാവികമായും പഴയതു പോലെ കഠിനമായ പേശീപ്രവർത്തനങ്ങൾ അസാദ്ധ്യമാണ്. ശരീരത്തിന് ദാഹം, ഊഷ്മാവിനെക്കുറിച്ചുള്ള അറിവ് എന്നിവയും കുറയുന്നു. ഇതെല്ലാം കൊളുത്തിവലിക്കൽ ഉണ്ടാകുന്നതിന് സാദ്ധ്യത കൂട്ടുന്നു.

ശരിയായ കാരണങ്ങൾ ശാസ്ത്രീയമായി അറിഞ്ഞിട്ടില്ലെങ്കിലും വ്യായാമത്തിനു മുമ്പ് ആവശ്യത്തിന് പേശികളെ സ്ട്രെച്ച് ചെയ്യൽ ഇല്ലാതിരിക്കുന്നത് കൊളുത്തിവലിക്കൽ ഉണ്ടാക്കുമെന്ന് തെളിഞ്ഞിട്ടുണ്ട്. ആവശ്യത്തിന് വിശ്രമമില്ലാതിരിക്കലും കാരണമാണ്. ആവശ്യത്തിനുള്ള ലവണങ്ങളും ജലവും ഇല്ലാതിരിക്കുക, ഉയർന്ന ഊഷ്മാവ്, പരിശീലനമില്ലായ്മ എന്നിവയും കാരണങ്ങളാണ്.

പേശികളുടെ സ്ട്രെച്ചിങ്ങും തളർച്ചയും

പേശികളിൽ പ്രാഥമികമായി നാരുകളാണുള്ളത്. അവ ബണ്ടിലുകളെന്ന (bundles) ഫൈബറുകളുടെ കൂട്ടങ്ങളാകുന്നു. കുറെ ഈ കൂട്ട

ങ്ങൾ ചേർന്നതാണ് ഒരു പേശി. പേശി പ്രവർത്തിക്കുമ്പോൾ ഇവയെല്ലാം കൂടി ചേർന്ന പ്രവർത്തനമാണുണ്ടാകുന്നത്. പതിവായി സ്ട്രെച്ച് ചെയ്യുമ്പോൾ ആ പേശി ഫൈബറുകൾ ആവശ്യത്തിന് നീളം വയ്ക്കുകയും ചുരുങ്ങുമ്പോൾ നല്ല ബലം കിട്ടുകയും ചെയ്യുന്നു. പരിശീലനം കുറയുമ്പോൾ തളർച്ച വേഗം ഉണ്ടാകുന്നു. അത് സുഷുമ്നയിൽനിന്ന് പേശിയിലേക്കുള്ള റിഫ്ളെക്സുകളെയും ദോഷകരമായി ബാധിക്കുന്നു. കൂടുതൽ വ്യായാമം ചെയ്യുമ്പോൾ പേശികളിൽ ലാക്ടിക് അമ്ലം മുതലായ വിസർജ്ജ്യങ്ങൾ പേശി ഫൈബറുകളിൽ അടിഞ്ഞുകൂടുന്നു. പ്രാണവായു കുറയുന്നു. കൊളുത്തിവലിക്കൽ തുടങ്ങുമ്പോൾ സുഷുമ്ന നാഡി പ്രചോദിപ്പിച്ച് പേശിയെ ചുരുക്കുന്നു.

ചിലപ്പോൾ കൊളുത്തിവലിക്കൽ തുടങ്ങുമ്പോൾ അത് ഗൗരവമായ രോഗത്തിന്റെ കാരണമാകാം. കൊളുത്തിവലിക്കൽ വേഗത്തിൽ വരികയും സാധാരണമാർഗ്ഗങ്ങൾകൊണ്ട് കുറയാതെ വരികയുമാണെങ്കിൽ ഡോക്ടറെ കാണണം. ചിലപ്പോഴവ ഗൗരവമായ രോഗങ്ങളായ,

- രക്തചംക്രമണത്തിലെ തകരാറുകൾ
- ഞരമ്പുകളിലെ തകരാറുകൾ
- ചയാപചയത്തകരാറുകൾ
- ഹോർമോൺ തകരാറുകൾ
- മരുന്നുകളുടെ പാർശ്വഫലങ്ങൾ
- പോഷകങ്ങളിലെ തകരാറുകൾ

എന്നിവ മൂലമാകാം.

ഇവ ലഘുവോ ഗുരുതരമായതോ ആകാം. അവയിൽ ഈ രോഗങ്ങളുണ്ടാകാം.

- ലൗ ഗെഹ്റിഗ്സ് ഡിസീസ് (അമയോട്രോഫിക് ലേറ്ററൽ സ്കിളോറിസിസ്) (Lou Gehrig's disease (amyotrophic lateral sclerosis))
- സുഷുമ്ന നാഡിയിലെ അസ്വസ്ഥതകളും സമ്മർദ്ദവും മൂലമുണ്ടാകുന്ന റാഡിക്കുലോപ്പതി (radiculopathy)
- ധമനികളുടെ ഭിത്തികൾ കട്ടികൂടുന്നതു മൂലമുള്ള രോഗങ്ങൾ
- സുഷുമ്ന കിടക്കുന്ന വഴിയിൽ സമ്മർദ്ദംമൂലമുണ്ടാകുന്ന രോഗങ്ങൾ
- തൈറോയ്ഡ് രോഗങ്ങൾ
- നീണ്ടുനില്ക്കുന്ന രോഗാണുബാധകൾ
- കരൾ രോഗമായ മഹോദരം എന്ന സിറോസിസ് (cirrhosis)

പേശിയിലെ രോഗങ്ങൾ

രോഗക്കത്തൽ എന്ന ഇൻഫ്ളമേഷൻ ഉണ്ടാകുന്ന പേശീരോഗങ്ങൾ ഇവയാണ്.

പോളിമയോസൈറ്റിസ് അടക്കമുള്ള ഇൻഫ്ളമേറ്ററി മയോപ്പതികൾ (inflammatory myopathies, including polymyositis). ഇതിലെ പേശികൾ ഉത്തരോത്തരം തളരുന്ന ഡെർമറ്റൊമയോസൈറ്റിസിൽ (dermatomyositis) ചർമ്മത്തിൽ തടിച്ചുപൊങ്ങലുമുണ്ടാകും. വേറൊരു രോഗമായ ഇൻക്ലൂഷൻ ബോഡി മയോസൈറ്റിസിൽ (inclusion body myositis) പേശികൾക്ക് ഉത്തരോത്തരം തളർച്ചയുണ്ടാകുന്നതിലോടൊപ്പം പേശികൾ ക്ഷയിക്കുകയും ചെയ്യുന്നു.

മറ്റു പ്രധാന പേശീരോഗങ്ങൾ മസ്കുലർ ഡിസ്ട്രോഫികളും മെറ്റബോളിക് മസിൽ ഡിസോഡറുകളുമാണ് (metabolic muscle disorders).

മസ്കുലർ ഡിസ്ട്രോഫിയിൽ പേശികളുടെ ഫൈബറുകളാണ് രോഗബാധിതമാകുന്നത്. ചയാപചയത്തകരാറു മൂലമുള്ള പേശിത്തകരാറുകളിൽ പേശികൾക്ക് ഊർജ്ജം സ്വീകരിക്കുന്നതിനുള്ള തകരാറുകളാണ് കാണുന്നത്.

ഞരമ്പുകളും പേശികളുടെ ഫൈബറുകളും തമ്മിലുള്ള ബന്ധം ന്യൂറോമസ്കുലർ ജങ്ഷൻ (neuromuscular junction) എന്ന സൂക്ഷ്മഭാഗത്തുകൂടെയാണ്. ഈ സന്ധിയിലുള്ള തകരാറുമൂലം വരുന്ന രോഗങ്ങളിൽ ഏറ്റവും പ്രധാനം മയസ്തീനിയ ഗ്രാവിസ് (myasthenia gravis) എന്ന സ്കെലിട്ടൽ പേശികൾക്കു മാത്രം തളർച്ച വരുന്ന രോഗമാണ്. ഹിന്ദി സിനിമയിലെ വളരെ പ്രശസ്തനായ ഒരു നടന് ഈ രോഗമുണ്ട്. ഈ രോഗമുള്ളവരിൽ ദിവസവും വൈകിട്ട് ലക്ഷണങ്ങൾ കൂടും. കാഴ്ചയിൽ എല്ലാം ഇരട്ടപോലെ തോന്നുക. കൺപോളകൾ താഴോട്ട് തൂങ്ങുക എന്നിവയാണ് ആദ്യലക്ഷണങ്ങൾ. ഇതൊരു ഓട്ടോ ഇമ്മ്യൂൺ രോഗമാണ്.

പലതരത്തിലുള്ള ന്യൂറോപ്പതികളും മെഡിക്കൽ രോഗങ്ങളുടെ ഫലമായി ഉണ്ടാകാറുണ്ട്. അപ്രകാരം ഉണ്ടാകാവുന്ന പെരിഫറൽ ന്യൂറോപ്പതികൾ (peripheral neuropathies) പ്രമേഹംമൂലമോ രോഗങ്ങൾമൂലമുള്ള വിഷവസ്തുക്കൾമൂലമോ ഉണ്ടാകാം. ചിലപ്പോഴവ ഇൻഫ്ളമേഷൻമൂലമോ ജനിതകകാരണങ്ങൾകൊണ്ടോ ഉണ്ടാകാം.

മോട്ടോർ ന്യൂറോൺ ഡിസോഡറുകൾ (motor neuron disorders) എന്ന വിഭാഗം രോഗങ്ങൾ പേശികളെ പ്രവർത്തിപ്പിക്കുന്ന ഞരമ്പുകളുടെ തകരാറുകൾമൂലമുണ്ടാകാം. ഏറ്റവും സാധാരണമായ മോട്ടോർ ന്യൂറോൺ രോഗം അമയോട്രോഫിക് ലേറ്ററൽ സ്ക്ലിറോസിസ് ആണ്. ഇതിന് ലൗ ഗെഹ്റിഗ്സ് ഡിസീസ് എന്ന പേരു കൂടിയുണ്ട്.

പേശികളിലെ രോഗനിർണ്ണയവും ചികിത്സയും

പേശികളിലെ രോഗത്തിന്റെ ഏറ്റവും പ്രധാനലക്ഷണം തളർച്ചയാണ്. ഇതോടൊപ്പം അസാധാരണമായ ക്ഷീണം, പേശികളുടെ കോച്ചിപ്പിടിത്തം, കൊളുത്തിവലിക്കൽ, പേശികളുടെ ഏതെങ്കിലും ഭാഗം മാത്രം തുടിക്കൽ എന്നിവയുണ്ടാകാം.

വായിലെ പേശികളെയും കണ്ണിലെ പേശികളെയും ബാധിക്കുന്ന ലക്ഷണങ്ങൾ കൺപോളകൾ തൂങ്ങൽ, ഇരട്ടകളായി തോന്നൽ, സംസാ

രത്തിൽ കൊഞ്ഞപ്പ്, വിഴുങ്ങാൻ പ്രയാസം, ചിലപ്പോൾ ശ്വാസം കഴിക്കാൻ പ്രയാസം എന്നിവയാണ്.

എലക്ട്രോമയോഗ്രാഫി (Electromyography)

പലപ്പോഴും പേശികളുടെ രോഗമറിയാൻ ഇതുപയോഗിക്കുന്നു. ചുരുക്കപ്പേരായി ഇ എം ജി എന്നാണ് ഇതിനെ വിളിക്കുന്നത്. പേശികളിലേക്കുള്ള ഞരമ്പുകൾ പ്രചോദിപ്പിച്ച് അതിനുള്ള പേശികളുടെ പ്രതികരണങ്ങൾ കംപ്യൂട്ടറിൽ രേഖപ്പെടുത്തുന്നു.

വളരെ ചുരുക്കമായി ഞരമ്പിന്റെയും പേശിയുടെയും ബയോപ്സികൾ എടുക്കാറുണ്ട്.

ഉല്പാദനവ്യൂഹം

ഉല്പാദനവ്യൂഹത്തെ റിപ്രൊഡക്റ്റീവ് സിസ്റ്റം (reproductive system) എന്നു പറയുന്നു. പ്രത്യുല്പാദന വിഭാഗമാണ് സന്താനോല്പാദനം നടത്താൻ മനുഷ്യനെ പ്രാപത്നാക്കുന്നത്. പ്രത്യുല്പാദനത്തിന് രണ്ടുതരത്തിലുള്ള അവയവങ്ങളുണ്ട്. പുറത്തു കാണുന്നതും അകത്തുള്ളതുമാണവ. സ്ത്രീപുരുഷവ്യത്യാസമായി പുറത്തുകാണുന്നവയാണ് ലൈംഗികാവയവങ്ങൾ. ഈ രണ്ടുവിഭാഗങ്ങളും സ്ത്രീകളിലും പുരുഷന്മാരിലും ഒരുമിച്ച് സന്താനോല്പാദനത്തിനായി പ്രവർത്തിക്കുന്നു.

ചില ശാസ്ത്രജ്ഞരുടെ അഭിപ്രായത്തിൽ പ്രത്യുല്പാദനവിഭാഗത്തിന്റെ പ്രാധാന്യം നാം വേണ്ടത്ര മനസ്സിലാക്കിയിട്ടില്ല എന്നാണ്. ഈ അവയവങ്ങൾ പുരുഷന്മാരിൽ ലിംഗം, വൃഷണങ്ങൾ എന്നിവയാണ്. വൃഷണങ്ങളിൽ പുരുഷബീജങ്ങളുണ്ടാകുന്നു.

പുരുഷന്റെ പ്രത്യുല്പാദനവിഭാഗത്തിലെ പെനിസ് (penis) എന്ന ലിംഗവും യൂറിത്ര (urethra) എന്ന മൂത്രക്കുഴലും യൂറിനറി വിഭാഗത്തിലും പ്രത്യുല്പാദനവിഭാഗത്തിലും പെടുത്താവുന്നവയാണ്. വൃഷണങ്ങൾ പുറമെയുള്ള ഒരു എയർ കണ്ടീഷന്റ് സഞ്ചിയിലാണ് സ്ഥിതി ചെയ്യുന്നത്. ബീജോല്പാദനത്തിന് ശരീരത്തിലും കുറവ് ഊഷ്മാവുള്ള സ്ഥലം ആവശ്യമാണ്. അതിനായി പ്രകൃതി ഒരുക്കിയതാണ് വൃഷണത്തിനുള്ള സ്ക്രോട്ടം (scrotum) എന്ന സഞ്ചി. ഊഷ്മാവ് കുറഞ്ഞ ഈ സ്ഥലത്ത് പുരുഷബീജമായ സ്പേമിന്റെ (sperm) ജീവിതം സുഗമമായിരിക്കും.

സ്ത്രീകളിലെ പ്രത്യുല്പാദനവിഭാഗത്തിൽ യോനി, ഗർഭപാത്രം, സ്ത്രീബീജമുണ്ടാക്കുന്ന അണ്ഡാശയങ്ങൾ എന്നിവയുണ്ട്. സ്ത്രീകളുടെ പുറമെയുള്ള ലൈംഗികാവയവങ്ങൾ ക്ലൈറ്റോറിസ് (clitoris) എന്ന യോനിച്ഛദം, ലേബിയ മൈനോറ, ലേബിയ മജോറ, ബർത്തോളിൻസ് ഗ്ലാൻഡ്സ് (labia minora, labia majora , Bartholin's glands) എന്നിവ

യാണ്.

സ്ത്രീകളുടെ അകത്തുള്ള ലൈംഗികാവയവങ്ങൾ യോനി, ഗർഭപാത്രം, അണ്ഡാശയങ്ങൾ എന്നിവയാണ്. അണ്ഡാശയങ്ങളാണ് സ്ത്രീബീജങ്ങൾ ഉല്പാദിപ്പിക്കുന്നത്. യോനിയുടെ ഉള്ളിലുള്ള അറ്റം യോനീമുഖമായ സെർവിക്സിലൂടെ (cervix) ഗർഭപാത്രവുമായി സംയോജിപ്പിച്ചിരിക്കുന്നു. അണ്ഡാശയം മാസമുറയിലൊരിക്കൽ സ്രവിക്കുന്ന സ്ത്രീബീജം ഇരു വശത്തുമുള്ള ഫലോപിയൻ ട്യൂബുകളിലൊന്നിലൂടെ (fallopian tubes) ഗർഭപാത്രത്തിലെത്തുന്നു. ഇവയെ നിയന്ത്രിക്കുന്നത് ഹോർമോണുകളാണ്. ഇരട്ട ഗർഭമുണ്ടാകുമ്പോൾ രണ്ട് സ്ത്രീബീജങ്ങൾ സ്ത്രീബീജം സ്രവിക്കുന്ന ഓവുലേഷൻ (ovulation) സമയത്ത് ഫലോപിയൻ ട്യൂബിലൂടെ ഗർഭപാത്രത്തിലേക്ക് വരുന്നു. സ്ത്രീബീജം ബീജസങ്കലനം ചെയ്ത് ഭ്രൂണമായില്ലെങ്കിൽ മാസമുറസമയത്തെ രക്തസ്രാവത്തിലൂടെ പുറത്തു പോകുന്നു.

സ്ത്രീപുരുഷസംയോഗത്തിനുശേഷം യോനിയിലൂടെ ഗർഭപാത്ര

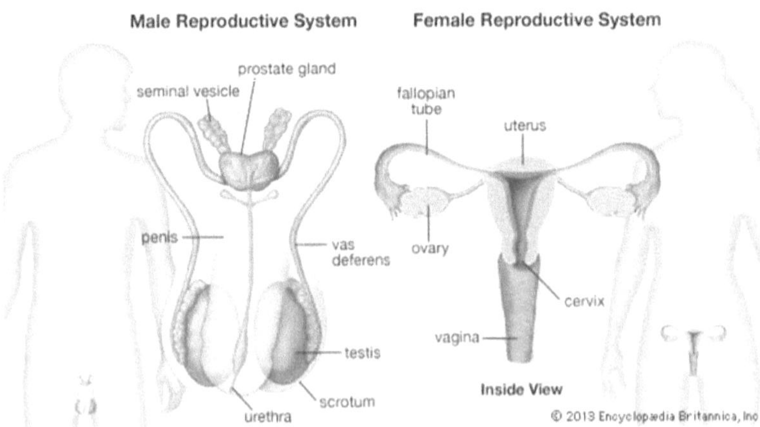

റിപ്രൊഡക്റ്റീവ് സിസ്റ്റം

ത്തിലെത്തുന്ന പുരുഷബീജം ഫലോപിയൻ ട്യൂബിലെത്തി സ്ത്രീബീജത്തിനുള്ളിൽ കടന്ന് സ്ത്രീബീജവുമായി യോജിക്കുന്നു. ബീജസങ്കലനം സാധാരണയായി ഫലോപിയൻ ട്യൂബിലാണ് നടക്കുന്നത്. ചിലപ്പോൾ ഗർഭപാത്രത്തിലും സംഭവിക്കാറുണ്ട്. കുഞ്ഞ് ജന്മമെടുക്കുന്നത് ഇപ്രകാരമാണ്. ബീജസങ്കലനം കഴിഞ്ഞ ഭ്രൂണം എംബ്രിയോജെനിസിസ് (embryogenesis), മോർഫോ ജെനിസിസ് (morphogenesis) എന്നീ ഘട്ടങ്ങളിലൂടെ വളർന്നു വലുതാകുന്നു. എംബ്രിയോജെനിസിസിലൂടെ ഭ്രൂണവളർച്ചയും മോർഫോജെനിസിസിലൂടെ കൂടുതൽ രൂപവും വളർച്ചയും സംഭവിക്കുന്നു. മോർഫോജെനിസിസിലൂടെ വളരുന്ന കുഞ്ഞ് ഗർഭപാത്രത്തിനു പുറമെ ജീവിക്കാനുള്ള കഴിവ് നേടു

മ്പോഴാണ് പ്രസവവേദന ആരംഭിച്ച് ഗർഭപാത്രം ശക്തിയായി ചുരുങ്ങി കുഞ്ഞ് പുറത്തേക്കു വരുന്നത്.

എഴുനൂറ്റിമുപ്പത്തഞ്ച് കോടി ജനങ്ങളുള്ള ഈ ഭൂമിയിൽ ഒരുദിവസം പന്ത്രണ്ട് കോടി സ്ത്രീപുരുഷസംഭോഗങ്ങൾ നടക്കുന്നുണ്ട്. ആകെ നാലു ശതമാനം വരുന്ന ജനങ്ങൾ ദിവസവും ഇതിലേർപ്പെടുന്നുണ്ട്. ലോകജനസംഖ്യ അതനുസരിച്ച് വർദ്ധിക്കുന്നു.

മനുഷ്യശരീരത്തിലെ ഏറ്റവും വലിയ കോശം സ്ത്രീയുടെ അണ്ഡമാണ്. ഏറ്റവും ചെറുത് പുരുഷബീജമാണ്. ചർമ്മകോശങ്ങളും പേശികോശങ്ങളും നഗ്നനേത്രംകൊണ്ട് കാണാൻ കഴിയുകയില്ല. സൂക്ഷ്മമായ ഇതിന് ഒരു കുത്തിന്റെ വലുപ്പമേയുള്ളൂ. അതിന്റെ ന്യൂക്ലിയസിന്റെ (nucleus) അത്രയും വലുപ്പമേ പുരുഷബീജത്തിനുള്ളൂ.

ഗർഭകാലത്തെ ഹോർമോണുകൾ സ്ത്രീകളിൽ മാനസികമായ പ്രശ്നങ്ങളുണ്ടാക്കാറുണ്ട്. ഈ സന്ദർഭത്തിൽ പ്രത്യേകമായ താല്പര്യങ്ങളും കൗതുകങ്ങളും ഉണ്ടാവാറുണ്ട്.

ഗർഭത്തിൽ നാലു മാസംമാത്രം പ്രായമുള്ളപ്പോൾ കുഞ്ഞിന് പല്ല് മുളച്ചുതുടങ്ങും. ഒമ്പതു മുതൽ പന്ത്രണ്ട് ആഴ്ച പ്രായമാകുമ്പോഴാണ് ടീത് ബഡ്സുകൾ (teeth buds) ഉത്ഭവിക്കുന്നത്. എന്നാൽ പുറത്തേക്ക് കാണണമെങ്കിൽ പ്രസവിച്ച് ഒരുവയസ്സെങ്കിലും ആകണം.

ജനിക്കുമ്പോൾ എല്ലാ കുട്ടികളും നിഷ്കളങ്കതയോടും നീലക്കണ്ണുകളോടും ആണ് ജനിക്കുന്നത്. പിന്നീടാണ് അച്ഛനമ്മമാരുടെ കണ്ണുകളുടെ നിറം വരുന്നത്. ജീനുകളിലൂടെയാണ് അവ കുഞ്ഞുങ്ങൾക്ക് ലഭിക്കുന്നത്. ചർമ്മത്തിലെയും കണ്ണുകളിലെയും നിറത്തിന്റെ കളികളിക്കുന്നത് മെലനിൻ എന്ന പിഗ്മെന്റാണ് (pigment melanin). മെലനിൻ നിക്ഷേപിക്കാൻ സമയമെടുക്കുന്നതിനാലാണ് ശരിയായ നിറം വരുവാൻ സമയമെടുക്കുന്നത്. മെലനിൻ അൾട്രാവയലെറ്റ് രശ്മി തട്ടിയാണ് കറുക്കുന്നത്. അതിന് സമയം പിടിക്കും.

കുഞ്ഞുങ്ങൾക്ക് ഓരോ കിലോഗ്രാം ഭാരത്തിന് എന്ന തോതിൽ നോക്കിയാൽ കാളക്കൂറ്റനെ വെല്ലാൻപോന്ന ശക്തിയുണ്ട്. കുഞ്ഞിന് കാളയുടെ അത്രയും ശരീരഭാരമുണ്ടെങ്കിൽ ഒരു ലോറിയെ വലിച്ചുനീക്കാനുള്ള ശക്തിയുണ്ടാകും. കുഞ്ഞുങ്ങളുടെ കാലുകൾക്ക് പ്രത്യേകമായ ശക്തിയുണ്ട്. അത് ഗർഭിണികൾ മനസ്സിലാക്കിയിട്ടുണ്ടാകും.

ജനിക്കുന്ന കുട്ടികളിൽ രണ്ടായിരത്തിൽ ഒന്നിന് ജനനത്തിൽ പല്ലുണ്ടാകും. ചിലപ്പോഴത് സ്ഥിരം പല്ലോ പാൽപല്ലോ ആകാം. ഗർഭത്തിൽ മൂന്നു മാസമാകുമ്പോഴേക്കും കുഞ്ഞിന് വിരലടയാളമുണ്ടാകും. ആ വിരലടയാളം ജീവിതം മുഴുവനും മാറുകയുമില്ല. മരണത്തിനു ശേഷം ഏറ്റവുമൊടുവിൽ ശരീരത്തിന് നഷ്ടപ്പെടുന്ന ഒന്നാണ് വിരലടയാളം.

മനുഷ്യൻ ജന്മമെടുക്കുന്നത് ഏകകോശജീവിയായിട്ടാണ്. പരിണാമത്തിലെ എല്ലാ ഘട്ടങ്ങളും ഈ ഭ്രൂണവളർച്ചയിൽ ആവർത്തിക്കുന്നുണ്ട്. അരമണിക്കൂർ നേരത്തെ ഏകകോശജീവിതത്തിനു ശേഷം ഭ്രൂണം വേഗത്തിൽ ഇരട്ടിയിരട്ടിയായി വളരുന്നു.

നമ്മുടെ ഉറക്കത്തിൽ നാം കരുതുന്നതിനേക്കാൾ കൂടുതൽ ശരീരവും മനസ്സും പ്രവർത്തനനിരതമാണ്. മിക്ക പുരുഷന്മാർക്കും ഒന്നൊന്നര മണിക്കൂർ ഇടവിട്ട് ഉറക്കത്തിൽ ഉദ്ധാരണമുണ്ടാകാറുണ്ട്. രക്തചംക്രമണവും ടെസ്റ്റോസ്റ്റിറോൺ എന്ന പുരുഷഹോർമോണിന്റെ പ്രവർത്തനവുമാണിതിന് കാരണം. ഇതിൽ അപാകതയില്ല. റാപിഡ് ഐ മൂവ്മെന്റ് (rapid eye movement) ഉറക്കത്തിൽ ഇതുവുണ്ടാകും.

ലൈംഗികത

ലൈംഗികതയെക്കുറിച്ച് ധാരാളം വികലമായ ധാരണകൾ സമൂഹത്തിലുണ്ട്. സാമൂഹ്യബന്ധങ്ങളിൽ ലൈംഗികതയ്ക്കുള്ള സ്ഥാനം വമ്പിച്ചതാണ്. ലൈംഗികവിദ്യാഭ്യാസം ജീവശാസ്ത്രത്തിന്റെയും മനഃശാസ്ത്രത്തിന്റെയും പശ്ചാത്തലത്തിലാണ് കുട്ടികളെ പഠിപ്പിക്കേണ്ടത്.

സ്ത്രീകളുടെ പ്രത്യുല്പാദന സംവിധാനത്തിലെ രോഗങ്ങൾ

സ്ത്രീകളുടെയും പുരുഷന്മാരുടെയും പ്രത്യുല്പാദന സംവിധാനത്തിൽ അർബ്ബുദം വരാറുണ്ട്. സ്ത്രീകളിൽ ഗർഭപാത്രം, അണ്ഡാശയം, സ്തനങ്ങൾ, സെർവിക്സ് എന്നിവയിൽ അർബ്ബുദം ബാധിക്കാറുണ്ട്.

സുപ്രസിദ്ധ സിനിമാനടിയായ ആഞ്ജലീന ജോളി പ്രതിരോധമെന്ന നിലയിൽ, അവർക്ക് സ്തനാർബ്ബുദത്തിന്റെ കുടുംബചരിത്രമുള്ളതിനാൽ, സ്തനങ്ങൾ അർബ്ബുദപ്രതിരോധമെന്നനിലയിൽ ഓപ്പറേഷൻ ചെയ്ത് നീക്കം ചെയ്യുകയുണ്ടായി. ഇപ്പോൾ പല സ്ത്രീകളും ഈ ദിശയിൽ ചിന്തിച്ചുതുടങ്ങിയിട്ടുണ്ട്. അതുപോലെ ആന്തരിക ലൈംഗിക അവയവങ്ങളായ അണ്ഡാശയവും ആ അവയവത്തിൽ അർബ്ബുദത്തിന്റെ കുടുംബചരിത്രമുണ്ടെങ്കിൽ ഓപ്പറഷനിലൂടെ നീക്കം ചെയ്യാൻ തയ്യാറാകുന്നുണ്ട്. രോഗത്തിന്റെ യാതൊരു ലക്ഷണവും ആരംഭിക്കാതെ പ്രതിരോധമെന്ന നിലയിലാണിത് ചെയ്യുന്നത്. ഇന്നത്തെ മികച്ച ജനിതകശാസ്ത്രമനുസരിച്ച് കൂടുതൽ കൃത്യതയോടെ ഭാവിയിൽ രോഗം വരാമെന്ന് പ്രവചിക്കുവാൻ കഴിയും. ഇപ്രകാരം കൂടുതൽ കൃത്യതയുള്ള ജനിതക പരിശോധനയനുസരിച്ചാണ് ഈ ഓപ്പറേഷനുകൾ ചെയ്യുന്നത്. ബി ആർ സി എ 1, ബി ആർ സി എ 2 എന്നീ ജീനുകളാണ് സ്തനാർബ്ബുദത്തിന് കാരണമായി കണ്ടുപിടിച്ചിട്ടുള്ളത്. അണ്ഡാശയത്തിലെ അർബ്ബുദത്തിനും ഈ ജീനുകൾ കാരണമാകുന്നുണ്ട്.

അണ്ഡാശയത്തിലെ അർബ്ബുദം അതിന്റെ നേരത്തെയുള്ള ലക്ഷണങ്ങൾ നോക്കി രോഗനിർണ്ണയം ചെയ്യുവാൻ കഴിയുകയില്ല. രോഗം കുറെ മുന്നേറിയതിനു ശേഷംമാത്രമേ അറിയാൻ കഴിയുകയുള്ളൂ. നേരത്തേ മനസ്സിലാക്കി ഫലപ്രദമായി ചികിത്സിക്കാൻ കഴിയില്ല. അതുകൊണ്ട് ജനിതകപഠനത്തിലൂടെ സാദ്ധ്യത മനസ്സിലാക്കി പ്രതിരോധമെന്ന നിലയിൽ അണ്ഡാശയം നീക്കംചെയ്യുന്നത് തികച്ചും ബുദ്ധിപൂർവ്വമാണ്. അണ്ഡാശയത്തിലെ അർബ്ബുദവും ഫലോപിയൻ ട്യൂബ്,

പെരിടോണിയൽ (peritoneal) അർബ്ബുദം എന്നിവ നേരത്തേ കണ്ടുപിടിക്കുന്നതിന് ഗവേഷണങ്ങൾ നടക്കുന്നുണ്ട്.

ഗർഭാശയമുഖമായ സെർവിക്സിലെ അർബ്ബുദങ്ങൾ കണ്ടുപിടിക്കാൻ രണ്ട് പ്രധാന പരിശോധനകളുണ്ട്. പാപ് ടെസ്റ്റ് (Pap test) എന്ന പാപിനികൊളോവ് (Papanicolaou) പരിശോധനയിൽ സെർവിക്സിലെ കോശങ്ങളിലെ മാറ്റങ്ങൾ പരിശോധിച്ച് അർബ്ബുദത്തിന്റെ നേരത്തേയുള്ള മാറ്റങ്ങൾ മനസ്സിലാക്കി ചികിത്സിക്കാൻ കഴിയും. സെർവിക്സിലെ അർബ്ബുദങ്ങളിൽ കൂടെ കാണുന്ന വൈറസാണ് ഹ്യൂമൻ പാപ്പില്ലോമ വൈറസ്. ഈ വൈറസിനെ പരിശോധനയിലൂടെ നേരത്തേ കണ്ടുപിടിക്കാൻ കഴിയും. ഈ പരിശോധനയും സെർവിക്സിലെ അർബ്ബുദം നേരത്തേ കണ്ടുപിടിച്ച് ഉടനെ ചികിത്സിക്കാനുള്ള അവസരമൊരുക്കുന്നു.

അടുത്തകാലത്ത് നടന്ന ഒരു പഠനമനുസരിച്ച് ഹ്യൂമൻ പാപ്പില്ലോമ വൈറസ് പരിശോധനമാത്രം ചെയ്തവരിൽ പാപ് പരിശോധന ചെയ്തവരേക്കാൾ കൂടുതൽ അർബ്ബുദങ്ങൾ കണ്ടുപിടിക്കാതെ പോകുന്നതായി മനസ്സിലായി. മുപ്പത് വയസ്സിനും അറുപത്തഞ്ച് വയസ്സിനും ഇടയിലുള്ള എൺപത്തിയാറ് ലക്ഷം സ്ത്രീകളിൽ നടത്തിയ പഠനത്തിൽ ഈ രണ്ട് പരിശോധനയും ഒരുമിച്ച് ചെയ്തവരിൽ പരിശോധനഫലത്തിന്റെ വിശ്വസനീയത പാപ്പില്ലോമ പരിശോധനമാത്രം ചെയ്തവരേക്കാൾ മൂന്നിരട്ടി മെച്ചപ്പെട്ടിരുന്നു.

ഇപ്പോഴത്തെ വിദഗ്ദ്ധരുടെ നിർദ്ദേശം ഇപ്രകാരമാണ്. ഇരുപത്തൊന്ന് വയസ്സിനുശേഷം പാപ് ടെസ്റ്റ്മാത്രം മൂന്ന് വർഷത്തിലൊരിക്കൽ ചെയ്യുക. മുപ്പത് വയസ്സു വരെ ഈ പരിശോധനഫലത്തിൽ തകരാറൊന്നും കണ്ടുപിടിച്ചില്ലെങ്കിൽ അതിന് ശേഷം അറുപത്തഞ്ച് വയസ്സ് വരെ പാപ് പരിശോധനയും പാപ്പിനികൊളോവ് പരിശോധനയും ഒരുമിച്ച് അഞ്ചുവർഷത്തിലൊരിക്കൽ ചെയ്യുക. ഈ രണ്ട് പരിശോധനകളും മൂന്ന് വർഷത്തിലൊരിക്കൽ ചെയ്താൽ രോഗം കണ്ടുപിടിക്കൽ മെച്ചമാകുമെന്ന നിർദ്ദേശവുമുണ്ട്. ഹ്യൂമൻ പാപ്പില്ലോമ വൈറസ് സ്ത്രീകളിലാണ് കാണുന്നത്. ഏറ്റവും സാധാരണമായി ലൈംഗികമായി പകരുന്ന രോഗാണുബാധയും ഈ വൈറസാണ്. ഈ വൈറസ് ബാധയുള്ള ഭൂരിപക്ഷം സ്ത്രീപുരുഷന്മാരിലും ഒരു ലക്ഷണവും കാണില്ല. ചെറിയ ശതമാനം സ്ത്രീകളിൽമാത്രമാണ് സെർവിക്സിലെ അർബ്ബുദമുണ്ടാകുന്നത്. ചില സ്ത്രീപുരുഷന്മാരിൽ ഗുഹ്യപ്രദേശത്ത് വാർട്സ് (warts) എന്ന പരുക്കൾ ഉണ്ടാകാറുണ്ട്. ഇവയാണ് പിന്നീട് ലിംഗത്തിലും ഗുദത്തിലും അർബ്ബുദമായി മാറുന്നത്.

ലൈംഗികബന്ധത്തിലൂടെ പകരുന്ന സാധാരണ രോഗങ്ങളായ ഹെർപിസ്, ഗൊണോറിയ, സിഫിലിസ് എന്നിവ സാധാരണപോലെ സ്ത്രീപുരുഷന്മാരിൽ ഒരുപോലെയാണ് പകരുന്നത്. എച്ച് ഐ വി/ എയ്ഡ്സ് പ്രതിരോധസംവിധാനത്തെ ബാധിക്കുന്ന ലൈംഗികബന്ധത്തിലൂടെയും രക്തത്തിലൂടെയും രോഗാണുബാധയുള്ള സൂചിയിലൂടെയും പകരുന്ന രോഗമാണ്. എന്നാൽ ലൈംഗികബന്ധത്തിലൂടെയാണ്

ഭൂരിഭാഗവും പകരുന്നത്. അരക്ഷിതമായ ലൈംഗികബന്ധസാദ്ധ്യത കൂടുതലുള്ളതിനാലാണിത്.

ഗൈനെക് വിഭാഗത്തിൽ സ്ത്രീകളിലെ മാസമുറസമയത്തെ കൊളുത്തി വലിക്കുന്ന വേദനയാണ് ഡിസ്മെനോറിയ (dysmenorrhea). ഇത് സാധാരണ ഒരാഴ്ചയാണ് നീണ്ടുനില്ക്കുക. ഈ കഠിനമായ വേദന മാസംതോറും പഠനത്തെയും ജോലിയെയും സാമൂഹ്യബന്ധത്തെയും ബാധിക്കുന്നു. രോഗചരിത്രവും ഗൈനെക് പരിശോധനയുംമൂലം രോഗനിർണ്ണയം ചെയ്യാം. ശരീരത്തിലെ പ്രോസ്റ്റാഗ്ലാൻഡിനുകളെ (prostaglandins) തടയുന്ന വേദനസംഹാരികളായ ഐബുപ്രോഫൻ, നപ്രോക്സെൻ (ibuprofen , naproxen) എന്നിവയാണ് ഇതിനുള്ള നല്ല മരുന്നുകൾ. ഗർഭനിയന്ത്രണഗുളികകൾ രക്തംപോക്ക് കുറയ്ക്കുകയും വേദന കുറയ്ക്കുകയും ചെയ്യും.

യോനിക്കുള്ളിലെ യീസ്റ്റ് (yeast) പൂപ്പൽബാധ സാധാരണ കാണുന്ന രോഗമാണ്. ഇവ എളുപ്പം ചികിത്സയ്ക്ക് വിധേയമാകുന്നതാണ്.

ഗർഭപാത്രത്തിൽനിന്ന് രക്തവാർച്ചയും വേദനയുമുണ്ടാക്കുന്ന രോഗമാണ് എൻഡോമെട്രിയോസിസ് (endometriosis). ഇത് ചിലപ്പോൾ ഗർഭപാത്രത്തിന് പുറത്തേക്ക് അണ്ഡാശയം, കുടൽ എന്നിവിടങ്ങളിലേക്കും വ്യാപിക്കാം. മാസമുറ സമയത്ത് വേദനയും രക്തംപോക്കും കൂടുതലായി ഉണ്ടാകും.

പെൽവിക് ഇൻഫ്ളമേറ്ററി ഡിസീസ് (pelvic inflammatory disease) എന്ന വസ്തിപ്രദേശത്തെ രോഗാണുബാധകൾമൂലമുള്ള പഴുപ്പ് ഉണ്ടാക്കുന്ന രോഗമാണ്. ബാധിക്കുന്ന അവയവങ്ങൾ ഗർഭപാത്രവും അണ്ഡാശയവുമടക്കം എല്ലാ ഉല്പാദന അവയവങ്ങളുമാണ്. സാധാരണ ഗൊണോറിയ, ക്ലമിഡിയ (gonorrhea and chlamydia) എന്നിവ മൂലമാണ് പെൽവിക് ഇൻഫ്ളമേറ്ററി ഡിസീസ് വരുന്നത്. ഏതു തരത്തിലുള്ള ലൈംഗികരോഗങ്ങളും പെൽവിക് ഇൻഫ്ളമേറ്ററി ഡിസീസ് ഉണ്ടാക്കാം. ഇവ നീണ്ടുനില്ക്കുന്നതും സന്താനോല്പാദനത്തിന് തടസ്സമുണ്ടാക്കുന്നതുമാണ്. അതുകൊണ്ട് ഇവയെ വേഗം തിരിച്ചറിഞ്ഞ് ചികിത്സിക്കണം.

പുരുഷന്മാരിലെ പ്രത്യുല്പാദന സംവിധാനത്തിലെ രോഗങ്ങൾ

പ്രോസ്റ്റേറ്റ് ഗ്രന്ഥിയിലെ അർബ്ബുദം. ഈ വിഭാഗത്തിലെ രോഗങ്ങളിൽ ഏറ്റവും പ്രധാനം പ്രോസ്റ്റേറ്റ് ഗ്രന്ഥിയിലെ അർബ്ബുദമാണ്. വൃഷണത്തിലും ലിംഗത്തിലും അർബ്ബുദം വരാം.

പ്രോസ്റ്റേറ്റ് അർബ്ബുദത്തിന്റെ ചികിത്സയിൽ പരിഗണിക്കേണ്ടവ പ്രായം, രോഗത്തിന്റെ കാഠിന്യം എന്നിവയാണ്. പ്രോസ്റ്റേറ്റ് ഗ്രന്ഥിയിലെ അർബ്ബുദത്തിന്റെ സാധാരണ ചികിത്സകൾ സർജറി, റേഡിയേഷൻ, ഹോർമോൺ ചികിത്സ എന്നിവയാണ്.

ഉദ്ധാരണശക്തിയിലെ തകരാറ് പത്തു ശതമാനം പുരുഷന്മാരിലുണ്ടാകുന്ന സാധാരണ തകരാറാണ്. ഇതിന് പ്രധാനമായും നാല് കാരണങ്ങളാണുള്ളത്.

- ധമനികളുടെയും സിരകളുടെയും തകരാറുമൂലം ഉണ്ടാകുന്നവ
- മസ്തിഷ്കസംബന്ധമായ രോഗങ്ങളായ മൾട്ടിപ്പിൾ സ്ക്ലിറോസിസ് (multiple sclerosis) തുടങ്ങിയവ
- ആഘാതങ്ങൾ
- മാനസികമായ തകരാറുകൾ

എന്നിവയാണവ. കാരണങ്ങൾ കണ്ടുപിടിച്ച് ശരിയായ ചികിത്സ ചെയ്താൽ ഈ പ്രശ്നം ഭേദമാക്കാവുന്നതാണ്.

പ്രോസ്റ്റേറ്റിസ് (prostatitis). പ്രോസ്റ്റേറ്റ് ഗ്രന്ഥിയിൽ നീരും ഇൻഫ്ളമേഷനും വരുന്ന രോഗമാണിത്. പുരുഷന്മാരിൽ പകുതി പേർക്കും ജീവതത്തിലൊരിക്കലെങ്കിലും ഈ രോഗം വരാം.

വന്ധ്യത

കുടുംബാസൂത്രണമാർഗ്ഗങ്ങളൊന്നുമുപയോഗിക്കാതെ ഒരുകൊല്ലത്തെ പതിവായ ലൈംഗികബന്ധത്തിനു ശേഷം ഗർഭമുണ്ടാകാത്ത അവസ്ഥയാണ് വന്ധ്യത. ദമ്പതികളിലൊരാൾക്കുള്ള തകരാറു മൂലമോ രണ്ടുപേർക്കും കൂടിയുള്ള തകരാറു മൂലമോ വന്ധ്യത വരാം.

പുരുഷന്മാരിലിത് ശുക്ലത്തിൽ

- ബീജങ്ങളില്ലാതെ വരിക
- ബീജങ്ങളുടെ എണ്ണം കുറയുക
- ബീജങ്ങളുടെ ആകൃതിയിൽ തകരാറുണ്ടാകുക
- ബീജം അണ്ഡത്തിനടുത്തെത്താൻ കഴിയാതെ ചത്തുപോവുക

എന്നിവയായിരിക്കും കാരണങ്ങൾ. ഇപ്രകാരം സംഭവിക്കുന്നതിന് ക്രോമോസോമൽ തകരാറുമുതൽ ഹോർമോൺ തകരാറുവരെ നിരവധി കാരണങ്ങളുണ്ട്. അർബ്ബുദങ്ങളും മുഴകളും കാരണമാകാം. ജീവിതശൈലീതകരാറുകളായ മദ്യം, മയക്കുവസ്തുക്കളുടെ ഉപയോഗം എന്നിവയും കാരണമാകാം. പുരുഷന്മാരിലെ വന്ധ്യതക്ക് ജനിതകകാരണം കൊണ്ടുവരുന്ന സിസ്റ്റിക് ഫൈബ്രോസിസ് (cystic fibrosis) മൂലവും വന്ധ്യത വരാം.

സ്ത്രീകളിലെ വന്ധ്യതാ നിർവ്വചനം ഇപ്രകാരമാണ്. സ്ത്രീബീജം ഇല്ലാതിരിക്കുക, ഗർഭം ധരിക്കാതിരിക്കുക, ഗർഭം ധരിച്ചാൽ പൂർണ്ണമായി വളർച്ചയെത്തുന്നതു വരെ തുടരാൻ കഴിയായ്ക എന്നിവയുണ്ടെങ്കിൽ വന്ധ്യതയുണ്ടെന്ന് പറയാം.

പ്രത്യുല്പാദനത്തിലെ തകരാറുകൾ സ്ത്രീകളുടേത് ഗൈനക്കോളജിസ്റ്റുകളും പുരുഷന്മാരുടേത് യൂറോളജിസ്റ്റുകളുമാണ് (urologists) വിദഗ്ദ്ധമായി ചികിത്സിക്കുന്നത്. വന്ധ്യതമാത്രം ചികിത്സിക്കുന്ന വിദഗ്ദ്ധ ഡോക്ടർമാരുമുണ്ട്. അവർ ഇൻഫെർട്ടിലിറ്റി (infertility) സ്പെഷലിസ്റ്റുകളാണ്. ഹോർമോൺ തകരാറു മൂലം വന്ധ്യത വന്നവരെ എൻഡോക്രിനോളജിസ്റ്റുകളാണ് ചികിത്സിക്കുന്നത്.

അസ്ഥിവ്യൂഹം

ശരീരത്തിലെ അസ്ഥികളുടെ വ്യൂഹത്തെ സ്കെലിട്ടൽ സിസ്റ്റം (skeletal system) എന്നുപറയുന്നു. മനുഷ്യശരീരത്തിലെ അസ്ഥിവിഭാഗത്തിൽ വലുതും ചെറുതുമായി ആകെ ഇരുനൂറ്റിയാറ് അസ്ഥികളുണ്ട്. ഇവയെല്ലാം ടെൻഡണുകൾ, ലിഗമെന്റുകൾ, കാർടിലേജ് എന്നിവയാൽ ബന്ധിതമാണ്.

- അസ്ഥികൾ നില്ക്കുന്നതിനും ചലിക്കുന്നതിനും ഭാരം വഹിക്കുന്നതിനും അനിവാര്യമാണ്.
- അകത്തെ അവയവങ്ങൾ സംരക്ഷിക്കുന്നതിന് അസ്ഥികളുടെ കൂട് ആവശ്യമാണ്.
- രക്തത്തിലെ അരുണകോശങ്ങൾ ഉല്പാദിപ്പിക്കുന്നത് നീണ്ട അസ്ഥികളിലാണ്.
- നമുക്കാവശ്യമായ കാത്സ്യം എന്ന ലവണം സൂക്ഷിക്കുന്നത് അസ്ഥികളിലാണ്.
- ശരീരത്തിലെ മൂലകമായ ഇരുമ്പ് അസ്ഥികളിലാണ് സൂക്ഷിക്കുന്നത്.
- ഹോർമോണുകളുടെ നിയന്ത്രണത്തിനും അസ്ഥികൾ പങ്കു വഹിക്കുന്നുണ്ട്.
- പല്ലുകളും അസ്ഥിവിഭാഗത്തിൽപ്പെടുമെങ്കിലും അസ്ഥികളിൽപ്പെടുന്നില്ല.

ജനിക്കുമ്പോൾ കുഞ്ഞിന് മുന്നൂറ് അസ്ഥികളുണ്ടായിരിക്കും. ഗർഭപാത്രത്തിലൂടെ കുഞ്ഞിന് വരുവാൻ സൗകര്യത്തിനാണിത്. തലയിലെ അസ്ഥികളും ചെറിയ ഭാഗങ്ങളായിരിക്കും. പെൽവിക് കനാലിലൂടെ (pelvic canal) കുഞ്ഞിന്റെ തല ഒതുങ്ങിപ്പോരാൻ ഇത് എളുപ്പമാക്കും.

മുതിരുമ്പോൾ അവ ഇരുനൂറ്റിയാറായി ചുരുങ്ങും. വളരുമ്പോൾ ഈ അസ്ഥികളൊന്നും നഷ്ടപ്പെടുന്നില്ല. അവ തമ്മിൽ ചേരുകയാണ് ചെയ്യു ന്നത്.

ജനനം മുതൽ ഇരുപതു വയസ്സുവരെ അസ്ഥികൾ വളരുന്നുണ്ട്. മുപ്പതു വയസ്സിലാണ് അസ്ഥിയുടെ ഏറ്റവും കൂടിയ സാന്ദ്രത ഉണ്ടാകു ന്നത്. എല്ലുകൾ ഒടിയുമെങ്കിലും നേരായ സ്ഥിതിയിൽവച്ച് വിശ്രമം കൊടുത്താൻ മുറിവ് കൂടുന്നതുപോലെ ഒടിഞ്ഞഭാഗം ചേരുന്നതാണ്. ഡോക്ടർമാർ നേരെയാക്കി പ്ലാസ്റ്ററിട്ട് അസ്ഥികൾ നേരെയാക്കുന്നു.

ഭാരം വഹിക്കുന്നതിനും നില്ക്കുന്നതിനുമുള്ള അസ്ഥികളാണ് ആക്സിയൽ സ്കെലിട്ടൻ (axial skeleton). ഇതിൽ എൺപത് അസ്ഥി കളുണ്ട്. ഇതിൽ നട്ടെല്ലിലെ അസ്ഥികൾ, വാരിയെല്ലുകൾ, ശിരസ്സിലെ അസ്ഥികൾ എന്നിവ ഉൾപ്പെടുന്നു. ഇവ ശരിയായ നില്പ് നിലനിർത്തുന്ന തിനും ശരീരഭാരം തലയിലും മറ്റുഭാഗങ്ങളിലുമുള്ള ഭാരം താഴെ അര ക്കെട്ടിലേക്കും തുടർന്ന് കാലുകളിലേക്ക് എത്തിക്കുന്നതിനും സഹായി ക്കുന്നു.

ഇവയോട് ബന്ധിച്ചിട്ടുള്ള അസ്ഥികളാണ് അപ്പെൻഡിക്കുലർ സ്കെ ലിട്ടൻ (appendicular skeleton). ഇതിൽ നൂറ്റിയിരുപത്തിയാറ് അസ്ഥിക ളുണ്ട്. നട്ടെല്ലിനോട് ബന്ധിപ്പിച്ച എല്ലാ അസ്ഥികളും ഇതിൽപെടുന്നു. ചുമലിലെ പെക്ടൊറൽ ഗെർഡിൽ (pectoral (shoulder) girdles), അര ക്കെട്ടിലെ പെൽവിക് പെക്ടറൽ ഗർഡിൽ (pelvic girdle) എന്നിവയിൽ കൈയിലെയും കാലിലെയും അസ്ഥികൾ ഘടിപ്പിച്ചിരിക്കുന്നു. ഇവയുടെ പ്രവർത്തനം ശരീരത്തിന്റെ ചലനത്തിനും ചില അവയവങ്ങളെ സംര ക്ഷിക്കാനുമാണ്.

- ശരീരത്തിലെ ഏറ്റവും നീളമുള്ള അസ്ഥി ഫീമർ (femur) എന്ന് പേരായ തുടയിലെ അസ്ഥിയാണ്. ശരീരത്തിലെ ഏറ്റവും ചെറിയ അസ്ഥി സ്റ്റേപ്പിൾസ് (staples) എന്നു പേരായ ചെവിയിലെ അസ്ഥി യാണ്. ഇതിന് 2.8 മില്ലിമീറ്റർ മാത്രമേ നീളമുള്ളൂ.
- ചർമ്മത്തെപ്പോലെ എപ്പോഴും അസ്ഥികൾ തേയ്മാനം ചെയ്തു കൊണ്ടിരിക്കുകയാണ്. ഏഴുകൊല്ലംകൊണ്ട് അസ്ഥി പൂർണ്ണമായി പുതുതായി നിർമ്മിച്ചിരിക്കും.
- കൈപ്പത്തിയിലാണ് നമ്മുടെ അസ്ഥികൾ ഏറ്റവും കൂടുതലുള്ളത്. മണിബന്ധം, വിരലുകൾ, കൈ എന്നിവിടങ്ങളിലെല്ലാം കൂടി ആകെ അമ്പത്തിനാല് അസ്ഥികളുണ്ട്.
- സ്ത്രീകളുടെ അസ്ഥിയും പുരുഷന്റെ അസ്ഥിയും തമ്മിൽ ചില വ്യത്യാസങ്ങളുണ്ട്. സ്ത്രീകളുടേത് ചെറുതും ഭാരം കുറഞ്ഞതു മായിരിക്കും. എടുപ്പിലെ എല്ലുകൾക്കും വ്യത്യാസമുണ്ട്. അതിന്റെ ആകൃതിയും വലുപ്പവും കോണും വളർച്ചയെത്തിയ കുഞ്ഞിന്റെ തല പ്രസവസമയത്ത് കടന്നു വരാനുതകുന്നതായിരിക്കും. കൈമു ട്ടിലെ കോണും സ്ത്രീകളിൽ വ്യത്യാസമുണ്ട്. ഇതെല്ലാം സ്ത്രീ

കളുടെ നടപ്പ് പുരുഷനെ അപേക്ഷിച്ച് വ്യത്യസ്തമാക്കുന്നു.

ഭൂരിഭാഗം അസ്ഥികളുടെയും പുറംഭാഗം സാന്ദ്രത കൂടിയതും ശക്തവുമാണ്. അതിനുള്ളിൽ സ്പോഞ്ചു പോലെ വായു അറകളുള്ളതാണ്. ഇത് ഭാരം കുറയ്ക്കാനും ബലം കൂട്ടാനും സഹായിക്കും. മദ്ധ്യത്തിലാണ് മജ്ജ എന്ന മാരൊ (marrow) സ്ഥിതിചെയ്യുന്നത്. അസ്ഥിയിലേക്ക് രക്തക്കുഴലുകളും ഞരമ്പുകളും പോകുന്നുണ്ട്. മജ്ജ മഞ്ഞ നിറത്തിൽ മദ്ധ്യത്തിലും ചുവപ്പ് നിറത്തിൽ അസ്ഥിയുടെ അറ്റങ്ങളിലുമുണ്ട്. ഇവിടെയാണ് അരുണരക്താണുക്കൾ ഉല്പാദിപ്പിക്കുന്നത്. അരുണരക്താണുക്കളാണ് എല്ലായിടത്തും ജീവൻ നിലനിർത്താനാവശ്യമായ

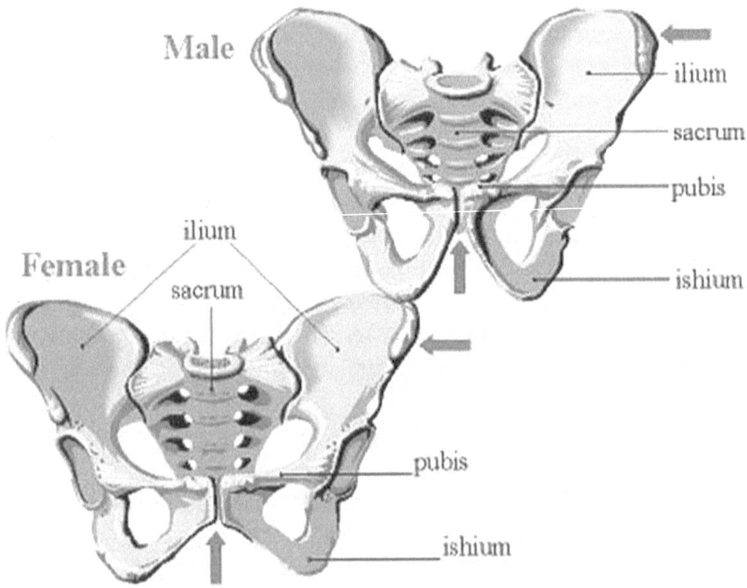

പുരുഷന്റെയും സ്ത്രീകളുടെയും എടുപ്പിലെ എല്ലുകളിലെ വ്യത്യാസം

പ്രാണവായു എത്തിക്കുന്നത്. നീണ്ട അസ്ഥികളിലുള്ള ശരീരത്തിലെ ആകെ മജ്ജകളുടെ ഭാരം നാല് ശതമാനത്തോളം വരും. അസ്ഥികളിലെ മജ്ജയാണ് രോഗപ്രതിരോധത്തിനാവശ്യമായ ലിംഫോസൈറ്റുകളെ ഉല്പാദിപ്പിക്കുന്നത്. അവ ലിംഫാറ്റിക് സിസ്റ്റത്തിലെ പ്രധാനഭാഗമാണ്.

കാത്സ്യം (calcium) അസ്ഥികളുടെ ആരോഗ്യത്തിന് ഒഴിച്ചുകൂടാനാകാത്തതാണ്. അസ്ഥികൾ ആരോഗ്യകരമായിരിക്കുന്നതിനും ശക്തമായിരിക്കുന്നതിനും കാത്സ്യം വേണം.

അസ്ഥികൾ ഉരുക്കിനേക്കാൾ ശക്തമാണ്. എന്നാൽ ഉരുക്കിനെ തകർക്കാൻ അസ്ഥികൾക്ക് കഴിയുകയില്ല. അസ്ഥികൾക്ക് ഉരുക്കിന്റെ

അത്രയും സാന്ദ്രതയില്ലാത്തതാണതിന് കാരണം. അസ്ഥിക്ക് ഒരു ചതുരശ്ര ഇഞ്ചിൽ ഇരുപതിനായിരം പൗണ്ട് ശക്തി ചെലുത്താൻ കഴിയുമെങ്കിൽ ഉരുക്കിന് എഴുപതിനായിരം പൗണ്ട് ശക്തി ചെലുത്താൻ കഴിവുണ്ട്.

നമ്മുടെ പാദങ്ങളെ ഒട്ടും നിസ്സാരവല്ക്കരിക്കരുത്. ഓരോ പാദത്തിലും ഇരുപത്തിയാറ് അസ്ഥികളും മുപ്പത്തിമൂന്ന് സന്ധികളും നൂറ് പേശികളുമുണ്ട്. ആകെയുള്ള അസ്ഥികളിൽ കാൽഭാഗമായ അമ്പത്തിരണ്ടെണ്ണവും രണ്ടു പാദങ്ങളിലാണുള്ളത്.

കൈകൾ രണ്ടും പൂർണ്ണമായി വിടർത്തിപ്പിടിച്ചാൽ കിട്ടുന്ന നീളമായിരിക്കും ആ വ്യക്തിയുടെ ഉയരം. നാം രാവിലെ എഴുന്നേല്ക്കുമ്പോൾ വൈകുന്നേരത്തേക്കാൾ ഒരു സെന്റിമീറ്റർ ഉയരം കൂടുതലായിരിക്കും. പകൽ സമയത്തെ ഇരിക്കലും പ്രവർത്തനങ്ങളുംമൂലം കാർട്ടിലേജ് (cartilage) മൃദുവായ അസ്ഥി അമരുന്നതിനാലാണ് ഇത് സംഭവിക്കുന്നത്.

അസ്ഥികൾ തമ്മിൽ ചലനത്തിനും ഉറപ്പിനും ബന്ധിക്കുന്ന സ്ഥലങ്ങളാണ് സന്ധികൾ. താടിയെല്ലൊഴിച്ചുള്ള ശിരസ്സിലെ അസ്ഥികളെല്ലാം ചലിക്കാത്ത വിളക്കിച്ചേർത്തതുപോലുള്ള സന്ധികളാണ്. ചുമലിലെ സന്ധിയും തുടയെല്ല് അരക്കെട്ടുമായി ചേരുന്ന സന്ധിയും പലതരത്തിലുള്ള ചലനങ്ങൾ അനുവദിക്കുന്നവയാണ്. അസ്ഥികളെ ശരിയായി പിടിച്ചുനിർത്തുന്നത് അവയിൽ ഘടിപ്പിച്ച പേശികളാണ്. കൂടാതെ ലിഗമെന്റുകളും സന്ധികളെ ശരിക്ക് നിലനിർത്തുന്നു. കാർട്ടിലേജ് (cartilage) എന്ന അസ്ഥിപോലുള്ള മൃദുവായ ഭാഗങ്ങൾ സന്ധികളിൽ ചലനത്തോടൊപ്പമുണ്ടാകുന്ന തേയ്മാനങ്ങൾ കുറയ്ക്കുന്നു.

എല്ലുകളെ ചികിത്സിക്കുന്ന വിഭാഗത്തിന് ഓർത്തോപീഡിക്സ് (orthopedics) എന്നു പറയുന്നു. അതിലെ വിദഗ്ദ്ധനാണ് ഓർത്തോപിഡീഷ്യൻ (orthopedician).

അസ്ഥിവിഭാഗത്തിലെ പരിശോധനകൾ

അസ്ഥികളിലെ രോഗങ്ങൾക്ക് പലതരത്തിലുള്ള പരിശോധനകൾ ചെയ്യാറുണ്ട്. എക്സ് റേ, എം ആർ ഐ, അസ്ഥിസാന്ദ്രത നോക്കുന്ന പരിശോധന, സന്ധികളുടെ ഉള്ളിലേക്ക് നേരിട്ടു നോക്കി രോഗനിർണ്ണയവും ചികിത്സയും ചെയ്യാവുന്ന ആർത്രോസ്കോപി (arthroscopy) എന്നിവ പ്രാഥമികമായി ചെയ്യുന്ന പരിശോധനകളാണ്.

അസ്ഥികളിലെ അർബ്ബുദങ്ങൾ കണ്ടുപിടിക്കുവാൻ സ്കാൻ, ബയോപ്സി എന്നീ പരിശോധനകൾ ചെയ്യാറുണ്ട്.

അസ്ഥികളിലെയും സന്ധികളിലെയും രോഗങ്ങൾ

ധാരാളം രോഗങ്ങൾ അസ്ഥികളെയും സന്ധികളെയും ബാധിക്കാറുണ്ട്.

ഓസ്റ്റിയോപോറോസിസ് (osteoporosis)

അസ്ഥികളെയാകെ ബാധിക്കുന്ന രോഗമാണ് ഓസ്റ്റിയോപോറോസിസ്. ഇത് അധികവും മുതിർന്നവരെയാണ് ബാധിക്കുക. ഓസ്റ്റിയോപോറോസിസിൽ അസ്ഥികളിലെ കാത്സ്യം നഷ്ടപ്പെടുന്നു. അസ്ഥികളുടെ കട്ടി കുറയുന്നു. അവ ദുർബ്ബലമായി നിസ്സാരമായ ആഘാതങ്ങൾമൂലം ഒടിയുന്നു. ഇതൊഴിവാക്കാൻ കാത്സ്യം ഗുളികകൾ കൊടുക്കാറുണ്ട്. പ്രത്യേകിച്ച് മുതിർന്ന സ്ത്രീകൾക്ക് ഈ ഗുളിക പതിവായി കൊടുക്കാറുണ്ട്.

സ്കോളിയോസിസ്

നട്ടെല്ലുകൾ വളയുന്ന രോഗമാണ് സ്കോളിയോസിസ് (scoliosis). ഇത്തരം നട്ടെല്ലുകൾ എക്സ് റേയിൽ ഇംഗ്ലീഷിൽ 'സി' എന്നോ 'എസ്' എന്നോ എഴുതിയതുപോലെ കാണാം. ഇതധികവും കൗമാരത്തിലാണ് കാണുന്നത്.

ആർത്രൈറ്റിസ് (arthritis)

സന്ധികളിലെ ഇൻഫ്ളമേഷനുണ്ടാക്കുന്ന രോഗമാണ് ആർത്രൈറ്റിസ്. ഈ വിഭാഗത്തിൽ ധാരാളം രോഗങ്ങളുണ്ട്. ഈ രോഗം വരുമ്പോൾ സന്ധികളും ചുറ്റുമുള്ള ഭാഗങ്ങളും കേടു വരുന്നു. ആർത്രൈറ്റിസ് മൂലം സന്ധികളും അവയുടെ ആവരണമായ കാപ്സ്യൂളും (capsule) ചുറ്റുമുള്ള ഭാഗങ്ങളും ചിലപ്പോൾ എല്ലാ ഭാഗങ്ങളും തകരാറിലാകാറുണ്ട്. അധികവും കഴുത്ത്, ചുമലുകൾ, കൈകൾ, പുറത്ത് താഴെ ഭാഗം, എടുപ്പ്, കാൽമുട്ട് എന്നിവിടങ്ങളിലെ സന്ധികളിലാണ് ബാധിക്കുന്നത്. ഈ രോഗം പ്രാഥമികമായി രക്തത്തെയാണ് ബാധിക്കുന്നത്. അർബ്ബുദം മജ്ജയിൽ എത്തുമ്പോൾ അസ്ഥിസംവിധാനത്തെ ബാധിക്കുന്നു. ഈ തരത്തിലുള്ള അർബ്ബുദത്തിൽ അർബ്ബുദ ശ്വേതരക്താണുക്കൾ അനിയന്ത്രിതമായി വർദ്ധിക്കുന്നു. ഇത് സാധാരണ ശ്വേതരക്താണുക്കളുടെയും അരുണരക്താണുക്കളുടെയും ഉല്പാദനം കുറയ്ക്കുന്നു.

അസ്ഥികളിലെ അർബ്ബുദം

അസ്ഥിസംവിധാനത്തിലെ വേറൊരു രോഗമാണ് അസ്ഥികളിലെ അർബ്ബുദം. ഇത് അസ്ഥികളിൽ ആരംഭിക്കാം. അല്ലെങ്കിൽ മറ്റു ശരീരഭാഗങ്ങളിലാരംഭിച്ച് രക്തത്തിലൂടെ അസ്ഥികളിൽ നിക്ഷേപിക്കപ്പെടാം. ആകെയുള്ള അർബ്ബുദങ്ങളിൽ അസ്ഥികളിലെ അർബ്ബുദം ഒരുശതമാനം മാത്രമേ വരൂ.

ബഴ്സൈറ്റിസ് (bursitis)

സന്ധികളിലെ ബഴ്സകളിലെ ഇൻഫ്ളമേഷനാണ് ബഴ്സൈറ്റിസ്.

ഇതധികവും കൂടുതൽ ചലനമുള്ള സന്ധികളായ ചുമലിലെ സന്ധി, എടുപ്പിലെ സന്ധി എന്നിവയെയാണ് ബാധിക്കുന്നത്. ഇവ കാറുകളിലെ ബുഷ് പോലെ പ്രവർത്തിക്കുന്നു. ചെറിയ ലൂബ്രിക്കേഷൻ ദ്രവമുള്ള ഈ സഞ്ചികൾ ചലിക്കുന്ന പേശിക്കും അസ്ഥികൾക്കും ഇടയിൽ ഘർഷണമില്ലാതെ പ്രവർത്തിക്കാൻ സഹായിക്കുന്നു. ഇവയിൽ ഇൻഫ്ള മേഷനായാൽ ചലനത്തിന് പ്രയാസമാകുന്നു. വേദനയുമുണ്ടാകും.

റിക്കറ്റ്സ് (rickets)

വിറ്റമിൻ ഡി, കാത്സ്യം, ഫോസ്ഫറസ് എന്നിവയുടെ കുറവ് കൊണ്ട് കുട്ടികളിൽ അസ്ഥികളുടെ വളർച്ച കുറയുന്ന അവസ്ഥയാണ് റിക്കറ്റ്സ്. ഈ രോഗം ചികിത്സിക്കാൻ ഈ കുറവുകൾ നികത്തണം.

പൊട്ടലുകൾ

സുപ്രധാന അവയവങ്ങളെ സംരക്ഷിക്കുന്ന അസ്ഥിസംവിധാന ത്തിലെ അസ്ഥികൾ ഏതു വേണമെങ്കിലും ഒടിയാം. സാധാരണ അസ്ഥി ഒടിയാൻ പത്തുമുതൽ പതിനാറുവരെ റാത്തൽ സമ്മർദ്ദം മതിയാകും. തലയോടിലെയും തുടയെല്ലിലെയും അസ്ഥികൾ കുറെക്കൂടി സമ്മർദ്ദം സഹിക്കും.

ചർമ്മവ്യൂഹം

ചർമ്മവും അനുബന്ധ ഭാഗങ്ങളും അടങ്ങിയതാണ് ഇന്റെഗുമെന്ററി സിസ്റ്റം (integumentary system). ചർമ്മവും രോമങ്ങളും നഖവുമെല്ലാമടങ്ങുന്ന ഇന്റെഗുമെന്ററി സിസ്റ്റം ശരീരത്തിലെ എല്ലാ അവയവങ്ങളേക്കാളും വലുതാണ്. ബാഹ്യ അന്തരീക്ഷത്തിൽനിന്ന് ചർമ്മം നമ്മെ സംരക്ഷിക്കുന്നു. ചർമ്മമാണ് ബാക്ടീരിയ, വൈറസുകൾ, മറ്റു രോഗാണുക്കൾ എന്നിവയിൽനിന്ന് നമുക്ക് ആദ്യ പ്രതിരോധം സൃഷ്ടിക്കുന്നത്. ചർമ്മം ശരീരത്തിലെ ഊഷ്മാവിനെ സ്ഥിരമായി നിർത്തുന്നു. ശ്വാസകോശത്തെയും വൃക്കകളെയുംപോലെ വിസർജ്ജ്യവസ്തുക്കൾ വിയർപ്പിലൂടെ പുറത്തുകളയുന്നു.

ചർമ്മം ഭൗതികമായ സംരക്ഷണം ഉള്ളിലുള്ള അവയവങ്ങൾക്ക് നല്കുന്നു. അസ്ഥികൾ, പേശികൾ, ആന്തരികാവയവങ്ങൾ എന്നിവയെ ഇപ്രകാരം ചർമ്മം സംരക്ഷിക്കുന്നു.

സസ്തനജീവികളുടെ ചർമ്മത്തിൽ മൂന്ന് ഭാഗങ്ങളുണ്ട്. അവ എപ്പിഡെർമിസ്, ഡെർമിസ്, സബ്ക്യൂടിസ് (epidermis, dermis, subcutis) എന്നിവയാണ്. ഏറ്റവും മുകളിൽ എപ്പിഡെർമിസും താഴെ ഡെർമിസും ഏറ്റവും അടിയിലായി സബ്ക്യൂടിസുമാണ്. ഏറ്റവും ബാഹ്യമായ എപ്പിഡെർമിസ് ഏറ്റവും കട്ടിയുള്ളത് കൈപ്പത്തിയിലാണ്. അവിടെ ഒന്നര മില്ലിമീറ്ററോളം കട്ടിയുണ്ട്. ഏറ്റവും താഴെയുള്ള ഹൈപ്പോഡെർമിസിൽ കൊഴുപ്പുകൾ സൂക്ഷിച്ചുവെച്ചിരിക്കുന്നു. ഇവിടെ രക്തക്കുഴലുകളും ഞരമ്പുകളും രോമങ്ങളുടെ ഉത്ഭവമായ ഫോളിക്കിൾ റൂട്ടുകളും (follicle roots) ഉണ്ട്. ഹൈപ്പോഡെർമിസിന് സബ്ക്യൂടിസ് എന്ന പേരു കൂടിയുണ്ട്.

ചർമ്മം നല്ലപോലെ കേടുവന്നാൽ വടുക്കൾ വന്ന് തേമാനം സംഭവിക്കും. വടുക്കൾ വന്ന് മുറിവുണങ്ങുമ്പോൾ ആ ചർമ്മഭാഗം സാധാ

രണ ചർമ്മംപോലെയായിരിക്കില്ല. അവയുടെ സാധാരണനിറം പോയിരിക്കും. അവയിൽ വിയർപ്പിന്റെ ഗ്ലാൻഡുകളും രോമവും ഉണ്ടായിരിക്കില്ല.

ശരീരം ഉല്പാദിപ്പിക്കുന്ന കറുപ്പു നിറം തരുന്ന മെലനിൻ (melanin) ആണ് ഓരോ മനുഷ്യവർഗ്ഗത്തിനും അതത് പ്രത്യേക നിറം കൊടുക്കുന്നത്. മെലനിൻ തീരെ കുറഞ്ഞവരാണ് വെള്ളക്കാർ. ഏറ്റവും കൂടുതലുള്ളവരാണ് കറുത്തവർഗ്ഗക്കാർ. അതിനിടയിലാണ് ഓരോ നിറവും വരുന്നത്. മെലനിന്റെ ഏറ്റക്കുറച്ചിലനുസരിച്ചാണ് ഈ വ്യത്യാസങ്ങൾ വരുന്നത്.

ഓരോരോ പ്രത്യേക ശാരീരികാദ്ധ്വാനം അനുസരിച്ച് കൈകളിലും കാലുകളിലും തഴമ്പ് വരാറുണ്ട്. ഇത് വളരെ കട്ടിയുള്ളതായിരിക്കും.

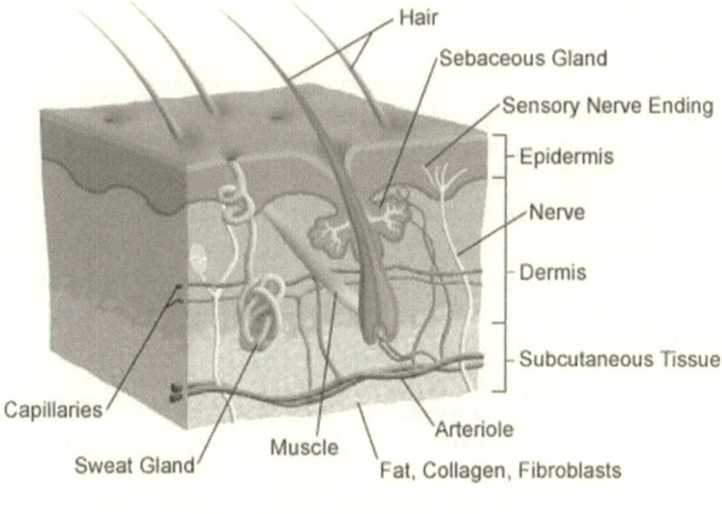

ഇന്റെഗുമെന്ററി സിസ്റ്റം

ആവർത്തിച്ചുള്ള സമ്മർദ്ദമാണിവ ഉണ്ടാക്കുന്നത്. ഈ തഴമ്പിനെ കാലസ് എന്നും കലോസിറ്റി (callus,callosity) എന്നും പറയുന്നു. തൊഴിലാളികൾ, സ്പോട്സ്മാന്മാർ എന്നിവരുടെ കൈകളിൽ ഇപ്രകാരം തഴമ്പ് കാണാറുണ്ട്.

നമ്മുടെ ചർമ്മത്തിലെ കോശങ്ങൾ ദിവസേന കൊഴിഞ്ഞു താഴെ വീഴുന്നുണ്ട്. ഇവ വീട്ടിലെ പൊടിയുടെ ഭാഗമാകുന്നു. വീട്ടിൽ ദിവസേന അടിച്ചുകൂട്ടുന്ന വീട്ടിലെ പൊടിയിൽ നല്ലൊരു ഭാരം നമ്മുടെ ശരീരത്തിൽനിന്നും പൊഴിഞ്ഞുപോയ കോശങ്ങളാണ്!

പാദങ്ങളിൽമാത്രം അഞ്ച് ലക്ഷം വിയർപ്പ് ഗ്രന്ഥികളുണ്ട്. അവ ഒരുദിവസം അര ലിറ്ററിനേക്കാൾ അധികം വിയർപ്പ് ദിവസേന പുറത്ത്

വിടുന്നുണ്ട്. കാലിലെ സോക്സ് വേഗം കേടു വരുന്നതിന്റെയും ദുർഗന്ധം വമിക്കുന്നതിന്റെയും കാരണം വ്യക്തമാണല്ലോ. പുരുഷന്മാർക്ക് സ്ത്രീകളേക്കാൾ കൂടുതൽ വിയർപ്പുണ്ട്.

എല്ലാ സസ്തനജീവികൾക്കും ചർമ്മമുണ്ട്. അതവയുടെ പ്രത്യേകതകളിൽ ഒന്നാണ്. പല ജീവികളിലും അവ കാണാൻ പ്രയാസമാണ്. ഏറ്റവും കട്ടിയുള്ള ചർമ്മമുള്ള കണ്ടാമൃഗത്തിന്റെ ചർമ്മത്തിന് ഒന്നര സെന്റിമീറ്റർമുതൽ അഞ്ച് സെന്റിമീറ്റർവരെ കട്ടിയുണ്ട്. ധ്രുവക്കരടികൾ പുറമെ കാണുമ്പോൾ പൂർണ്ണമായ വെളുത്തതായി തോന്നും. എന്നാലവയുടെ സുതാര്യവും വെളുത്തതുമായ കട്ടിരോമങ്ങളുടെ അടിയിലെ ചർമ്മം കറുത്തതാണ്. രോമങ്ങൾ ഗ്ലാസ് പോലെ വെളിച്ചം കടത്തിവിടുവാൻ കഴിവുള്ളതാണ്.

ഉഭയജീവിയുടെ ചർമ്മവിശേഷവും രസകരമാണ്. കിണറ്റിലെ തവള വെള്ളം കുടിക്കില്ല എന്നുപറയുന്നത് ശരിയാണ്. അവ വെള്ളം കുടിക്കുന്നതിന് പകരം ശരീരം വെള്ളത്തിൽ മുക്കാനാണ് ഇഷ്ടപ്പെടുന്നത്. മാത്രമല്ല പകുതി കരയിലും പകുതി വെള്ളത്തിലും കഴിയുന്ന അവയുടെ ചർമ്മം അന്തരീക്ഷത്തിലെ വായു വലിച്ചെടുക്കാനാണ് ഉപയോഗിക്കുന്നത്. അതിലൂടെയും വെള്ളത്തിൽനിന്ന് മത്സ്യങ്ങളെപ്പോലെയും അവയ്ക്ക് പ്രാണവായു ലഭിക്കുന്നു. മറ്റൊരു ഉഭയജീവിയായ പാമ്പിന് വരണ്ട മൃദുവായ ചർമ്മമാണുള്ളത്. ഭൂമിയിലെ നേരിയ വിറയൽപോലും അവയ്ക്ക് അറിയാൻ കഴിയും. ഭൂകമ്പങ്ങളുണ്ടാകുമ്പോൾ മൃഗങ്ങളും പക്ഷികളും വിഭ്രാന്തിയോടെ പരക്കം പായുന്നത് പ്രകമ്പനങ്ങളെക്കുറിച്ച് അറിയുന്നതുകൊണ്ടാണ്.

കടൽജീവികളായ തിമിംഗലങ്ങളുടെ ചർമ്മത്തിൽ പല ജൈവ 'സുഹൃത്തുക്കളും' വാടകയൊന്നും കൊടുക്കാതെ സുഖമായി സ്ഥിരം വാഴുന്നുണ്ട്. കടൽപ്പേനുകളും കടൽകാക്കകളായ ബാർണക്കിളുകളുമാണവ (barnacles).

നേന്ത്രപ്പഴം, ഓറഞ്ച്, ആപ്പിൾ, ഉരുളക്കിഴങ്ങ് എന്നിവക്കും തൊലികളുണ്ട്. മൃഗങ്ങളുടെ ചർമ്മവുമായി ഇതിന് ബന്ധമൊന്നുമില്ല.

രോമങ്ങളും നഖവും

ജീവിക്കുന്ന ശരീരവുമായി ഇവ രണ്ടിനും ഒരു ബന്ധവുമില്ല. അവയ്ക്ക് ജീവനില്ല. എങ്കിലും നമ്മുടെ ജീവിതത്തിൽ ധാരാളം സമയം ഇവയ്ക്കായി നാം ചെലവ് ചെയ്യുന്നുണ്ട്.

ഏറ്റവും വേഗത്തിൽ വളരുന്ന രോമം മുഖത്തെ രോമമാണ്. ചിലരിൽ വ്യക്തിപരമായ വ്യത്യാസമുണ്ട്. ഈ രോമവളർച്ച ഷേവിങ് വസ്തുക്കളുടെ നിർമ്മാതാക്കൾ ശരിക്കും ചൂഷണം ചെയ്യുന്നുണ്ട്. ഒരു മനുഷ്യൻ തന്റെ താടിരോമം ജീവിതകാലം മുഴുവൻ മുറിക്കാതെയിരുന്നാൽ അതിന് മുപ്പതടിയോളം നീളമുണ്ടാകും. കൊലയാളി തിമിംഗലത്തിനേക്കാളും അതിന് നീളമുണ്ടാകും. ഓരോ ദിവസവും ഒരു ശരാശരി മനു

ഷ്യന് ദിവസവും അറുപത് മുതൽ നൂറിഴകൾ വരെ മുടി നഷ്ടപ്പെടുന്നുണ്ട്. മുഴുവൻ കഷണ്ടിയല്ലാത്തവരുടെ മുടി നാം കരുതുന്നതിലും വളരെയധികം ദിവസേന പൊഴിയുന്നുണ്ട്. ഈ യാഥാർത്ഥ്യത്തെ മറികടക്കാം എന്ന അവകാശവാദവുമായി മുടികൊഴിച്ചിൽ നിർത്തുന്നതിനുള്ള പരസ്യങ്ങളുമായി കച്ചവടക്കാർ നിരവധിയാണ്. മുടികൊഴിയൽ കൂടുതലാവുന്നത് ഈ അവസരങ്ങളിലാണ്,

- മാറുന്ന കാലാവസ്ഥകൾ
- ഗർഭാവസ്ഥ
- അസുഖങ്ങൾ
- ഭക്ഷണം
- പ്രായം കൂടുക

സ്ത്രീകളുടെ മുടിയുടെ വ്യാസം പുരുഷന്മാരുടേതിനേക്കാൾ പകുതി കുറവാണ്. മുടിയുടെ വ്യാസം വർഗ്ഗങ്ങൾ തമ്മിലും വ്യത്യസ്തമാണ്. കൃത്രിമമുടി വയ്ക്കുമ്പോൾ വ്യാസത്തിലും നിറത്തിലുമുള്ള വ്യത്യാസം പരിഗണിക്കേണ്ടിവരും.

നമ്മുടെ നഖങ്ങളിൽ ഏറ്റവും വേഗത്തിൽ വളരുന്നത് നടുവിലെ വിരലിലെ നഖമാണ്. എഴുതാനുപയോഗിക്കുന്ന വലതുകൈയിലെ നടുവിരലിലെ നഖമാണ് ഏറ്റവും വേഗത്തിൽ വളരുന്നത്. ഇടതുകൈകൊണ്ട് എഴുതുന്നവരിൽ ആ നടുവിരലിലെ നഖമായിരിക്കും വളരുന്നത്. അതിന്റെ കാരണം ഇതുവരെ മനസ്സിലായിട്ടില്ല. വിരലിന്റെ നീളവുമായി ഇതിന് ബന്ധമുണ്ട്. ഏറ്റവും നീളമുള്ള വിരലിലെ നഖം ഏറ്റവും വേഗത്തിലും ഏറ്റവും ചെറിയ വിരൽ ഏറ്റവും സാവധാനത്തിലും വളരുമെന്ന് മനസ്സിലായിട്ടുണ്ട്.

സ്വർണ്ണത്തലമുടിയുള്ളവർക്ക് ശരീരത്തിൽ കൂടുതൽ മുടിയുണ്ട്. ഇതോടൊപ്പമുള്ള നീലക്കണ്ണുകളും അവരെ കൂടുതൽ ആകർഷകരാക്കുന്നു. മുടിയുടെ നിറമനുസരിച്ചാണ് തലയിലെ മുടിയുടെ എണ്ണവും കൂടുകയോ കുറയുകയോ ചെയ്യുന്നത്. സാധാരണ മനുഷ്യരുടെ തലയിൽ ഒരു ലക്ഷം ഹെയർ ഫോളിക്കിളുകളുണ്ട്. ഓരോ ഫോളിക്കിളിനും ഒരു ജീവിതകാലത്തിനിടയിൽ ഇരുപത് രോമങ്ങളുണ്ടാക്കാനുള്ള കഴിവുണ്ട്. സ്വർണ്ണത്തലമുടിയുള്ളവർക്ക് ഒരുലക്ഷത്തി നാല്പത്തിയാറായിരം ഹെയർ ഫോളിക്കുകളുണ്ട്. കറുത്ത മുടിയുള്ളവർക്ക് ഒരുലക്ഷത്തി പതിനായിരം ഫോളിക്കുകളുണ്ട്. തവിട്ടു മുടിയുള്ളവർക്ക് ഒരു ലക്ഷം ഫോളിക്കുകളും ചുവന്ന മുടിയുള്ളവർക്ക് എൺപത്തിയാറായിരം ഫോളിക്കിളുമാണ്.

വിരലിലെ നഖങ്ങൾ കാലിലെ നഖങ്ങളേക്കാൾ നാലിരട്ടി വേഗത്തിലാണ് വളരുക. പ്രായമായവരിൽ ഇവ സാവധാനത്തിലാണ് വളരുക. മരിച്ചതിനു ശേഷവും നഖവും രോമവും ഏതാനും ദിവസം ശവശരീരത്തിൽ വളരുന്നതായി കാണാറുണ്ട്. എന്നുകരുതി ആ വ്യക്തി മൃതനല്ല എന്ന് കരുതരുത്. വയസ്സായവരുടെ നഖങ്ങൾ വികൃതമായും വളരെ

കട്ടിയിലും വളരാറുണ്ട്. ഏതാനും സമയം ഉപ്പുവെള്ളത്തിൽ മുക്കി വച്ചാൽ നഖങ്ങൾ മുറിക്കാനെളുപ്പമാണ്. ശരാശരി ഒരുമാസം നഖങ്ങൾ ഒരിഞ്ചിന്റെ പത്തിലൊന്ന് വീതമാണ് വളരുക.

മനുഷ്യരോമത്തിന്റെ ശരാശരി ആയുസ്സ് മൂന്ന് വർഷത്തിനും ഏഴ് വർഷത്തിനും ഇടയിലാണ്. ആഘാതം ഏല്ക്കുന്നില്ലെങ്കിൽ രോമങ്ങൾക്ക് നല്ല ജീവിതമുണ്ടായിരിക്കും. ധാരാളം മുടിവെട്ടുകളും മേക്കപ്പുകളും സോപ്പ് തേക്കലും എണ്ണകളും ലേപനങ്ങളും പുരട്ടലും അനുഭവിച്ച് കഴിഞ്ഞതിനു ശേഷമാണവ മരിക്കുന്നത്. തലയിലെ പകുതിയും മുടി കൊഴിഞ്ഞുപോയതിനു ശേഷം മാത്രമേ നമുക്ക് മുടി കൊഴിയുന്നുവെന്ന് മനസ്സിലാവുകയുള്ളൂ. മനുഷ്യരോമം എളുപ്പത്തിൽ നശിപ്പിക്കാൻ കഴിയില്ല. വെള്ളം, തണുപ്പ്, അമ്ലം, ക്ഷാരം, കാലാവസ്ഥയിലെ മാറ്റം എന്നിവയെയും മുടി അതിജീവിക്കും.

ചർമ്മരോഗചികിത്സയിൽ വിദഗ്ദ്ധരായവരെ ഡെർമറ്റോളജിസ്റ്റ് എന്നാണ് പറയുക. ചർമ്മരോഗങ്ങളെയും ആഘാതങ്ങളെയും രോമം, നഖങ്ങൾ എന്നിവയിലെ രോഗങ്ങളെയും ഡെർമറ്റോളജിസ്റ്റ് ആണ് ചികിത്സിക്കുക. മുഖക്കുരു, പരുക്കൾ, രോഗാണുബാധകൾ, വൈറസ് രോഗങ്ങൾമുതൽ നീണ്ടുനില്ക്കുന്ന രോഗങ്ങളായ എക്സീമ (eczema), ഇടയ്ക്കിടെ കൂടുന്ന സോറിയാസിസ് (psoriasis) ഡെർമറ്റോളജിസ്റ്റ് ആണ് ചികിത്സിക്കുന്നത്. കൂടാതെ ചർമ്മത്തിലെ അർബ്ബുദവും ഡെർമറ്റോളജിസ്റ്റ് ചികിത്സിക്കാറുണ്ട്. ചർമ്മരോഗചികിത്സയിൽ ഉപവിഭാഗങ്ങളുണ്ട്. സൗന്ദര്യം വർദ്ധിപ്പിക്കാനുള്ള കോസ്മെറ്റിക് സർജറി (cosmetic surgery), ആധുനിക ചികിത്സയായ ലേസർ മെഡിസിൻ (laser medicine), ഇമ്മ്യൂണോ ഡെർമറ്റോളജി (immunodermatology) എന്നിവയിൽ ചർമ്മരോഗവിദഗ്ദ്ധർ സ്പെഷലൈസ് ചെയ്യാറുണ്ട്.

ചർമ്മത്തിലെ അർബ്ബുദം

മൂന്നു തരത്തിലുള്ള അർബ്ബുദങ്ങൾ ചർമ്മത്തിലുണ്ടാകാറുണ്ട്. അവയിൽ ഏറ്റവും സാധാരണയായി കാണുന്നത് ബേസൽ സെൽ കാർസിനോമ (basal cell carcinoma) യാണ്. ഇതിന് ചർമ്മത്തിന്റെ നിറം തന്നെയായിരിക്കും. ഇത് നേരത്തേ മനസ്സിലാക്കി ചികിത്സിക്കുകയാണെങ്കിൽ മറ്റിടങ്ങളിലേക്ക് പകരുകയില്ല. ചികിത്സിക്കാതെ വിട്ടാൽ ചർമ്മവും കടന്ന് അസ്ഥികളിലേക്ക് പടരാം.

രണ്ടാമത്തെ ഏറ്റവും സാധാരണയായ അർബ്ബുദം സ്ക്വാമസ് സെൽ കാർസിനോമ (squamous cell carcinoma) കാഴ്ചയ്ക്ക് പരുപരുത്തതും ചർമ്മത്തിന്റെ നിറമുള്ളതുമാണ്. ഈ രോഗം ബാധിക്കുന്നവരിൽ പത്ത് ശതമാനം മരിക്കാറുണ്ട്.

ഏറ്റവും ഗൗരവമായ ത്വക് അർബ്ബുദം മെലനോമ (melanoma) യാണ്. ഇത് കറുത്തതും രക്തം കിനിയുന്നതുമാണ്. ഈ അർബ്ബുദം ബാധിക്കുന്നവരിൽ മുപ്പത്തഞ്ച് ശതമാനം പേർ മരിക്കാറുണ്ട്.

വാർട്സ് (warts)

ഇവയെ ചെറിയ പരുക്കളെന്ന് പറയാം. വൈറൽ ബാധകൊണ്ടാണ് ഇവ വരുന്നത്. ഇത് സാധാരണയായി കൈകളിലും കാലുകളിലുമാണ് വരുന്നത്. പാപ്പില്ലോമ വൈറസിന്റെ ബാധമൂലം ചർമ്മത്തിലെ ചെറിയ രക്തക്കുഴലുകൾക്ക് തടസ്സം വരുന്നു. ഇവയുടെ ചികിത്സ ഈ പരുക്കളെ വളരെ തണുപ്പിക്കുകയോ അതിൽ മരുന്നുകൾ കുത്തി വയ്ക്കുകയോ ലേസർ ഉപയോഗിച്ച് ചികിത്സിക്കുകയോ ആണ്. ആ തരത്തിൽ കോശ ജാലങ്ങളെ അലോസരപ്പെടുത്തുമ്പോൾ പ്രതിരോധസംവിധാനം മനസ്സി ലാക്കി അവയെ നശിപ്പിക്കും.

എക്സീമ

ഇതിന് ഡെർമറ്റൈറ്റിസ് (dermatitis) എന്നും പേരുണ്ട്. ഇവ ചൊറി ച്ചിലുണ്ടാക്കുന്ന, ചുവന്ന ചർമ്മഭാഗങ്ങൾ പുറത്തു കാണുന്ന തരത്തി ലുള്ളവയാണ്. ശരീരത്തിന്റെ ഏതുഭാഗത്തും വരാം. പ്രത്യേകിച്ച് കാര ണമില്ലാതെയും ഏതെങ്കിലും വിഷവസ്തുക്കൾ ശരീരത്തിലെത്തിയാലും എക്സീമ വരാം. ചികിത്സയ്ക്കായി ഇൻഫ്ളമേഷനെ തണുപ്പിക്കുന്ന ക്രീമുകളും ഓയിന്റ്മെന്റുകളും ഉപയോഗിക്കാം.

മുഖക്കുരു
ഏക്നെ (acne)

ഈ രോഗം രോമത്തെയും വിയർപ്പിലൂടെ കൊഴുപ്പ് വിസർജ്ജി ക്കുന്ന ഗ്ലാൻഡുകളെയുമാണ് ബാധിക്കുന്നത്. ത്വക്രോഗ വിദഗ്ദ്ധർ ചികി ത്സിക്കുന്ന ഏറ്റവും സാധാരണ രോഗങ്ങളിലൊന്നാണിത്. ഈ രോഗം ഹോർമോൺ മാറ്റങ്ങളുമായി ബന്ധപ്പെട്ടിരിക്കുന്നു. അതിനാൽ കൗമാര ത്തിലാണ് മുഖക്കുരു അധികവും കാണുന്നത്. ചുവന്ന് ഉയർന്ന കുരു ക്കൾ മുഖത്ത് മാത്രമല്ല പുറത്തും നെഞ്ചിലും കാണാറുണ്ട്.

ചികിത്സ. ഇതിന് വിറ്റമിൻ എയും റെറ്റിനോൾസ് (retinols), ചർമ്മ ത്തിലെ ദ്വാരത്തെ തുറക്കുന്ന സാലിസിലിക് ആസിഡ് (salicylic acid), ബാക്ടീരിയയെ തടയുന്ന ബെൻസോയിൽ പെറോക്സൈഡ്സ് (benzoyl peroxides) ഇൻഫ്ളമേഷനെ തടുക്കാൻ ആന്റിബയോട്ടിക്കു കൾ (antibiotics) എന്നിവയാണ് ചികിത്സ.

വിറ്റിലിഗൊ (vitiligo)

നാം പാണ്ടുരോഗം, വെള്ളപ്പാണ്ട് എന്നെല്ലാം പറയുന്നതാണ് വിറ്റി ലിഗൊ. ഈ രോഗം വന്ന ചർമ്മഭാഗത്തുള്ള നിറമുണ്ടാക്കുന്ന മെലനോ സൈറ്റ്സ് (melanocytes) പ്രവർത്തനമില്ലാതെ വെളുത്തിരിക്കും. ചില മെലനോസൈറ്റുകൾ കാരണമില്ലാതെ നശിക്കുകയോ പ്രതിരോധസംവി ധാനം നശിപ്പിക്കുകയോ ചെയ്തിരിക്കും.

പ്രകാശരശ്മി ഉപയോഗിച്ചുള്ള പ്രത്യേക ചികിത്സയാണ് ചെയ്യേണ്ടത്.

സോറിയാസിസ് (psoriasis)

ഒരു ചർമ്മരോഗവിദഗ്ദ്ധനായ ഡോക്ടർ തന്റെ മകളുടെ ഭർത്താവായ ചർമ്മരോഗവിദഗ്ദ്ധന് സ്ത്രീധനമായി പത്ത് സോറിയാസിസ് രോഗികളെ കൊടുത്തു എന്നൊരു കഥയുണ്ട്. മകൾ അല്ലലില്ലാതെ അത്യാവശ്യം സ്ഥിരം വരുമാനത്തോടെ ജീവിച്ചോളും എന്ന മുൻകരുതലോടെയാവും ആ അച്ഛൻ അപ്രകാരം ചെയ്തത്.

ചർമ്മത്തിൽ ഇൻഫ്ളമേഷനുണ്ടാക്കുന്ന നീണ്ടുനില്ക്കുന്ന രോഗമാണിത്. ചൊറിച്ചിലുണ്ടാക്കുന്ന ഭാഗങ്ങളായി ഇവ കാൽമുട്ടിലും കൈമുട്ടിലും കാണാറുണ്ട്. സോറിയാസിസ് ഉള്ളവരുടെ നഖങ്ങളിൽ ചെറിയ കുഴികളുണ്ടാവും. തലയിലും ചർമ്മം ചുവന്ന് ചൊറിച്ചിലോടെ ചർമ്മശകലങ്ങൾ പുറത്തു വരുന്ന അവസ്ഥയിലാകും. ഈ രോഗം മൂന്ന് ശതമാനം ജനങ്ങളിൽ പാരമ്പര്യമായി കാണാറുണ്ട്. സോറിയാസിസുള്ള രോഗികളിൽ ചിലർക്ക് ഇതോടനുബന്ധിച്ചുള്ള സന്ധിരോഗമായ സോറിയാറ്റിക് ആർത്രൈറ്റിസ് (psoriatic arthritis) വരാറുണ്ട്.

ചികിത്സ

ഗുരുതരമല്ലാത്ത ലക്ഷണങ്ങളുള്ളവരിൽ പുറമെ പുരട്ടാനുള്ള ലേപനങ്ങൾ മാത്രം മതിയാകും. ഗുരുതരമായ ലക്ഷണങ്ങളുള്ളവരിൽ അകത്തേക്ക് കഴിക്കാനുള്ള മരുന്നുകൾ വേണ്ടിവരും.

മോൾസ് (moles)

നാം പറയുന്ന മറുകുകൾ, കാക്കപ്പുള്ളികൾ ആണ് മോൾസ് എന്ന് അറിയപ്പെടുന്നത്. ഇത് ചർമ്മത്തിന്റെ സാധാരണ ഭാഗമാണ്. വ്യക്തികളെ തിരിച്ചറിയുന്നതിന് പരമ്പരാഗതമായി സർട്ടിഫിക്കറ്റിലും മറ്റും രണ്ട് ഇത്തരം അടയാളങ്ങൾ രേഖപ്പെടുത്താറുണ്ട്. ഏറ്റവും നൂതനമായി തിരിച്ചറിയുന്നതിന് നേത്രപടലത്തിന്റെ ചിത്രമാണ് ഉപയോഗിക്കുന്നത്. അതിലൊരു ആൾമാറാട്ടവും നടത്താനാകില്ലെന്ന് വിശ്വസിക്കുന്നു.

മറുകുകൾ സമനിരപ്പുള്ളതോ ചർമ്മത്തിൽനിന്ന് അല്പം ഉയർന്നതോ ആകാം. നിറവ്യത്യാസവുമുണ്ടാകാം. ചുവപ്പ്, തവിട്ടുനിറം, കറുപ്പ് എന്നീ നിറങ്ങളിലുള്ളവയുമുണ്ട്. മറുകുകളുടെ വലിപ്പം, നിറം, ആകൃതി എന്നിവ മാറുകയോ രക്തം കിനിഞ്ഞുവരികയോ കാണുകയാണെങ്കിലത് ഉടനെ ഡോക്ടറെ കാണിക്കണം. മെലനോമ എന്ന ചർമ്മാർബ്ബുദത്തിന്റെ ലക്ഷണമാകാം.

അഞ്ചാം ഭാഗം

ഇന്ദ്രിയ വ്യൂഹം

പഞ്ചേന്ദ്രിയങ്ങൾ എന്ന അവയവങ്ങൾ ഇന്ദ്രിയവ്യൂഹത്തിൽപ്പെടുന്നു. ഇവ സെൻസറി സിസ്റ്റം (sensory system) എന്നറിയപ്പെടുന്നു. ഇവ മുഖേന നാം ജീവിക്കുന്ന ഈ പ്രപഞ്ചത്തെപ്പറ്റി അറിയുന്നു. ഇന്ദ്രിയങ്ങളെക്കുറിച്ച് നാമറിയാത്ത ധാരാളം രസകരമായ വിവരങ്ങളുണ്ട്.

വയറു നിറച്ച് ഭക്ഷണം കഴിച്ചാൽ കേൾവി കുറയും. സംഗീതപരിപാടിക്ക് പോകുമ്പോൾ ഇപ്രകാരം പോയാൽ ആ പരിപാടിയോട് നീതി പുലർത്താനാകില്ല. മിതമായ ആഹാരം കഴിച്ചിരിക്കുകയാണെങ്കിൽ കേൾവി മെച്ചമായിരിക്കും. പാട്ടുകാരന്റെ മുമ്പിലിരുന്ന് കൊതിയൂറുന്നവയോ പുളിയുള്ളവയോ കഴിക്കുകയാണെങ്കിൽ നാം അദ്ദേഹത്തെ ബുദ്ധിമുട്ടിലാക്കുകയായിരിക്കും ചെയ്യുന്നത്. അദ്ദേഹത്തിന്റെ വായിൽ വെള്ളമൂറുകയും സംഗീതത്തെ അത് ബാധിക്കുകയും ചെയ്യും.

സ്വാദറിയുന്നത് ഒരു രാസപരമായ പ്രക്രിയയാണ്. കഴിക്കുന്ന ഭക്ഷണത്തെ അലിയിക്കാൻ കഴിയുന്നില്ലെങ്കിൽ അതിന്റെ സ്വാദറിയാനും കഴിയില്ല. നാവ് തുടച്ച് തുപ്പലില്ലാതെ സ്വാദ് നോക്കുക. സ്വാദറിയാൻ പ്രയാസമായിരിക്കും. മദ്യപാനികൾക്കും പുകവലിക്കാർക്കും സ്വാദും മണവും അറിയാനുള്ള കഴിവ് കുറവായിരിക്കും. പ്രായമായവർക്ക് സ്വാദും മണവും അറിയാനുള്ള കഴിവ് കുറഞ്ഞ് വരും.

സ്ത്രീകൾക്ക് മണമറിയാനുള്ള സിദ്ധി മെച്ചമാണ്. ജീവിതകാലം മുഴുവനും സ്ത്രീകൾക്ക് ആ കഴിവ് നിലനില്ക്കും. പഠനങ്ങൾ കാണിക്കുന്നത് കൃത്യമായി മണമറിയാനുള്ള കഴിവ് അവർക്കുണ്ടെന്നാണ്. ചെറുനാരങ്ങ, പുളി, വാനില, കറുവാപ്പട്ട, കാപ്പി എന്നിവയുടെ മണം സ്ത്രീകൾ പുരുഷന്മാരേക്കാൾ നന്നായി തിരിച്ചറിയും. രണ്ടു ശതമാനം ജനങ്ങളിൽ മണമറിയാനുള്ള കഴിവ് തീരെയില്ല. മൃഗങ്ങൾക്ക് മണം തിരിച്ചറിയാനുള്ള കഴിവ് മനുഷ്യനേക്കാൾ അപാരമാണ്. കുറ്റകൃത്യങ്ങൾ

കണ്ടു പിടിക്കാൻ നായ്ക്കളെ ഉപയോഗിക്കുന്നത് അതുകൊണ്ടാണ്. മൃഗങ്ങൾ കിലോമീറ്ററുകൾ അകലെ നിന്നുപോലും മണം പിടിക്കും. കാട്ടിലെവിടെയെങ്കിലും ചക്ക പഴുത്താൽ ആനകൾ കിലോമീറ്ററുകൾ താണ്ടി അവിടെയെത്തും. ആഫ്രിക്കൻ ആനയ്ക്കാണ് ഏറ്റവും നല്ല ഘ്രാണ ശക്തിയുള്ളത്. മനുഷ്യന് മണമറിയാൻ രണ്ടായിരം ജീനുകളുള്ളപ്പോൾ ആനയ്ക്കും മറ്റു സസ്തനജീവികൾക്കും ഇരുപതിനായിരം ജീനുകൾ മണമറിയാനുണ്ട്.

മനുഷ്യന് അമ്പതിനായിരം ഗന്ധങ്ങളറിയാൻ കഴിയും. എന്നാൽ നായകളിലെ ഘ്രാണവിദഗ്ദ്ധനായ ബ്ലഡ് ഹൗണ്ടിന് നമ്മേക്കാൾ പത്ത്

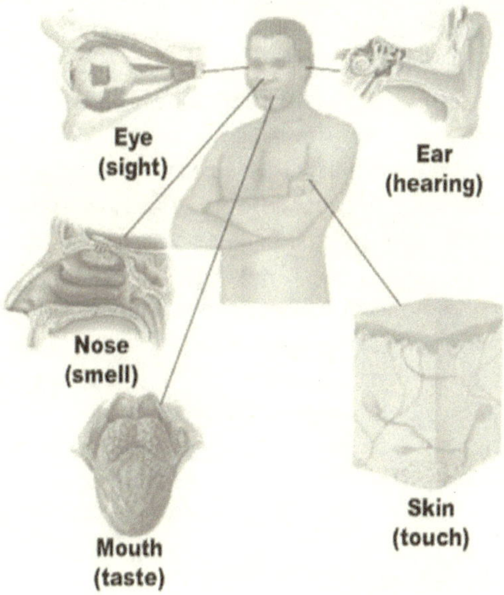

സെൻസറി സിസ്റ്റം

ലക്ഷം ഇരട്ടി ഘ്രാണശക്തിയുണ്ട്. മനുഷ്യനേക്കാൾ ഇരുപതിരട്ടി കഴിവുണ്ടെന്നർത്ഥം. എന്നുവച്ച് മനുഷ്യന്റെ ഘ്രാണശക്തി ഒട്ടും മോശമല്ല. മനുഷ്യന് നിരവധി മണങ്ങൾ മനസ്സിലാക്കാനും അവ ഓർമ്മയിൽ വയ്ക്കാനും കഴിവുണ്ട്.

ചെറിയ ശബ്ദങ്ങൾ കേട്ടാൽപ്പോലും നമ്മുടെ പ്യൂപ്പിൾസ് (pupils) എന്ന കൃഷ്ണമണികൾ വികസിക്കും. അതുകൊണ്ടാണ് സർജ്ജന്മാരും വാച്ച് റിപ്പയർ ചെയ്യുന്നവരും നിശ്ശബ്ദത ആവശ്യപ്പെടുന്നത്. അവർ ചെയ്യുന്ന കൃത്യതയാർന്ന ജോലികൾക്ക് ഭംഗം വരാതിരിക്കാനാണിത്. ശബ്ദംകൊണ്ട് പ്യൂപ്പിൾ വികസിക്കുമ്പോൾ ദൃഷ്ടിയുടെ കേന്ദ്രീകരണം തെറ്റുകയും കൃത്യമായി നോക്കുന്നത് മങ്ങുകയും ചെയ്യും.

ഓരോ വ്യക്തികൾക്കും ഓരോ പ്രത്യേകമായ മണമുണ്ട്. ഇതാണ് കുറ്റാന്വേഷകരായ നായ്ക്കൾ ഉപയോഗിക്കുന്നത്. ഒരേ ബീജത്തിൽനിന്നുള്ള ഇരട്ടകൾക്ക് ഒരേ മണമായിരിക്കും. നവജാതശിശുക്കൾക്ക് ഗന്ധം കൊണ്ട് സ്വന്തം അമ്മയെ മനസ്സിലാക്കാം. നമുക്ക് അടുപ്പമുള്ളവരുടെ 'പരിചിതഗന്ധങ്ങൾ' നമുക്ക് മനസ്സിലാക്കാൻ കഴിയും. ഈ മണത്തിന്റെ വ്യക്തിപരമായ പ്രത്യേകതകൾ കുടികൊള്ളുന്നത് ജനിതക കാരണങ്ങൾ കൂടാതെ ചുറ്റുപാടുകളുടെ സ്വാധീനമായ ഭക്ഷണം, ഉപയോഗിക്കുന്ന സോപ്പ്, പെർഫ്യൂം തുടങ്ങിയവ മൂലമാണ്.

കാഴ്ച, സ്പർശനം, ഗന്ധം, സ്വാദ് എന്നിവയ്ക്ക് നമ്മുടെ പെരുമാറ്റത്തിലും വീക്ഷണത്തിലും പൊതുവെയുള്ള ആരോഗ്യത്തിലും വലിയ പങ്കുണ്ട്. ഉദാഹരണമായി ഗന്ധമറിയാനുള്ള കഴിവും അൾഷീമേഴ്സ് രോഗവും പാർക്കിൻസൺസ് രോഗവുമായും ബന്ധമുണ്ട്. ജനിതകവ്യത്യാസമനുസരിച്ചാണ് നാം എന്താണ് കഴിക്കുന്നതെന്ന് തീരുമാനിക്കുന്നത്. ജനിതകവ്യത്യാസമനുസരിച്ചാണ് നമ്മുടെ ചയാപചയം തീരുമാനിക്കുന്നത്. അമിതഭാരവും ഇപ്രകാരമാണ് സംഭവിക്കുന്നതെന്നാണ് പുതിയ ഗവേഷണങ്ങൾ തെളിയിക്കുന്നത്. സ്വാദും മണവും ഒരുമിച്ചാണ് പ്രവർത്തിക്കുന്നത്. അവ ദൈനംദിന ജീവിതത്തിലെ ചില അടിസ്ഥാന അനുഭവങ്ങൾ സൃഷ്ടിക്കുന്നുണ്ട്. നമ്മുടെ ഗന്ധമറിയാനുള്ള കഴിവ് സ്വാദറിയാനുള്ള കഴിവിനേക്കാൾ പതിനായിരം ഇരട്ടി ശക്തമാണ്.

ഭക്ഷണത്തിന്റെ രുചിയും മണവുംകൂടിയാണ് അതിന്റെ ആകർഷകത്വം തീരുമാനിക്കുന്നത്. രുചിയും മണവും ഒരുമിച്ച് പ്രവർത്തിക്കുമ്പോഴാണ് സങ്കീർണ്ണമായ ഫ്ളവേറുകൾ മനസ്സിലാക്കാൻ കഴിയുന്നത്. ഈ അഭേദ്യബന്ധം കാരണം ഗന്ധം അറിയാതാകുന്നത് സ്വാദനങ്ങളെയും സ്വാദിനെയും ഇല്ലാതാക്കും. ഇവ വൈകാരികമായും ബാധിക്കും. പരിചിതഗന്ധങ്ങൾ വേണ്ടപ്പെട്ടവരുടെ പഴയ ഓർമ്മകളുമായി ബന്ധപ്പെട്ടിരിക്കും.

മണമറിയാനുള്ള കഴിവും ഓർമ്മയും ഒരുമിച്ച് പോകാറുണ്ട്. ഇവ തമ്മിൽ പരസ്പരബന്ധമുണ്ട്. പാർക്കിൻസൺസ് ഡിസീസും അൾഷീമേഴ്സ് ഡിസീസും ആരംഭിക്കുമ്പോൾ ആദ്യം പോവുക മണമറിയാനുള്ള കഴിവായിരിക്കും. പഠനങ്ങൾ ഇത് തെളിയിക്കുന്നുണ്ട്. പത്തു കൊല്ലം നീണ്ട ഒരു പഠനത്തിൽ പാർക്കിൻസൺസ് രോഗം വന്നവരിൽ എല്ലാവരിലും ഗന്ധമറിയാനുള്ള കഴിവിൽ പ്രശ്നമുണ്ടായിരുന്നു. ഇതിന് കാരണം ചൂണ്ടിക്കാണിക്കുന്നത് ചുറ്റുപാടുകളുടെ സ്വാധീനമാണ്. അൾഷീമേഴ്സും പാർക്കിൻസൺസും ചുറ്റുപാടുകളിൽനിന്ന് വരുന്ന രോഗമാണെന്നതിന് തെളിവുണ്ട്. അൾഷീമേഴ്സും പാർക്കിൻസൺസും ഉണ്ടാക്കുന്ന വൈറസുകളും വിഷവസ്തുക്കളും മൂക്കിലൂടെ മസ്തിഷ്കത്തിൽകടന്ന് മസ്തിഷ്കത്തിൽ ഈ രോഗങ്ങളുണ്ടാക്കുന്നതാവാം. മൂക്കിനും മണമറിയാനുള്ള സംവിധാനത്തിനും ഈ രണ്ട് രോഗങ്ങളിലുമുള്ള പങ്കിന് ധാരാളം തെളിവുകളുണ്ട്.

സ്വാദും ജീനുകളും

നമ്മുടെ ജീനുകളനുസരിച്ചാണ് നാം എന്ത് കഴിക്കുന്നു, എത്രത്തോളം കഴിക്കുന്നു എന്നു തീരുമാനിക്കുന്നത്. അപ്രകാരം അമിതഭാരത്തിനുള്ള സാദ്ധ്യതയും വിശദീകരിക്കാൻ കഴിയും.

ഇതിന് ഉദാഹരണം ജി എൽ പി 1 എന്ന ഹോർമോണാണ്. ആമാശയം ഉല്പാദിപ്പിക്കുന്ന ഈ ഹോർമോൺ കണയഗ്രന്ഥിയിലെ ഇൻസുലിൻ ഉല്പാദനത്ത നിയന്ത്രിക്കുന്നുണ്ട്. ജി എൽ പി 1 എന്ന ഹോർമോൺ നാവിലെ ചില കോശങ്ങളും ഉല്പാദിപ്പിക്കുന്നു എന്ന് അടുത്ത കാലത്തായി തെളിഞ്ഞിട്ടുണ്ട്. ജി എൽ പി 1 എന്ന ഹോർമോൺ വഴി നാവിലെ കോശങ്ങൾക്ക് മസ്തിഷ്കവുമായി ആശയവിനിമയം ചെയ്യാൻ കഴിയുമെന്നും തെളിഞ്ഞിട്ടുണ്ട്. പ്രത്യേകിച്ചും മധുരമുള്ളവയുടെ കാര്യത്തിൽ ഇത് കൂടുതൽ സ്പഷ്ടമാണ്. ജി എൽ പി 1 എന്ന ഹോർമോൺ സ്വീകരിക്കുന്ന റെസപ്റ്ററുകൾ (receptor) നീക്കം ചെയ്ത എലികളിൽ പരീക്ഷണം നടത്തുകയുണ്ടായി (ഹോർമോണുകളുടെ റെസപ്റ്ററുകൾ ഇല്ലെങ്കിൽ ഹോർമോൺ പ്രവർത്തിക്കുകയില്ല). ആ എലികളിൽ മധുരം അറിയാനുള്ള കഴിവ് ഭൂരിഭാഗവും നഷ്ടപ്പെട്ടിരുന്നു.

ജി എൽ പി 1 ഉല്പാദിപ്പിക്കാനും കണ്ടുപിടിക്കാനും ചില മനുഷ്യരിൽ കഴിവ് മറ്റുള്ളവരേക്കാൾ കൂടുതലാണ്. ഭക്ഷണം തെരഞ്ഞെടുക്കുന്നതിനെപ്പറ്റി തീരുമാനമെടുക്കാൻ ജി എൽ പി 1 എന്ന ഹോർമോണിന് സ്വാധീനമുണ്ട്. ഈ കണ്ടുപിടിത്തം വലിയൊരവസരമാണ് തുറന്നിരിക്കുന്നത്. സ്വാദറിയലും ചയാപചയവുമായി തീർച്ചയായും ബന്ധമുണ്ടെന്ന് ഗവേഷണം തെളിയിക്കുന്നുമുണ്ട്. സ്വാദ് സംവിധാനത്തിൽ ജി എൽ പി 1 എന്ന ഹോർമോൺ മാത്രമല്ല ഉള്ളത്.

കൊഴുപ്പ് കോശങ്ങൾ ഉല്പാദിപ്പിക്കുന്ന ലെപ്റ്റിൻ (leptin) ജി എൽ പി1 ന് എതിരായി പ്രവർത്തിക്കുന്ന പ്രോട്ടീനാണ്. ലെപ്റ്റിൻ എന്ന ഹോർമോൺ തൃപ്തി ജനിപ്പിക്കുന്ന ഹോർമോണാണ്. ഇത് വിശപ്പ് കുറയ്ക്കുന്നതിനാൽ അമിതഭാരം കുറയും. ലെപ്റ്റിൻ ഗ്രെലിൻ (ghrelin) വിശപ്പ് ഹോർമോണിനെതിരെ പ്രവർത്തിക്കുന്നു. ഗ്രെലിനും ലെപ്റ്റിനും ഹൈപ്പോതലാമസ് എന്ന മസ്തിഷ്ക വിശപ്പുനിയന്ത്രണ കേന്ദ്രത്തിലെ ആർക്വേറ്റ് ന്യൂക്ലിയസിലെ (arcuate nucleus) റസപ്റ്റേഴ്സിൽ പ്രവർത്തിച്ച് വിശപ്പ് ആവശ്യത്തിന് കൂട്ടുകയോ കുറയ്ക്കുകയോ ചെയ്യുന്നു. അപ്രകാരം ഒരു സമതുലിതാവസ്ഥ സൃഷ്ടിക്കുന്നു. പതിവായി വ്യായാമം ചെയ്യുമ്പോഴും ഭക്ഷണം കഴിക്കാതെ പട്ടിണി കിടക്കുമ്പോഴും ലെപ്റ്റിൻ കൂടുന്നു.

അമിതഭാരത്തിൽ ലെപ്റ്റിന്റെ പ്രവർത്തനത്തിന് ശരീരം തണുത്ത പ്രതികരണമാണ് സ്വീകരിക്കുന്നത്. അധികം ഊർജ്ജശേഖരമുണ്ടെങ്കിലും 'തൃപ്തിയായി' എന്നൊരു വാക്ക് ശരീരം പറയില്ല. അങ്ങനെ കൂടുതൽ ഭക്ഷണം കഴിച്ചുകൊണ്ടേയിരിക്കുകയും ഭാരം കൂടിക്കൊണ്ടേയിരിക്കുകയും ചെയ്യും.

കയ്പ് അറിയുന്നവർ

പി ആർ ഒ പി എന്ന പ്രൊപിൽതയൊയുറാസിൽ (propylthiouracil) വളരെ കയ്പുള്ള രാസവസ്തുവാണ്. ചിലർക്ക് ഇതിന്റെ കയ്പ് ഒട്ടും അറിയാൻ കഴിയില്ല. അത് ജനിതക കാരണം കൊണ്ടാണ്. പൊതുജനങ്ങളിൽ മുപ്പത് ശതമാനം പേർക്ക് ഇപ്രകാരം കയ്പ് അറിയുകയില്ല.

കയ്പറിയാൻ കഴിയുന്നവർക്ക് മറ്റു കയ്പുകളുള്ളവയും മധുരമുള്ളവയും എരിവുള്ളവയും കയ്പറിയാൻ കഴിയാത്തവരേക്കാൾ തീക്ഷ്ണമായി അറിയാൻ കഴിയും. കൊഴുപ്പുള്ളത് കൂടുതൽ നന്നായും അറിയാൻ കഴിയും. കയ്പറിയാൻ കഴിയാത്തവർക്കും ഇതെല്ലാം അറിയാം, പക്ഷേ അനുഭവം അത്ര തീക്ഷ്ണമായിരിക്കുകയില്ല.

സ്വാദറിയാത്തവരുടെ പ്രശ്നം അവർ തിരിച്ചറിയാത്ത കടുത്ത എരിവുള്ളതും കയ്പുള്ളതും പുളിയുള്ളതും മധുരമുള്ളതും കൊഴുപ്പുള്ളതും ആവശ്യപ്പെടും. സ്വാദറിയാത്തവർ അപ്രകാരം കൂടുതൽ കൊഴുപ്പും ക്രീമും കഴിച്ച് ഭാരം കൂട്ടും. ഈ കണ്ടെത്തൽ വ്യക്തിപരമായ ഭക്ഷണം നിർദ്ദേശിക്കുന്നതിൽ ഉപയോഗപ്പെടുത്താൻ ഗവേഷണം ആരംഭിച്ചിട്ടുണ്ട്.

പൊതുവെ ഭക്ഷണത്തിൽ കൊഴുപ്പ് കുറയ്ക്കണമെന്ന് നിർദ്ദേശിക്കാറുണ്ട്. പക്ഷേ ഇത് സസ്യേതരഭക്ഷണം കഴിക്കുന്നവർക്ക് നിറവേറ്റാൻ പ്രയാസമായ നിർദ്ദേശമാണ്. അപ്പോൾ പ്രായോഗികമാകുന്നത് ഭക്ഷണത്തിന്റെ അളവ് കുറയ്ക്കലാണ്.

ചെവികൾ

കേൾവിയുടെ അവയവമായ ചെവി പ്രധാനപ്പെട്ട അവയവമാണ്. പലരും ചെവിയിലെ ഇയർവാക്സ് (earwax) കളയാൻ തോണ്ടുന്ന പഞ്ഞിവച്ച ബഡ്സുകൾ ഉപയോഗിക്കാറുണ്ട്. വളരെ അനാരോഗ്യകരമായ സ്വഭാവമാണിത്. ഇയർവാക്സ് ചെവിക്ക് ആവശ്യമാണ്. ചെവിയുടെ അകത്തുള്ള അകംചെവിയിലെ സുപ്രധാനഭാഗങ്ങളെ രോഗാണുബാധയിൽനിന്ന് രക്ഷിക്കാൻ ഇതാവശ്യമാണ്. ബാക്ടീരിയ, പൂപ്പൽ, പ്രാണികൾ എന്നിവയുടെ ആക്രമണത്തിൽനിന്ന് ചെവിയെ ഇവ രക്ഷിക്കുന്നു. ഇയർവാക്സ് ആ ഭാഗം വൃത്തിയാക്കുകയും ചെയ്യുന്നുണ്ട്. ചെവിയുടെ കനാലിലുള്ള ചർമ്മ ഗ്ലാൻഡുകളാണ് ഇയർവാക്സ് സ്രവിക്കുന്നത്. ഇയർ വാക്സ് സാധാരണ പുറത്തേക്കു പോകും. ഒന്നും ചെയ്യേണ്ടതില്ല. അത് കട്ടിപിടിച്ച് കേൾവിയെ തടസ്സപ്പെടുത്തുന്നെങ്കിൽ ഡോക്ടറോട് പറയണം. ഒരിക്കലും ഇത് സ്വയം നീക്കം ചെയ്യരുത്.

ജീവിതം മുഴുവൻ വളരുന്ന അവയവങ്ങളാണ് ചെവികളും മൂക്കും. ഭയമുള്ള അവസരങ്ങളിൽ ചെവിയിൽ വാക്സ് കൂടുതൽ സ്രവിക്കും. ഭയമുണ്ടാകുമ്പോൾ സ്രവിക്കുന്ന രാസവസ്തുക്കളും ഹോർമോണുകളും ചെവിയിൽ കൂടുതൽ വാക്സ് ഉണ്ടാക്കും.

ശബ്ദവീചികൾ ചെവിയിലെ ഞരമ്പുകൾ സന്ദേശങ്ങളാക്കി മസ്തിഷ്കത്തിലേക്ക് എത്തിക്കുമ്പോഴാണ് നാം കേൾക്കുന്നത്. ഈ ശബ്ദങ്ങൾക്ക് വിശകലനവും അർത്ഥവും കൊടുക്കുന്നത് മസ്തിഷ്കമാണ്. ചെവിക്ക് മൂന്നു ഭാഗങ്ങളുണ്ട്.

- എക്സ്ടേണൽ ഇയർ (exeternal ear) എന്നു പറയുന്ന പുറം ചെവി. ഇതാണ് നാം തലയോടിന് പുറത്തു കാണുന്നത്.
- മിഡിൽ ഇയർ (middle ear) എന്നു പറയുന്ന ചെവിയുടെ മദ്ധ്യഭാഗ

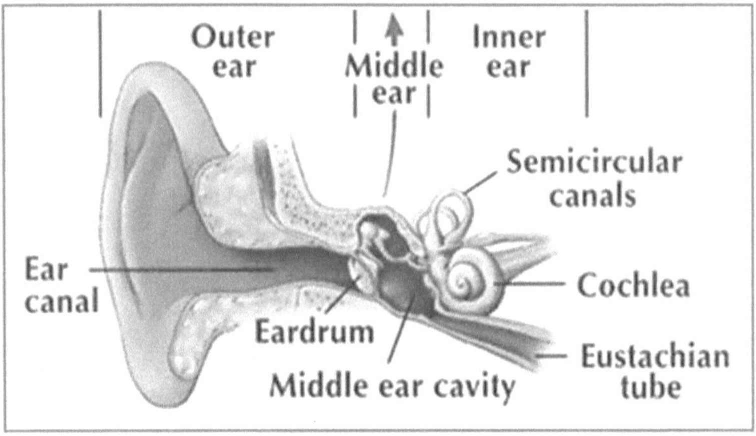

ചെവി

മാണിത്. ഇവിടെയാണ് തൊണ്ടയുമായി ബന്ധപ്പെടുന്ന യുസ്ടാകിയൻ ട്യൂബ് (Eustachian tube) ഉള്ളത്. ചെവിയിലെയും തൊണ്ടയിലെയും ഈ കുഴൽ തുല്യമാക്കുന്നു. മുക്കസ് എന്ന സ്രവം തൊണ്ടയിലേക്ക് ഒഴുക്കിക്കളയുന്നു. ചെവിപഴുപ്പ് കൂടുതൽ കുട്ടികളിലാണ് കാണുന്നത്. കുട്ടികളിലെ പ്രതിരോധസംവിധാനം ദുർബ്ബലമായതാണിതിന് കാരണം.

- ഇതിനും അകത്താണ് ഇന്നർ ഇയർ (inner ear). ഇത് സ്ഥിതി ചെയ്യുന്നത് ശരീരത്തിലെ ഏറ്റവും ദൃഢമായ അസ്ഥിയായ ടെംപോറൽ (temporal) അസ്ഥിക്കകത്താണ്. ഇന്നർ ഇയറിന് മൂന്ന് ഭാഗങ്ങളുണ്ട്. ചുരുൾ പോലെയുള്ള കോക്ലിയയും (cochlea) വെസ്റ്റിബ്യൂളും സെമിസർകുലർ കനാലുകളുമാണവ (vestibule and semicircular canals). കേൾവിയുടെ അവയവമാണ് കൊക്ലിയ. വെസ്റ്റിബ്യൂളും സെമിസർകുലർ കനാലുകളും ശരീരത്തിന്റെ സമതുലിതാവസ്ഥ നിലനിർത്തുന്നു.

ശബ്ദവീചികൾ വായുവിൽനിന്ന് ഇന്നർ ഇയറിലെ ദ്രവത്തിലേക്ക് കടക്കുന്നു. അവിടെ വളരെ സൂക്ഷ്മമായ രോമംപോലുള്ള ഹെയർ സെല്ലുകളുമുണ്ട് (hair cells). ഇവ ശബ്ദതരംഗങ്ങളോട് പ്രതികരിച്ച് ജൈവരാസസന്ദേശത്തിലൂടെ മസ്തിഷ്കത്തിലേക്ക് വിവരം അറിയിക്കുന്നു. ഇതിലെ തകരാറുകൾ കേൾവിതകരാറുകളിലേക്ക് നയിക്കാം.

പുറംചെവി തുളച്ച് ആഭരണങ്ങൾ അണിയുന്നത് ചരിത്രാതീത കാലം മുതലുള്ളതാണ്. ലോകത്തിന്റെ നാനാഭാഗത്തും പതിവുള്ളതാണ് ഇത്. പലതരത്തിലുള്ള രോഗങ്ങളും കേൾവിയും സമതുലിതാവസ്ഥയും തകരാറിലാക്കാറുണ്ട്.

ചെവിയിലെ രോഗാണുബാധകൾ

ഇത് കൂടുതലും കുട്ടികളെയാണ് ബാധിക്കുക. ഇത് ശരിയായി ചികിത്സിച്ചില്ലെങ്കിൽ ഇയർ ഡ്രമ്മിൽ (ear drum) തുള വരാനിടയുണ്ട്. അത് സ്ഥിരമായ കേൾവിക്കുറവും പഴകിയ ചെവിപഴുപ്പും ഉണ്ടാക്കും. പഴുപ്പ് മാസ്റ്റോയ്ഡ് (mastoid) അസ്ഥിയിലേക്ക് പോകാം. മദ്ധ്യചെവിയിൽ പഴകിയ പഴുപ്പുമൂലം കോളിസ്റ്റിയറ്റോമ (cholesteatoma) എന്ന അവസ്ഥ വരാം. പഴുപ്പ് മസ്തിഷ്കത്തിന്റെ ആവരണമായ ഡ്യുറ മേറ്ററിന് മുകളിൽ വന്ന് ചലം വയ്ക്കാം. മെനിഞ്ജൈറ്റിസ് (meningitis) എന്ന മസ്തിഷ്കജ്വരംപോലും വരാം.

ടിന്നിറ്റസ് (tinnitus)

ചെവിയിൽ വെറുതെ മുഴക്കം കേൾക്കുന്ന അവസ്ഥയാണിത്. പല കാരണങ്ങൾകൊണ്ടും ഇത് വരാം. മരുന്നുകളുടെ പാർശ്വഫലം പ്രധാനകാരണമാണ്. രോഗങ്ങൾമൂലവും വരാം.

മിനിയേഴ്സ് ഡിസീസ് (Meniere's disease)

ചെവിയുടെ ഉള്ളിൽ ദ്രാവകങ്ങളുടെ സമ്മർദ്ദത്തിലുള്ള പ്രശ്നം കൊണ്ടാണിത് വരുന്നത്. ഇതോടൊപ്പം ടിന്നിറ്റസും തലചുറ്റലുമുണ്ടാകാം. കേൾവിക്കുറവും ഉണ്ടാകാം. ഇത് ചിലപ്പോൾ പെട്ടെന്നാണ് വരിക. ചിലർ ചിലപ്പോൾ പെട്ടെന്ന് താഴെ വീഴാറുണ്ട്.

ശാസ്ത്രജ്ഞർ ഇതിന്റെ കാരണം കണ്ടു പിടിച്ചിട്ടില്ല. രോഗനിർണ്ണയത്തിന് അധികവും ആശ്രയിക്കുന്നത് ശാരീരിക പരിശോധനയാണ്. കേൾവിക്കുറവ് ചികിത്സിക്കേണ്ടതാണ്. മിനിയേഴ്സ് ഡിസീസിന് പ്രത്യേകമായി ചികിത്സയില്ല. തല ചുറ്റലിനും കേൾവിക്കുറവിനുമുള്ള ചികിത്സ, ഭക്ഷണത്തിൽ ഉപ്പ് കുറയ്ക്കൽ, മൂത്രം കൂടുതൽ പോകുന്നതിനുള്ള ഗുളിക എന്നിവ ഉപയോഗിക്കാറുണ്ട്. ബുദ്ധിമുട്ടുള്ള രോഗികൾക്ക് ഓപ്പറേഷൻ ചെയ്യാറുണ്ട്.

കണ്ണുകൾ

ദശലക്ഷക്കണക്കിനു വർഷങ്ങൾകൊണ്ടാണ് സസ്തനജീവികളിലും മനുഷ്യനിലും ഇത്രയും വികസിതമായ കണ്ണുണ്ടായത്. നാം ജീവിക്കുന്ന അന്തരീക്ഷത്തിലെ വെളിച്ചത്തിലൂടെ ബാഹ്യലോകത്തെ മനസ്സിലാക്കുന്നത് വലിയൊരു കഴിവാണ്. കാഴ്ചയില്ലെങ്കിലും നമുക്ക് ജീവിക്കാൻകഴിയും. അന്ധന്മാരും ഈ ലോകത്ത് ജീവിക്കുകയും എല്ലാ രംഗത്തും പ്രവർത്തിക്കുകയും ചെയ്യുന്നുണ്ട്. കണ്ണുള്ളവർ അവരുടെ ദൈനംദിന ജീവിതത്തിന് കാഴ്ചയെ വളരെ ആശ്രയിക്കുന്നുണ്ട്.

തൊണ്ണൂറ്റഞ്ച് ശതമാനം മൃഗങ്ങൾക്ക് കണ്ണുകളുണ്ട്. ചിലത് വളരെ ലളിതമാണ്. അവ കറുപ്പും വെളുപ്പും മാത്രം അറിയുന്ന വളരെ ലളിതമായ കാഴ്ചയാണ്. എന്നാൽ പരിണാമപരമായി മൃഗങ്ങളിൽ കണ്ണുകൾ വളരെ സങ്കീർണ്ണമാണ്. അവ, ആകൃതി, ആഴം മുതലായവയെല്ലാം കണ്ണുകളിലൂടെ മനസ്സിലാക്കുന്നു. മനുഷ്യരെപ്പോലെ ശക്തവും ആക്രമിക്കുന്നവയുമായ സിംഹം, പുലി എന്നീ മൃഗങ്ങളിൽ രണ്ടുകണ്ണുകളും അടുത്തടുത്താണ്. അവ ആഴത്തിലുള്ള കാഴ്ചയെ സഹായിക്കുന്നു.

മൃഗങ്ങളുടെ കണ്ണുകൾ പരിണമിച്ചത് അമ്പതു കോടി വർഷങ്ങൾക്ക് മുമ്പാണ്. അമീബയ്ക്ക് വെളിച്ചത്തെ അറിയാൻ അതിന്റെ സൈറ്റോപ്ലാസത്തിലെ പുറം ഭാഗത്തിന് കഴിയുന്നുണ്ട്. പ്രാഥമികമായ കാഴ്ചയുള്ള ജീവികളിൽ കറുപ്പും വെളുപ്പും കാഴ്ച മാത്രമാണുള്ളത്. കാഴ്ചശക്തി ഈ ജീവികൾക്ക് മറ്റുജീവികളുമായുള്ള മത്സരത്തിൽ മേൽക്കൈ നേടിക്കൊടുത്തു. ഈ വിജയം നേട്ടങ്ങൾ കൊയ്തതിനാൽ വിജയിക്കുന്നവ വർഗ്ഗവർദ്ധനയുണ്ടായി അവയുടെ കുഞ്ഞുങ്ങളിലൂടെ പരമ്പരാഗതമായി നിലനിന്നു. ജീവിത മത്സരത്തിൽ നേട്ടം കൊയ്ത കാഴ്ചശക്തിയുടെ പരിഷ്കാരങ്ങൾ പിന്നീടുണ്ടായി.

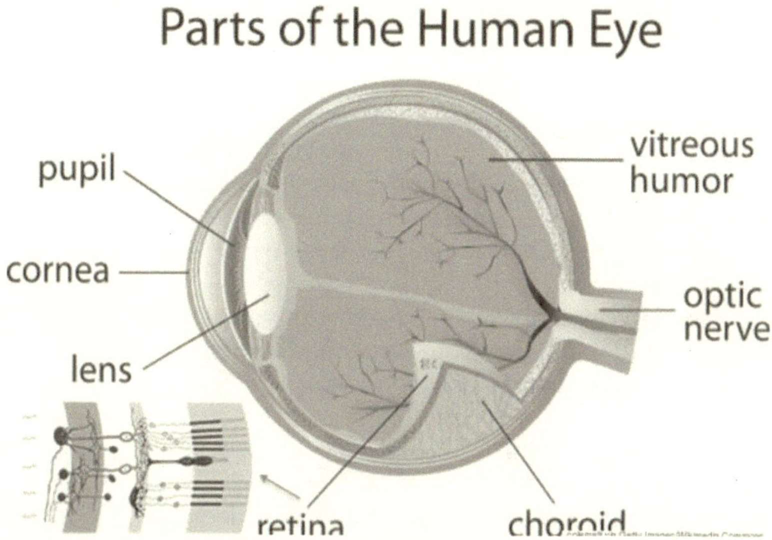

ജീവിവർഗ്ഗങ്ങളിലെ മൃഗവിഭാഗത്തിൽ പലതരത്തിലുള്ള കണ്ണുകളുണ്ട്. ഉദാഹരണമായി ഈച്ചയുടെ കണ്ണുകൾ നോക്കുക. വേഗത്തിലുള്ള ചലനങ്ങൾക്ക് അവ അനുയോജ്യമാണ്. ഓരോ ജീവിയുടെയും ജീവിതരീതിയനുസരിച്ചാണ് അതതിന്റെ കണ്ണുകൾ പരിണമിച്ചത്. മനുഷ്യന്റെ നേത്രപടലത്തിൽ ഓപ്ടിക് നെർവ് പ്രവേശിക്കുന്ന സ്ഥലം കാഴ്ചയില്ലാത്ത ഭാഗമാണ്. മറ്റേ കണ്ണിലെ കാഴ്ച ഈ പോരായ്മ പരിഹരിക്കുന്നു. മസ്തിഷ്കവും ഇതനുസരിച്ചാണ് പ്രവർത്തിക്കുന്നത്.

ദൂരെയും അടുത്തുമുള്ള വസ്തുക്കൾ കാണാൻ നമുക്ക് കണ്ണടകൾ വേണം. ശക്തമായ പ്രകാശങ്ങളെ നേരിടാനും അൾട്രാവയലറ്റ് രശ്മികളിൽനിന്ന് രക്ഷനേടാനും നാം കൂളിങ് ഗ്ലാസുകൾ ഉപയോഗിക്കാറുണ്ട്. അപകടകരമായ വെൽഡിങ് മുതലായവ ചെയ്യുമ്പോൾ ഗോഗിൾസ് ഉപയോഗിക്കാറുണ്ട്. റിഫ്രാക്റ്റീവ് (refractive) തകരാറിന് ചിലപ്പോൾ കോൺടാക്റ്റ് ലെൻസസ് (contact lenses) ഉപയോഗിക്കാറുണ്ട്. കണ്ണട അഭിനയത്തിനും നൃത്തത്തിനും അരോചകമാവുന്നതിനാൽ അഭിനേതാക്കളും നർത്തകരും കോൺടാക്റ്റ് ലെൻസസ് ഉപയോഗിക്കാറുണ്ട്.

കണ്ണുകളറിയാതെ അടച്ചുതുറക്കുന്ന ഇമവെട്ടൽ കൈക്കുഞ്ഞുങ്ങളിൽ മിനിറ്റിൽ ഒന്നോ രണ്ടോ പ്രാവശ്യമുണ്ടാകും. മുതിർന്നവരിൽ അത് മിനിറ്റിൽ പത്തു പ്രാവശ്യമുണ്ടാകും. സ്ത്രീകൾ പുരുഷന്മാരേക്കാൾ ഇരട്ടി പ്രാവശ്യം ഇമ വെട്ടുന്നുണ്ട്. ഇത് ഏകദേശം മിനിറ്റിൽ പതിമൂന്ന് പ്രാവശ്യം വരും.

മനുഷ്യർമാത്രമാണ് സങ്കടം വരുമ്പോൾ കരയുന്നത്. ചീത്ത സംഭ

വങ്ങൾ, വേണ്ടപ്പെട്ടവരുടെ വേർപാട്, നിരാശ, അതിയായ സന്തോഷം എന്നിവ മനുഷ്യനെ കരയിക്കുന്നു. നേരിയ തോതിൽ കണ്ണീർ എല്ലാ സമയത്തും വരുന്നുണ്ട്. നമ്മുടെ കണ്ണീരിൽ ബാക്ടീരിയകളെ നശിപ്പിക്കുന്ന ലൈസോസൈം (lysozyme) എന്ന എൻസൈം ഉണ്ട്. മൂക്കിനും തൊണ്ടയ്ക്കും കണ്ണിനും ഈ ബാക്ടീരിയ നശിപ്പിക്കുന്ന ലൈസോസൈം പ്രയോജനപ്പെടുന്നുണ്ട്. ഇത് രോഗാണുപ്രതിരോധത്തിന് പ്രയോജനപ്പെടുന്നു. കണ്ണീർ ചലനത്തിനുള്ള ലൂബ്രിക്കേഷനായും ഉപകരിക്കുന്നു. കണ്ണിൽ കരട് വരുമ്പോഴും രാസവസ്തുക്കൾ തട്ടുമ്പോഴും കണ്ണീർ വരും.

എന്നാൽ ശത്രുവിനെ പേടിച്ച് കഴിയുന്ന മാൻ, പശു, കുതിര എന്നിവയുടെ കണ്ണുകൾ രണ്ടും അകന്നാണിരിക്കുന്നത്. ശത്രു എവിടെ നിന്നാണ് വരുന്നതെന്ന് പറയാൻ കഴിയില്ല. അതുകൊണ്ട് അവയ്ക്ക് വിശാലമായ സ്ഥലം കാണണം. രണ്ടു കണ്ണുകളും അകന്നിരിക്കുന്നതിനാൽ ആക്രമണകാരികളെ നേരത്തേ മനസ്സിലാക്കി ഓടി ജീവൻ രക്ഷിക്കാൻ കഴിയും.

നമ്മെ കാണാൻ സഹായിക്കുന്ന നേത്രപടലത്തെ റെറ്റിന (retina) എന്നു പറയുന്നു. മുൻകാലങ്ങളിലെ ക്യാമറയിലെ ഫിലിംപോലെയാണ് റെറ്റിന പ്രവർത്തിക്കുന്നത്. റെറ്റിനയിൽ രണ്ടുതരം കോശങ്ങളുണ്ട്. അതിൽ കോൺ സെൽസ് (Cone cells) ഉം റോഡ് സെൽസുമുണ്ട്. കോൺ കോശങ്ങൾ നിറത്തെയും റോഡ് കോശങ്ങൾ വെളിച്ചം കുറഞ്ഞ കറുപ്പും വെളുപ്പുമാണ് കാണുന്നത്. ക്യാമറയിലെ ലെൻസ് പോലെ ദൂരമനുസരിച്ച് ഫോക്കസ് (focus) ചെയ്ത് ദൃഷ്ടി കേന്ദ്രീകരിക്കാൻ സീലിയറി (celiary muscles) പേശികൾകൊണ്ട് നമ്മുടെ കണ്ണുകൾക്ക് കഴിയും. ഐറിസിനെയും പ്യൂപ്പിളിനെയും (iris and pupil) മൂടിക്കൊണ്ട് അതിന് മുന്നിലുള്ളതാണ് കോർണിയ (cornea). കോർണിയ സുതാര്യമാണ്. കോർണിയയിലൂടെ വരുന്ന വെളിച്ചം ലെൻസിലൂടെ നേത്രപടലത്തിൽ പതിച്ചാണ് നാം കാണുന്നത്. കോർണിയയുടെ പിന്നിലുള്ള സുതാര്യമായ അക്വസ് ഹ്യൂമർ (aqueous humor) പ്രകാശത്തെ നേത്രപടലത്തിലെത്തിക്കുന്നു. പ്രകാശം ഫോക്കസ് ചെയ്യുന്ന ജോലി കുറെയേറെ കോർണിയ ചെയ്യുന്നുണ്ട്. ഐറിസ് എന്ന കൃഷ്ണമണിയുടെ മദ്ധ്യത്തിലാണ് പ്യൂപ്പിൾ. വെളിച്ചത്തിന്റെ ലഭ്യത കുറയുമ്പോൾ പ്യൂപ്പിൾ വ്യാസം കൂടുകയും വെളിച്ചത്തിന്റെ ലഭ്യത കൂടുമ്പോൾ വ്യാസം കുറയുകയും ചെയ്യും. പ്യൂപ്പിൾ എന്ന വെളിച്ചം കടക്കാനുള്ള ദ്വാരത്തിനു ചുറ്റും വൃത്താകൃതിയിലുള്ളതാണ് ഐറിസ് (iris). ഐറിസാണ് പ്യൂപ്പിളിന്റെ വലിപ്പം നിശ്ചയിക്കുന്നത്. അതിനുള്ള ചെറിയ പേശികൾ അതിലുണ്ട്. ഐറിസ് പല നിറത്തിലുണ്ട്. വ്യക്തിയുടെ നിറമനുസരിച്ച് ഐറിസിനും കറുപ്പ്, തവിട്ട്, നീല, പച്ച എന്നീ നിറങ്ങളിലും അവയുടെ ചേരുവനിറങ്ങളും കാണാറുണ്ട്. ഐറിസിന്റെ നിറമനുസരിച്ചാണ് കണ്ണിന്റെ നിറം കണക്കാക്കുന്നത്. നീലക്കണ്ണുകൾ വശ്യതയായും

സൗന്ദര്യത്തിന്റെ ലക്ഷണമായും കണക്കാക്കുന്നു.

സീലിയറി പേശികൾ ലെൻസ് എന്ന കാചത്തിനു ചുറ്റും ഉള്ളതാണ്. ഈ പേശികൾ കാചത്തെ ശരിയായ സ്ഥലത്ത് നിർത്തുകയും കാചത്തെ ഫോക്കസ് ചെയ്യാൻ സഹായിക്കുകയും ചെയ്യുന്നു. സീലിയറി പേശികൾ തളരുമ്പോൾ കാചം പരക്കുന്നു. അപ്പോഴാണ് ദൂരെയുള്ളവ കാണാൻ കഴിയുന്നത്. അടുത്തുള്ളവ കാണാൻ സീലിയറി പേശികൾ ചുരുങ്ങുന്നു. അപ്പോൾ കാചവും ചുരുങ്ങി അടുത്തുള്ളവ കൃത്യമായി കാണാൻ കഴിയുന്നു.

കണ്ണിന്റെ ഘടനയിൽ ആന്റീരിയർ ചേമ്പർ, ഇന്റീരിയർ ചേമ്പർ (anterior chamber, interior chamber) എന്ന സ്ഥലങ്ങളുണ്ട്. ഇന്റീരിയർ ചേമ്പറിൽ ജെല്ലിപോലുള്ള സുതാര്യമായ ദ്രവമുണ്ട്. കാചം കടന്ന് പോകുന്ന പ്രകാശം ഇതിലൂടെയാണ് നേത്രപടലത്തിലെത്തുന്നത്.

നേത്രപടലമാണ് കണ്ണിലെ ഏറ്റവും അകത്തുള്ള ഭാഗം. ഏറ്റവും മുൻവശത്തുള്ളത് സ്ക്ലീറയാണ് (sclera). അതാണ് കണ്ണിന് വെള്ള നിറം തരുന്നത്. പുറമെ കാണുന്ന സ്ക്ലീറയുടെ മുൻഭാഗത്ത് കൺജങ്ടൈവ (conjunctiva)യുണ്ട്. നേത്രപടലത്തിനും സ്ക്ലീറയ്ക്കുമിടയിൽ രക്തത്തുഴലുകളുള്ള കോറോയ്ഡുണ്ട് (choroid). കോറോയ്ഡിലുള്ള രക്തക്കുഴലുകളാണ് നേത്രപടലത്തിന് പ്രാണവായുവും പോഷകങ്ങളും നല്കുന്നത്. അവിടെനിന്നുള്ള വിസർജ്ജ്യവസ്തുക്കൾ നീക്കം ചെയ്യുകയും ചെയ്യുന്നു.

മസ്തിഷ്കത്തിന് കാഴ്ചയിലൂടെ ലഭിക്കുന്ന വിവരങ്ങൾ ഓപ്റ്റിക് നെർവിലൂടെ (optic nerve) നേത്രപടലത്തിൽനിന്ന് വരുന്നതാണ്. ഈ വിവരം മസ്തിഷ്കത്തിലെത്തി വിശകലനം ചെയ്യുമ്പോഴാണ് അതിനെപ്പറ്റിയെല്ലാം നാമറിയുന്നത്. ഉദാഹരണമായി നമ്മുടെ അടുത്തേക്ക് ഒരു വസ്തു പാഞ്ഞു വരുന്നു എന്നു വയ്ക്കുക. നാം ഉടനെ അതിന്റെ വഴിയിൽനിന്ന് ഒഴിഞ്ഞു മാറുന്നു. അവിടെത്തന്നെ നില്ക്കുകയാണെങ്കിൽ അപകടമാണെന്ന് പഴയ അനുഭവംവച്ച് നമുക്കറിയാം. നേത്രപടലത്തിൽ ദശലക്ഷക്കണക്കിന് റോഡ് കോശങ്ങളും കോൺസ് കോശങ്ങളുമുണ്ട്. നിറങ്ങളറിയുന്നതിനും സൂക്ഷ്മമായ കാഴ്ചയ്ക്കും കോൺസ് ആവശ്യമാണ്. ഫോവിയ എന്ന നേത്രപടലത്തിലെ ഭാഗത്ത് കോൺസ് അധികമുണ്ട്. ഇത് കൃത്യമായ കാഴ്ചയ്ക്കു വേണ്ടിയാണ്. വെളിച്ചം നേത്രപടലത്തിൽ പതിക്കുമ്പോൾ അവ ഓപ്റ്റിക് ഞരമ്പിലൂടെ വിദ്യുത് തരംഗങ്ങളായി മസ്തിഷ്കത്തിലെത്തുന്നു.

കാഴ്ചയിലെ പ്രശ്നങ്ങളും രോഗങ്ങളും

ഏറ്റവും കൂടുതൽ കാഴ്ചയിലെ പ്രശ്നങ്ങൾ ദൂരെയുള്ളത് കാണാനും അടുത്തുള്ളവയെ കാണാനുമാണ്. അവ കൂടാതെ വൃത്താകൃതിയിലല്ലാതെ പ്രതലത്തിലെ തകരാറുകൊണ്ട് വരുന്ന അസ്റ്റിഗ്മാറ്റി

സവും (astigmatism) പ്രായമാകുമ്പോഴുണ്ടാകുന്ന പ്രെസ്ബയോപിയയും കാഴ്ചത്തകരാറുകളാണ്. പലർക്കും നാല്പതും അമ്പതും വയസ്സാകുമ്പോഴേക്കും കണ്ണടകൾ വേണ്ടിവരും. ചില വർഗ്ഗങ്ങളിൽ ഉദാഹരണമായി ചൈനക്കാരിലും ജപ്പാൻകാരിലും കണ്ണടകൾ കൂടുതലായി വയ്ക്കേണ്ടിവരുന്നു. പ്രായമാകുമ്പോൾ കാചത്തിന് കട്ടികൂടുകയും ആവശ്യമനുസരിച്ച് വളയാൻ പ്രയാസമാകുകയും ചെയ്യും. ഇതാണ് പ്രെസ്ബയോപിയയിൽ സംഭവിക്കുന്നത്.

തിമിരം

ഇന്ത്യയിൽ ഏറ്റവും കൂടുതൽ അന്ധതയുടെ കാരണം തിമിരമാണ്. കാചത്തിലെ പ്രോട്ടീൻ കട്ടിയായി വെളുക്കുന്നതിനാൽ പ്രകാശരശ്മികൾ നേത്രപടലത്തിലെത്തുന്നില്ല. തിമിരത്തിന്റെ ചികിത്സ ഓപ്പറേഷൻ മാത്രമാണ്.

ഗ്ലൗക്കോമ

രക്തത്തിലെ രക്തസമ്മർദ്ദംപോലെ കണ്ണിനകത്തെ സമ്മർദ്ദം കൂടുന്ന രോഗമാണ്. ഗ്ലൗക്കോമ ചികിത്സിക്കാൻ പ്രയാസമുള്ള രോഗമാണ്. ഈ സമ്മർദ്ദം നിയന്ത്രിച്ചില്ലെങ്കിൽ ഓപ്റ്റിക് നെർവ് കേടു വന്ന് അന്ധത വരാനിടയുണ്ട്.

നേത്രപടലത്തിൽ ധാരാളം രോഗങ്ങളുണ്ടാകാറുണ്ട്. അനിയന്ത്രിതമായ രക്തസമ്മർദ്ദം, പ്രമേഹം, കോളസ്ട്രോൾ, ഞരമ്പുസംബന്ധമായ രോഗങ്ങൾ എന്നിവമൂലം നേത്രപടലം തകരാറിലാകാറുണ്ട്. ഇവ പരിശോധനയിലൂടെ നേരത്തേ മനസിലാക്കി ചികിത്സിച്ചില്ലെങ്കിൽ കാഴ്ച നഷ്ടപ്പെടാനിടയുണ്ട്.

മാകുലാർ ഡിജെനറേഷൻ (macular degeneration)

മാകുല എന്ന കാഴ്ച കേന്ദ്രീകരിച്ച് നാം വായിക്കാനും കൃത്യമായ ജോലികൾ ചെയ്യാനും ഉപയോഗിക്കുന്ന ഭാഗം കേട് വരുന്ന രോഗമാണിത്. ഉത്തരോത്തരം മോശമാകുന്ന ഈ രോഗം വന്നാൽ കാഴ്ച കേന്ദ്രീകരിച്ച് ചെയ്യുന്ന കാര്യങ്ങൾ ചെയ്യാൻ കഴിയുകയില്ല.

പ്രമേഹം മൂലമുള്ള കണ്ണ് രോഗങ്ങൾ

അനിയന്ത്രിതമായ പ്രമേഹം കൊണ്ട് പലതരത്തിലുള്ള നേത്രരോഗങ്ങൾ വരാം. തിമിരം, നേത്രപടലത്തിലെ രോഗങ്ങൾ എന്നിവ അവയിൽ പ്രധാനമാണ്. പ്രമേഹമുള്ളവർ രക്തത്തിലെ ഗ്ലൂക്കോസ് നിയന്ത്രിക്കുകയും വർഷത്തിലൊരിക്കൽ നേത്രവിദഗ്ദ്ധനെ കാണുകയും വേണം. പ്രമേഹത്തിൽ നേത്രത്തിലെ രോഗാണുബാധയ്ക്കുള്ള സാധ്യതയും കൂടുതലാണ്.

കൺജങ്റ്റിവൈറ്റിസ് (conjunctivitis)

വേഗം പകരുന്ന കണ്ണിലെ രോഗമാണ് കൺജങ്റ്റിവൈറ്റിസ്. വന്ന പോലെ ലളിതമായ തുള്ളി മരുന്നുകളെക്കൊണ്ട് വേഗം മാറുന്ന രോഗവുമാണ്. അശ്രദ്ധമായി വിട്ടാൽ കോർണിയയിൽ വ്രണങ്ങൾ വരുകയും ചെയ്യും.

തിമിരം, ഗ്ലൗക്കോമ, നേത്രപടലത്തിലെ രോഗങ്ങൾ എന്നിവ ആദ്യകാലങ്ങളിൽ മനസിലാവുകയില്ല. പതിവായ നേത്രരോഗ ചെക്കപ്പുകൾ മൂലം ഇവ നേരത്തേ കണ്ടുപിടിക്കാനും ചികിത്സിക്കാനും കാഴ്ചനഷ്ടം ഒഴിവാക്കാനും കഴിയും. കാഴ്ചയിൽ പെട്ടെന്നുള്ള തകരാറുകൾ, കാഴ്ച മങ്ങൽ, കണ്ണിന് മുമ്പിൽ ടോർച്ചടിക്കുന്നതുപോലെ വെളിച്ചങ്ങൾ കാണുക, വേദന, കാണുന്നവ ഇരട്ടകളായി കാണുക, കണ്ണിൽ വെള്ളം വരിക, കണ്ണു ചുവക്കുക, തലവേദന എന്നിവയാണ് പൊതുവെ കണ്ടുവരുന്ന കണ്ണുരോഗ ലക്ഷണങ്ങൾ. ഇവ കാണുകയാണെങ്കിൽ നേത്രരോഗവിദഗ്ദ്ധനെ കാണണം.

ആറാം ഭാഗം

ആഘാതങ്ങൾ

ജീവിതത്തിൽ ആഘാതങ്ങളും രോഗങ്ങളും വരാത്തവർ കുറവാണ്. ശരീരം ആഘാതങ്ങളോടു പ്രതികരിക്കുന്നതിന് ചില രീതികളുണ്ട്. ബാഹ്യലോകത്തെ അപകടങ്ങളോട് പ്രതികരിക്കുന്നതിൽ പ്രത്യേകതയുണ്ട്.

തിങ്കളാഴ്ച രാവിലെയാണ് ഹാർട്ട് അറ്റാക്ക് ഏറ്റവും കൂടുതലുണ്ടാകുന്നത്. സ്കോട്ട്ലൻഡിൽ നടത്തിയ പത്തുകൊല്ലം നീണ്ട പഠനത്തിൽ മറ്റു ദിവസങ്ങളെ അപേക്ഷിച്ച് ഹാർട് അറ്റാക്ക് മൂലമുള്ള മരണം ഇരുപതു ശതമാനം കൂടുതലാണെന്ന് തെളിയുകയുണ്ടായി. ആഴ്ചയുടെ അവസാനത്തെ വിശ്രമവും തിങ്കളാഴ്ച ജോലിക്ക് പോകണമെന്ന സമ്മർദ്ദവും ഇപ്രകാരം ഹാർട്ട് അറ്റാക്ക് സാദ്ധ്യത കൂട്ടുന്നുണ്ടാവണം.

ആഘാതങ്ങളോട് പ്രതികരിക്കാൻ ഓരോ അവയവത്തിനും പ്രത്യേക കഴിവുകളുണ്ട്. ഭാരത്തിന്റെ അനുപാതത്തിൽ മനുഷ്യശരീരത്തിലെ ഏറ്റവും ശക്തമായ പേശി നാവാണ്. മനുഷ്യശരീരത്തിലെ ഏറ്റവും കാഠിന്യമുള്ള അസ്ഥി താടിയെല്ലാണ്. ബോക്സിങ്ങിൽ താടിയെല്ലിനാണല്ലോ എതിരാളിയുടെ ഇടി കിട്ടുന്നത്. പ്രായം കൂടുന്തോറും ആഘാതം, വീഴ്ച എന്നിവ മൂലമുള്ള അസ്ഥി ഒടിയൽ സാദ്ധ്യത കൂടുതലാണ്. കുട്ടിക്കാലത്തും ഈ സാദ്ധ്യത കൂടുതലാണ്. അസ്ഥികൾ കൂടുന്നത് ചെറുപ്പത്തിൽ എളുപ്പമാണ്.

നാം ഒരടി മുന്നോട്ടു വയ്ക്കുമ്പോൾ ഇരുനൂറ് പേശികൾ പ്രവർത്തിക്കുന്നു. പേശികൾ ദിവസവും ധാരാളം ജോലി ചെയ്യുന്നുണ്ട്. ദിവസവും നാമെല്ലാം ഏകദേശം പതിനായിരം അടികളെങ്കിലും വയ്ക്കുന്നുണ്ടാവണം.

ശരീരത്തിലെ എല്ലാ അവയവങ്ങളെയും എടുത്താൽ തേയ്മാനം

ചെയ്യാത്തവ പല്ലുകൾമാത്രമാണ്. പല്ലിന്റെ ഒരുഭാഗം പൊട്ടിപ്പോയാൽ പോയതു തന്നെ. പല്ലിന്റെ പുറം ഭാഗമായ എനാമൽ (enamel) മുടിയും നഖവുംപോലെ ജീവനുള്ളതല്ല. ജീവനില്ലാത്തതിനാൽ തേയ്മാനം ചെയ്യലുമില്ല. ആ ജോലി ദന്തഡോക്ടർക്ക് വിടാം.

പേശികൾ തേയ്മാനത്തേക്കാൾ ഇരട്ടി വേഗത്തിലാണ് ജോലി ചെയ്യാതിരുന്നാൽ ക്ഷയിക്കുന്നത്. എന്നാൽ ശരിയായ വ്യായാമംകൊണ്ട് പേശികൾ പുനരുജ്ജീവിപ്പിക്കാനും വികസിപ്പിക്കാനും പ്രായേണ എളുപ്പമാണ്.

ചയാപചയം

മൂന്ന് ലിറ്റർ വെള്ളം മുപ്പത് മിനിറ്റ് ചൂടാക്കാനാവശ്യമായ ഊർജ്ജം ദിവസേന നാം ദിവസേന പുറത്തുവിടുന്നുണ്ട്. ശരീരത്തിന്റെ ഊഷ്മാവ് 98.6 ഡിഗ്രിയിൽ നിലനിർത്താൻ ധാരാളം ഊർജ്ജം ചെലവാക്കുന്നുണ്ട്.

സ്ത്രീകൾ പുരുഷന്മാരേക്കാൾ ദിവസവും അമ്പത് കലോറി കുറവ് മാത്രമേ ചെലവാക്കുന്നുള്ളൂ. പുരുഷന്മാർക്ക് സ്ത്രീകളേക്കാൾ കലോറി ചെലവാക്കാൻ എളുപ്പമാണ്. ഗർഭധാരണത്തിനും പ്രസവത്തിനുമുള്ള ശരീരഘടനയിലെ വ്യത്യാസംമൂലം സ്ത്രീകൾക്ക് അടിസ്ഥാനപരമായി ശരീരത്തിൽ കൊഴുപ്പ് കൂടുതൽ ആവശ്യമുണ്ട്. ഈ കാരണംകൊണ്ട് സ്ത്രീകളുടെ ശരീരത്തിന് കൂടുതലുള്ള കൊഴുപ്പ് കളയാൻ പുരുഷന്മാരേക്കാൾ പ്രയാസമാണ്.

വാർദ്ധക്യവും മരണവും

കുഞ്ഞുങ്ങളും വയസ്സായവരും എന്ന പ്രായഭേദമെന്യേ പ്രായമാകൽ എല്ലാവർക്കും ബാധകമാണ്.

അറുപത് വയസ്സ് കഴിയുന്നതോടെ സ്വാദറിയുന്ന സ്വനതന്തുക്കളിൽ പകുതിയോളം നമുക്ക് നഷ്ടപ്പെട്ടിരിക്കും. മുമ്പ് ഭാര്യയുടെയോ അമ്മയുടെയോ അമ്മൂമ്മയുടെയോ പാചകം ഇഷ്ടപ്പെട്ടിരുന്നപോലെ ഇപ്പോൾ ഇഷ്ടപ്പെടുന്നില്ലായിരിക്കാം. പ്രായമായവർ സ്വാദിനെപ്പറ്റിയും പാചകത്തെപ്പറ്റിയും പരാതി പറഞ്ഞുതുടങ്ങുന്നതിന്റെ കാരണമിതാണ്. മദ്യപാനികളും പുകവലിക്കാരും വൈകിട്ടത്തെ പതിവ് കഴിഞ്ഞ് ഭാര്യയുടെ പാചകത്തെ പഴിപറഞ്ഞ് വഴക്കുണ്ടാക്കുന്നതിന്റെ കാരണവും പുകവലിയും മദ്യപാനവുംമൂലം സ്വാദറിയുന്ന സ്വനതന്തുക്കൾ പലതും നഷ്ടപ്പെടുന്നതിനാലാണ്. ഈ കൂട്ടരും പ്രായമായവരും കൂടുതൽ ഉപ്പും പുളിയും മധുരവും കൊഴുപ്പും ആവശ്യപ്പെടുന്നത് ഇതുകൊണ്ടാണ്. ഈ സ്വഭാവം മൂലം ഇവർ അനാരോഗ്യകരമായ കൊഴുപ്പും ഉപ്പും മധുരവും അധികം കഴിക്കാനും അതനുസരിച്ചുള്ള രോഗങ്ങൾ ഉണ്ടാകാനും ഉള്ളവ കൂടാനും ഇടയുണ്ട്.

ജനിക്കുമ്പോൾ കുഞ്ഞിന്റെ കണ്ണുകളുടെ നീളം പിന്നിൽനിന്ന് മുന്നിലേക്ക് 17.78 സെന്റിമീറ്ററാണ്. ഇവ മുതിർന്ന വ്യക്തിയുടെ കണ്ണുകളുടെ അത്രയുംതന്നെ വരും. അതുകൊണ്ടാണ് കുഞ്ഞുങ്ങൾ അവരുടെ 'വലിയ' കണ്ണുകളുമായി നമ്മെ നോക്കുന്നത്. ശരീരത്തിന്റെ മറ്റുഭാഗങ്ങൾ വളരുന്നതുപോലെ കണ്ണുകൾ വളരുന്നതേയില്ല. ശരീരം ഇരട്ടിയോളം വളരുന്ന ഇളം കുഞ്ഞുന്നാളിൽ കണ്ണുകൾ വെറും ഒരു മില്ലീമീറ്റർ മാത്രമേ വളരുന്നുള്ളൂ. കുട്ടി പൂർണ്ണവളർച്ച എത്തുന്നതോടെ കണ്ണുകൾ 20.32 സെന്റിമീറ്ററാകുന്നു. ശരീരം നാനൂറ് ശതമാനം വളരുമ്പോൾ

കണ്ണുകൾ കേവലം മുപ്പത് ശതമാനം മാത്രമേ വളരുകയുള്ളൂ. കണ്ണുകളിരിക്കുന്ന അസ്ഥിയുടെ ഭാഗം അതനുസരിച്ച് അല്പം വളരുന്നുണ്ട്.

പക്ഷേ, ചെവികളും മൂക്കും ജീവിതകാലം മുഴുവൻ വളരും. ഏഴുകൊല്ലം പിടിക്കുന്ന ഘട്ടങ്ങളിലായിട്ടാണ് അവ വളരുന്നത്. ലിംഫോസൈറ്റുകൾ ഉല്പാദിപ്പിക്കുന്ന തൈമസ് ഗ്രന്ഥിയാകട്ടെ ജനനംമുതൽ കൗമാരംവരെ മാത്രമേ വളരുകയുള്ളൂ. അതിന് ശേഷം അവ ചുരുങ്ങി ചെറുതായി കൊഴുപ്പ് കോശങ്ങളാൽ നിറയുന്നു. പക്ഷേ, ഈ ഗ്രന്ഥി തുടർന്നും ടി ലിംഫോസൈറ്റ്സ് ഉല്പാദിപ്പിച്ചുകൊണ്ടിരിക്കും.

നവജാത ശിശുവിന്റെ തല ശരീരത്തിന്റെ നാലിലൊന്നായിരിക്കും. കുട്ടി ഇരുപത്തഞ്ച് വയസ്സായി പൂർണ്ണവളർച്ചയെത്തുന്നതോടെ തല ശരീരത്തിന്റെ എട്ടിലൊന്നായി ചുരുങ്ങും. അതായത് ശരീരം വളരുന്നതിന്റെ പകുതി മാത്രമേ തല വളരുന്നുള്ളൂ. കൈകാലുകളും ഉദരവും നീളം വയ്ക്കും. തല അതനുസരിച്ച് വലുതാകുന്നില്ല.

പ്രായമാകുന്നവർ കൂടുതലായും ഉച്ചത്തിലും കൂർക്കം വലിക്കുന്നുണ്ടെന്ന് നമുക്കറിയാം. അറുപത് വയസ്സാകുന്നതോടെ അറുപത് ശതമാനം പുരുഷന്മാരും നാല്പത് ശതമാനം സ്ത്രീകളും കൂർക്കം വലിക്കും. സാധാരണ കൂർക്കംവലി നാം സംസാരിക്കുന്ന അത്രയും ഉച്ചത്തിലുള്ള അറുപത് ഡെസിബലാണ് (decibels). കഠിനമായ കൂർക്കം വലിയിൽ എൺപത് ഡെസിബൽ വരെയെത്തും. അതായത് കോൺക്രീറ്റ് പൊട്ടിക്കുന്ന ഉളിയുടെ അത്രയും അതിന് ശബ്ദമുണ്ടായിരിക്കും.

മരണം

മരണം ജീവിതത്തിന്റെ അവസാനമാണ്. അതിന് ജീവശാസ്ത്രപരമായും സാമൂഹികമായും മനഃശാസ്ത്രപരമായുമുള്ള നിരവധി മാനങ്ങളുണ്ട്. മരണത്തെ മനസ്സിലാക്കുകയും അതോടൊപ്പമുള്ള നഷ്ടബോധം ഉൾക്കൊള്ളുകയും ചെയ്ത മനുഷ്യനാണ് ആദ്യത്തെ തത്ത്വചിന്തകനായത്. മരണത്തിന്റെ അർത്ഥതലങ്ങളിലേക്കുള്ള ചിന്ത അവനെ കൂടുതൽ വിവേകിയാക്കി.

ജീവശാസ്ത്രപരമായി ജീവനെ നിലനിർത്തുന്ന എല്ലാ ജൈവപ്രതിഭാസങ്ങളും നിലയ്ക്കുന്ന അവസ്ഥയാണിത്. ഇതിനിടയാക്കുന്ന ഏറ്റവും സാധാരണമായ കാരണം പ്രായാധിക്യമാണ്. രണ്ടായിരത്തിപന്ത്രണ്ടിലെ ലോകാരോഗ്യസംഘടന കണക്കനുസരിച്ച് ഏറ്റവും കൂടുതൽ മരണകാരണം ഹാർട്ട് അറ്റാക്കും അനുബന്ധരോഗങ്ങളുമാണ്. മറ്റു കാരണങ്ങൾ മസ്തിഷ്കാഘാതം, ക്രോണിക് ഒബ്സ്ട്രക്റ്റീവ് പൾമൊണറി ഡിസീസ് (chronic obstructive pulmonary disease), ന്യൂമോണിയ, ട്രക്കിയ ബ്രോങ്കസ് രോഗങ്ങൾ, എച്ച് ഐ വി, വയറിളക്കരോഗങ്ങൾ, പ്രമേഹംമൂലമുള്ള രോഗങ്ങൾ, റോഡപകടങ്ങൾ, രക്തസമ്മർദ്ദം മൂലമുള്ള രോഗങ്ങൾ എന്നിവയാണ്.

നഖങ്ങളും രോമവും മരണത്തിനുശേഷം വളരുന്നതായി തോന്നും. ശരിക്ക് അവ വളരുന്നില്ല. മരണത്തിനുശേഷമുണ്ടാകുന്ന നിർജ്ജലീകരണത്തിൽ ചർമ്മം പിന്നോട്ട് വലിയുന്നു. അപ്പോൾ അവ വളരുന്നതായി തോന്നുകയാണ് ചെയ്യുന്നത്. അപ്രകാരം തലമുടിയും ശരീരത്തിലെ മുടിയും നഖങ്ങളും വലുതാകുന്നതായി നമുക്ക് തോന്നും.

നാം ശവസംസ്കാരം കഴിഞ്ഞ് ചിതാഭസ്മം എടുക്കാറുണ്ടല്ലോ. ഒരു ശരാശരി മുതിർന്ന വ്യക്തിയുടെ ചിതാഭസ്മം 4.08 കിലോ വരും. ശരീരത്തിന്റെ ഭൂരിഭാഗവും ജലമാണ്. ജലവും ഭൂരിഭാഗം കോശജാലകളും അഗ്നിജ്വാലകൾ വിഴുങ്ങി ബാക്കി വരുന്നതാണ് ഈ ചിതാഭസ്മം.

മരണത്തിന്റെ ലക്ഷണങ്ങൾ ഇവയാണ്.

- ശ്വാസം നിലയ്ക്കുക
- ഹൃദയമിടിപ്പും നാഡി മിടിപ്പും ഇല്ലാതാകുക
- പതിനഞ്ചു മുതൽ നൂറ്റിയിരുപത് മിനിറ്റ് കഴിയുന്നതോടെ ചർമ്മത്തത്തിലും ചുണ്ടിലും കണ്ണിലുമെല്ലാം വിളർപ്പുണ്ടാകും.
- ലൈവർ മോർടിസ് (livor mortis). ഹൃദയം നിലയ്ക്കുന്നതോടെ രക്തം കിടപ്പനുസരിച്ച് താഴോട്ടു വന്ന് അവിടെ കെട്ടിക്കിടക്കുന്നു.
- ആൽഗർ മോർടിസ് (algor mortis). ശരീരത്തിന്റെ ഊഷ്മാവ് താഴ്ന്ന് അന്തരീക്ഷത്തിന്റെ ഊഷ്മാവിനോടൊപ്പമാകുന്നു.
- റൈഗർ മോർടിസ് (rigor mortis). ശവശരീരം ആകെ ബലം പിടിക്കുന്ന അവസ്ഥയാണിത്. ചലിപ്പിക്കാനോ നേരെ കിടത്താനോ റൈഗർ മോർടിസ് വന്നാൽ പ്രയാസമാണ്. ഇത് വരുന്നതിനുമുമ്പ് അതെല്ലാം ചെയ്യേണ്ടി വരും.
- അഴുകൽ. ശവശരീരത്തിലെ മൂലധാതുക്കൾ വേർപെട്ട് അഴുകിത്തുടങ്ങുന്ന അവസ്ഥയാണിത്. അഴുകുന്നതിന്റെ ഗന്ധവും പരക്കും. മരണത്തിനും ഒരു മണമുണ്ടെന്ന് മനസ്സിലാകും.

മരണത്തോടെ ബന്ധങ്ങൾ വിട്ടുപോകുന്നതോടെ ദുഃഖം തളംകെട്ടി നില്ക്കുന്നു. ജീവിച്ചിരിക്കുന്നവരുടെ അവസ്ഥയനുസരിച്ച് അവരിൽ ഭയം, ഉൽക്കണ്ഠ, വിഷാദം, ഏകാന്തത എന്നീ വികാരങ്ങളുണ്ടാകുന്നു. അവയൊന്നുംതന്നെ മരിച്ചവൻ സൃഷ്ടിച്ചല്ല പോയത്. ഓരോ ജീവിതവും മനുഷ്യമഹത്ത്വത്തെ വിളംബരം ചെയ്തതിനു ശേഷമാണ് രംഗത്തു നിന്നും നിഷ്ക്രമിക്കുന്നത്.

The life of the dead is placed in the memory of the living- Marcus Tullius Cicero

ജീവിക്കുന്നവരുടെ മനസ്സിൽ അവർക്ക് മരണമില്ല.

The idea is to die young as late as possible- Ashley Montagu

ദീർഘായുഷ്മാനായി ജീവിക്കുകയും ജീവിതത്തിന് എപ്പോഴും അർത്ഥം ചമയ്ക്കുകയുമാണ് വേണ്ടത്.

റഫറൻസുകൾ

Arráez-Aybar et al. (2010). *Relevance of human anatomy in daily clinical practice.* Annals of Anatomy-Anatomischer Anzeiger, 192(6), 341-348.

Anatomy of and Abnormalities Associated with Kager's Fat Pad, *American Journal of Roentgenology*

Bianconi, E Piovesin, A. et al. *Annals of Human Biology,* 2013 Nov–Dec;40(6) 463-71

Cardiovascular System, U S National Cancer Institute. Archived from the original on 2007-02-02.

Human Biology and Health, Upper Saddle River, NJ: Pearson Prentice Hall. 1993.

Introduction page, *Anatomy of the Human Body*, Henry Gray. 20th edition. 1918.

Moore, Keith L. (1992). *Clinically Oriented Anatomy* (3rd ed.). Baltimore: Williams & Wilkins. p. 187.

Moore, Keith L, Dalley, Arthur F, Agur Anne M. R. (2010). *Moore's Clinically Oriented Anatomy*, Phildadelphia: Lippincott Williams & Wilkins. pp. 2–3.

Publisher's page for *Gray's Anatomy*. 39th edition (UK). 2004.

Publisher's page for *Gray's Anatomy*. 39th edition (US). 2004. ISBN 0-443-07168-3. Archived from the original on 9 February 2007.